भक्तशिरोमणी नामदेव महाराज कृत

श्री ज्ञानदेव चरित्र

(आदि, तीर्थावळी आणि समाधी)

विवेचक

डॉ. सदानंद मोरे देहूकर

सकाळ प्रकाशन

Sakal प्रकाशन

Bhaktshiromani Naamdev Maharaj Krut Shri Dnyandev Charitra
(Aadi, Teerthavali aani Samadhi)

भक्तशिरोमणी नामदेव महाराज कृत श्री ज्ञानदेव चरित्र
(आदि, तीर्थावळी आणि समाधी)

प्रथम आवृत्ती : ऑक्टोबर २०२०
(संत नामदेव महाराजांचे सप्त शतकोत्तर सुवर्णमहोत्सवी जन्म-वर्ष)

द्वितीय आवृत्ती : ऑक्टोबर २०२२

मुद्रितशोधन व मांडणी : अश्विनी महाजन

मुखपृष्ठ : मधुमिता शिंदे

प्रकाशक : सकाळ मीडिया प्रा. लि.
५९५, बुधवार पेठ,
पुणे ४११ ००२

ISBN : 978-93-89834-30-7

संपर्क : 020-2440 5678 / 88888 49050
sakalprakashan@esakal. com

घुमान येथे संपन्न झालेल्या
८८व्या मराठी साहित्य संमेलनाचे अध्वर्यू
श्री. भारत देसडला आणि श्री. संजय नहार यांना

मनोगत

अहमदनगर येथील 'न्यू आर्ट्स, कॉमर्स अॅण्ड सायन्स'मधील तत्त्वज्ञानाच्या प्राध्यापकाची नोकरी सोडून मी १९८५मध्ये सावित्रीबाई फुले पुणे विद्यापीठाच्या तत्त्वज्ञान विभागात व्याख्याता म्हणून रुजू झालो. २०१४मध्ये तेथेच निवृत्त झालो. तत्त्वज्ञानाचा प्राध्यापक म्हणून कार्यरत असताना विद्यापीठाने मला संत ज्ञानदेव अध्यासनाचा कार्यभार दिला. दरम्यान, निमित्तमात्र होऊन मी विद्यापीठात संत तुकाराम अध्यासनाची स्थापना व्हावी म्हणून प्रयत्न केले. संबंधितांच्या सहकार्यामुळे या प्रयत्नांना यश येऊन संत तुकाराम अध्यासनही अस्तित्वात आले आणि त्यावर माझीच नियुक्ती झाली. काही काळ तर मी या दोन्ही अध्यासनांचा प्राध्यापक म्हणून काम केले. कौटुंबिक स्तरावरील वारकरी संप्रदायाची पार्श्वभूमी, तत्त्वज्ञान आणि संतवाङ्मय यांचा अभ्यास, थोडाफार लोकसंग्रह आणि वरिष्ठांची गुणग्राहकता यामुळे मला या अशा संधी मिळू शकल्या आणि मी त्यातून उद्भवणाऱ्या जबाबदाऱ्यांना माझ्या परीने न्याय देण्याचा प्रयत्न केला. दरम्यान, संत ज्ञानदेव अध्यासनावर प्रसिद्ध कवी व समीक्षक दिलीप पुरुषोत्तम चित्रे यांची नियुक्ती झाली. चित्रे आणि मी मिळून काही वेगळे प्रयोगही करून पाहिले. त्यात आम्हांला तेव्हाचे कुलगुरू डॉ. अशोक कोळसकर यांचे मोलाचे सहकार्य मिळाले.

२०१४मध्ये विद्यापीठातून निवृत्त झाल्यानंतर पंजाब येथील घुमान येथे भरलेल्या ८८व्या अखिल भारतीय मराठी साहित्य संमेलनाच्या अध्यक्षपदी माझी निवड झाली. घुमान हे गाव म्हणजे संत नामदेवरायांची पंजाबमधील कर्मभूमी. येथे भरणाऱ्या साहित्य संमेलनाच्या अध्यक्षपदी नामदेवरायांच्या वारकरी परंपरेतील अभ्यासक निवडून आला तर ते औचित्यपूर्ण होईल, अशा धारणेतूनच मतदारांनी मला निवडून दिले. 'सरहद्द' या नामवंत

संस्थेचे संस्थापक श्री. संजय नहार यांनी पंजाब आणि महाराष्ट्र यांच्यात सांस्कृतिक सेतू उभारून नामदेवरायांच्या परंपरेचे जणू पुनरुज्जीवन केले आहे, असे म्हणण्यात अतिशयोक्ती नाही. श्री. भारत देसडला नहारांच्या मागे भक्कमपणे उभे राहिले. स्वतः पंजाब सरकारने या संमेलनाला सर्वतोपरी सहकार्य दिले.

घुमान संमेलनाच्या अध्यक्षीय भाषणातून मी ज्ञानदेव-नामदेवांपासून निळोबा पिंपळनेरकरांपर्यंत पाच शतके अव्याहतपणे वाहत असलेल्या तसेच एकोणिसाव्या शतकातील मराठी प्रबोधनाला प्रेरक ठरलेल्या वारकरी साहित्याच्या प्रवाहाची वेगळ्या पद्धतीने चर्चा करून आधुनिक मराठी साहित्याशी व समाजजीवनाशी त्याचा काय संबंध आहे, हे स्पष्ट करण्याचा प्रयत्न केला. माझ्या भाषणाला चांगला प्रतिसादही मिळाला.

आता आपण इतकी वर्षे करत असलेल्या साहित्यसेवेचा हा कलशाध्याय समजून स्वस्थ बसणे हा एक व्यवहार्य पर्याय माझ्यापुढे होता. तथापि, सावित्रीबाई फुले पुणे विद्यापीठाचे कुलगुरू डॉ. नितीन करमळकर यांनी विद्यापीठाच्या संत नामदेव अध्यासनाच्या प्राध्यापकपदाची सूत्रे माझ्याकडे देऊन माझे काम आणखी पुढे नेण्याची संधी उपलब्ध करून दिली. मी त्यांचे मनापासून आभार मानतो. विद्यापीठातील संतांशी संबंधित तिन्ही अध्यासनांची सेवा करता येणे यापेक्षा उच्चतर असा कोणता भाग्ययोग असू शकेल!

माझ्या नियुक्तीच्या वेळीच विद्यापीठाने संत ज्ञानदेव अध्यासनावर डॉ. मुकुंद दातार आणि संत तुकाराम अध्यासनावर श्री. अभय टिळक या मान्यवर अभ्यासकांची नियुक्ती केली. आम्ही तिघांनी एकमेकांच्या साहाय्याने एकत्रितपणे कार्य करण्याचा निर्णय घेतला व त्याची अंमलबजावणीही केली. परिसंवाद, चर्चासत्रे, संशोधन व प्रकाशनाच्या रुळलेल्या वाटेने जात असतानाच पुण्यातील प्रसिद्ध 'ज्ञानमयी' या संस्थेचे प्रमुख ॲड. शांताराम पाटील यांच्या सहकार्याने आम्ही वारकरी विचारांचे अभ्यासवर्गही घेतले. त्यांना फार चांगला प्रतिसाद मिळाला.

अध्यासनाच्या प्राध्यापकांकडून संबंधित क्षेत्राला काही मूलभूत स्वरूपाचे योगदान व्हावे अशी अपेक्षा असते. आम्ही स्वतः संत एकनाथ, ज्ञानेश्वर भावंडे आणि संत तुकाराम यांची चरित्रे लिहिली. पुण्यामधील नामवंत प्रकाशन संस्थेच्या विद्यमाने संतचरित्रांच्या प्रकाशनाचा महाप्रकल्प हाती घेतला. डॉ. नि. ना. रेळेकर यांनी या प्रकल्पात संत नामदेवांचे चरित्र सिद्ध केले. या चरित्रसंचालाही उत्तम प्रतिसाद मिळाला.

संत नामदेव महाराजांच्या 'आदि', 'तीर्थावळी' आणि 'समाधी' या तीन प्रकरणात्मक ज्ञानेश्वर-चरित्राशी माझा परिचय बालपणीच झाला होता. या तीन प्रकरणांचे पठण / भजन हा वारकरी आचारधर्माचा भागच आहे. या प्रकरणांच्या विश्वसनीयतेसंबंधी विद्वानांच्या

वर्तुळात शंका असल्याचे व त्यासंबंधी खूप चर्चा झाली असल्याचे मला हळूहळू ज्ञात झाले. ज्ञानेश्वर एक की दोन, या विषयावर महाराष्ट्रात गेली सव्वाशे वर्षे चर्चा चालू आहे. या चर्चेशी समांतर अशी नामदेव एक की अनेक, नामदेव आणि ज्ञानदेव समकालीन होते किंवा नव्हते, उपरोक्त चरित्रप्रकरणे नेमकी कोणत्या नामदेवांची, इत्यादी प्रश्नांची चर्चाही सुरूच आहे. वेगळ्या शब्दांत सांगायचे म्हणजे ज्ञानेश्वरचरित्र आणि नामदेवचरित्र एकमेकांत गुंतलेली आहेत. ती नेमकी कशी व किती, हे नीट समजणे आवश्यक आहे. मी स्वत: यापूर्वी ज्ञानेश्वर व त्यांच्या भावंडांचे चरित्र (*चार भावंडे*) लिहिले असल्याने या समस्येची व्याप्ती आणि गांभीर्य माझ्या लक्षात आलेले होतेच. साहजिकच, नामदेवकृत ज्ञानेश्वरचरित्राची चिकित्सा करणे एका बाजूला ज्ञानेश्वरांचा अभ्यास ठरतो तसाच तो दुसऱ्या बाजूला स्वत: नामदेवांचाही अभ्यास ठरतो.

माझे हे विचारचक्र चालू असतानाच सकाळ प्रकाशनाकडून नामदेवरचित 'तीर्थावळी' प्रकरण विवेचक प्रस्तावनेसह प्रकाशित करण्याची चर्चा सुरू झाली. डॉ. गुंथर सोन्थायमर यांनी स्थापन केलेल्या महाराष्ट्र अभ्यास परिषदेत मी 'तीर्थावळी'वर निबंध सादर केला होता. त्या दिशेने विचार करत असता हा अभ्यास व प्रकाशन 'तीर्थावळी'पुरता मर्यादित न ठेवता नामदेवांच्या 'आदि' व 'समाधी' या प्रकरणांचाही परामर्श घेता आला व या तिन्ही चरित्रप्रकरणांची संहिता एकत्रितपणे प्रकाशित केली तर अधिक उचित ठरेल असे वाटू लागले. या संदर्भात श्री. आशुतोष रामगीर यांच्याशी चर्चा केली असता त्यांनाही हा मुद्दा महत्त्वाचा वाटला. प्रस्तुतचा ग्रंथ म्हणजे या सर्व प्रक्रियेची फलश्रुती. यासाठी मी रामगीर यांचा त्याचप्रमाणे ही प्रक्रिया वेगाने पुढे नेण्यासाठी प्रयत्नशील असलेल्या संपादिका ऐश्वर्या कुमठेकर यांचा मनापासून आभारी आहे. ग्रंथातील तीनही चरित्रप्रकरणांची संहिता श्री नामदेवगाथेच्या शासकीय आवृत्तीतून साभार घेतली आहे.

ग्रंथाचे मुखपृष्ठ सजवणाऱ्या मधुमिता शिंदे आणि मुद्रितशोधक अश्विनी महाजन यांचेही आभार.

विशेष म्हणजे संत नामदेवमहाराजांच्या *सप्तशतकोत्तर सुवर्ण महोत्सवी जन्मवर्षात* हा ग्रंथ प्रकाशित होतो आहे, याचे विशेष समाधान. पुढील वर्ष हे ज्ञानदेव भावंडांच्या समाधीचे *सप्तशतकोत्तर रौप्य महोत्सवी वर्ष* आहे. त्याची ही नांदी समजावी.

सदानंद मोरे
प्राध्यापक आणि प्रमुख
संत नामदेव अध्यासन
सावित्रीबाई फुले पुणे विद्यापीठ
पुणे ४११ ००७

अनुक्रमणिका

आदि

तीर्थावळी

समाधी

आदि

ग्रंथ श्रेष्ठ ज्ञानदेवी

'जेणे सतंतर फड जागविला' आणि 'तेणे केला हा विस्तार' अशा शब्दांत ज्यांचा अनुक्रमे तुकोबाराय आणि बहिणाबाई यांनी गौरव केला त्या भक्तशिरोमणी नामदेव महाराजांनी वारकरी संप्रदायाच्या इतिहासात महत्त्वाची कामगिरी बजावली आहे. कीर्तनाच्या रंगात नाचता-नाचता जगात ज्ञानदीप लावायचा हे जीवितध्येय मानून नामदेवराय जगले. आणि या पद्धतीने त्यांनी वारकरी विचारांचा विस्तार महाराष्ट्राच्या बाहेरही केला. उत्तर भारतातील संत परंपरेचे प्रवर्तन नामदेवरायांनी केले, असे म्हणण्यात कोणतीही अतिशयोक्ती नाही.

ज्ञानेश्वरी नावाची गीताटीका मराठीत लिहून ज्ञानोबारायांनी वारकरी संप्रदायाचा पाया घातल्याचे संत बहिणाबाईंनीच सांगितले आहे. बहिणाबाईंनी *ज्ञानेश्वरी*ची आरतीही लिहिली. याच ज्ञानदेवांचे नामदेव हे जीवलग स्नेही व सहकारी. निवृत्तिनाथ, ज्ञानेश्वर, सोपान आणि मुक्ताबाई ही चार भावंडे अजूनही मराठी मनावर अधिराज्य करत आहेत. नामदेव आणि ही भावंडे यांच्या वयात फार अंतर नव्हते. तथापि, या भावंडांनी अत्यंत अल्प वयात समाधीच्या माध्यमातून जगाचा निरोप घेतला. त्यांच्यानंतर वारकरी संप्रदायाची संपूर्ण जबाबदारी नामदेवांच्या शिरावर आली. ती त्यांनी अत्यंत समर्थपणे पेलली. आपल्या अनुयायांच्या आणि सहकाऱ्यांच्या साहाय्याने महाराष्ट्रातील वारकरी संप्रदायाची नीट व्यवस्था लावून त्यांनी उत्तरेत विशेषतः पंजाबात धर्मप्रसाराचे काम केले. त्यांच्या प्रभावाच्या पार्श्वभूमीवरच गुरू नानकदेवांनी शीख संप्रदायाची स्थापना केली. शीख धर्माच्या 'गुरुग्रंथ साहेब' या पवित्र प्रमाणग्रंथात नामदेवांची साठहून अधिक पदे समाविष्ट आहेत, ही गोष्ट नुसती सूचक नव्हे; तर पुरेशी बोलकी आहे.

मात्र, ज्या गांभीर्याने व जितक्या आदराने शीख संप्रदायाने त्याला उपलब्ध असलेल्या नामदेवबाणीची जपणूक केली त्या प्रकारे महाराष्ट्रात ती झाली, असे म्हणता येत नाही. यासाठी कोणी वारकरी संप्रदायाला बोल लावला तर तो आपली जबाबदारी झटकू शकणार नाही. ज्ञानोबा आणि तुकोबा या पाया आणि कळस यांच्याविषयी पुरेसा भक्तिभाव व निष्ठा प्रकट होत असताना नामदेवरायांच्या साहित्याची थोडी हेळसांडच झाली, हे मान्य करावे लागते. अर्थात, असाच काहीसा प्रकार एकनाथांच्या अभंगांबाबतीतही झाला आहे. पण तो मुद्दा वेगळा!

सांप्रदायिक फड आणि दिंड्या चालवणाऱ्या वारकऱ्यांनी मुद्रणपूर्व काळात मुख्यत्वे मौखिक पद्धतीने आपल्या संतांचे साहित्य जपले. रामदासी संप्रदायाच्या तुलनेत या मंडळींकडे हस्तलिखिते व पोथ्या अल्प प्रमाणात आढळतात. याची कारणे दोन आहेत : वारकरी संप्रदाय हा बहुजनांचा संप्रदाय असल्यामुळे त्याच्या अनुयायांकडे साक्षरता व 'ॲकॅडेमिक' शिस्त पुरेशा प्रमाणात नव्हती. दुसरे असे की, रामदासी संप्रदाय ही एक मठांवर आधारलेली यंत्रणा आहे. तशा प्रकारचे मठ वारकरी संप्रदायात नाहीत. वारकऱ्यांच्या फडांत व संघटनेत रामदासी मठांइतका औपचारिक बांधेसूदपणा नाही.

अगदी अलीकडच्या काळातसुद्धा धुळ्याच्या समर्थभक्त शंकर श्रीकृष्ण देवांनी हस्तलिखित व पोथ्या गोळा करण्याचे व प्रकाशित करण्याचे कार्य जेवढ्या जिद्दीने व व्यापक प्रमाणात केले, त्याच्या दहा टक्केसुद्धा अशा प्रकारचे कार्य वारकरी संप्रदायाच्या उच्चशिक्षित धुरिणांकडून झाले नाही, ही वस्तुस्थिती आहे.

लोकहितवादी, न्यायमूर्ती रानडे, महात्मा फुले, लोकमान्य टिळक, इतिहासाचार्य राजवाडे असे इंग्रजी राजवटीच्या पहिल्या-दुसऱ्या पर्वातील समाजचिंतक, राजकारणी, संशोधक जेव्हा संतांच्या विचारांविषयी उलटसुलट मते मांडत होते तेव्हा सांप्रदायिकांमध्ये पाश्चात्त्य विद्येचा अभाव असल्यामुळे या मतमतांतरांची गंधवार्ताही त्यांना नव्हती. इंग्रजी राजवटीतच मुद्रण-प्रकाशनाचे युग सुरू झाले तेव्हा मुद्रक-प्रकाशक वारकरी संप्रदायाशी निगडित नव्हते. नामदेवरायांच्या अभंगांच्या गाथेच्या प्रकाशनाचा इतिहास डॉ. मु. श्री. कानडे आणि रा. शं. नगरकर या गेल्या पिढीतील अभ्यासकांनी *संत नामदेवांची सार्थ चिकित्सक गाथा* या संपादनात संक्षेपाने दिला आहे. १८९२मध्ये रावजी श्रीधर गोंधळेकर यांनी नामदेवांची गाथा प्रकाशित करण्याचा उपक्रम पहिल्यांदाच केला. १८९४मध्ये तुकाराम तात्या घरत यांनी नामदेवगाथा प्रकाशित केली. त्र्यंबक हरी आवटे यांनी १९०९मध्ये, ह.भ.प. विष्णुबुवा जोग यांनी १९२५मध्ये, प्रल्हाद महाराज सुबंध यांनी १९४९ ते १९६२ या काळात सहा भागांत, महाराष्ट्र शासनाने १९७०मध्ये, रेळेकर-गोंदकर

यांनी १९९९मध्ये, निकते यांनी २०००मध्ये व उपरोक्त कानडे-नगरकर यांनी २००५मध्ये आपापल्या आवृत्त्या प्रसिद्ध केल्या. यातील त्र्यंबक हरी आवटे वारकरी संप्रदायाच्याच साखरे उपपरंपरेशी संबद्ध होते. ह.भ.प. जोग महाराज स्वत: वारकरी कीर्तनकार होते आणि त्यांनी वारकरी शिक्षण संस्थाही स्थापन केली होती. प्रल्हाद महाराज सुबंध हे जोग महाराजांनी स्थापन केलेल्या संस्थेशी निगडित सांप्रदायिक होते. १९७०मध्ये प्रकाशित झालेल्या शासकीय प्रतीच्या संपादक मंडळाचे अध्यक्ष वै. प्राचार्य सोनोपंत दांडेकर हे होते. 'मामासाहेब' या आदरार्थी संबोधनाने महाराष्ट्राला परिचित असलेले शं.वा. तथा सोनोपंत दांडेकर जोग महाराजांचे शिष्य आणि उत्तम कीर्तनकार होते.

प्रकाशनाच्या संक्षिप्त इतिहासावरून असे म्हणता येते की, वारकरी संप्रदायाशी निगडित असलेली मंडळी गाथेच्या संपादन-प्रकाशनाच्या क्षेत्रात उतरायला बऱ्यापैकी उशीर झाला होता.

या दरम्यान मराठी साहित्याच्या अभ्यासक संशोधनाच्या क्षेत्रात नामदेवराय आणि त्यांचे चरित्र व साहित्य याविषयी लेखन करणारे विद्वान आपापल्या परीने चर्चा करत होतेच. नामदेवांच्या अभंगांच्या पाठनिश्चितीबद्दलच्या चर्चेचाही थोडक्यात ऊहापोह कानडे-नगरकरांनी केला आहे.

नामदेवांच्या अभंगांकडे अभ्यासकांचे लक्ष जाण्याचे एक महत्त्वाचे कारण म्हणजे एकोणिसाव्या शतकाच्या अखेरीस शिवरामपंत भारदे तथा भारद्वाज यांनी उपस्थित केलेला ज्ञानेश्वर एक की दोन, हा वाद. भारद्वाजांनी हा वाद उपस्थित करण्यापूर्वी ज्ञानेश्वरी लिहिणारे ज्ञानेश्वर हेच पंढरीच्या विठ्ठलाचे अभंगरचनाकार वारकरी भक्त असे सर्वांनीच गृहीत धरले होते. संत एकनाथांपासूनची, किंबहुना एकनाथांचे पणजे संत भानुदासांपासूनची वारकरी परंपरा तर त्याविषयी अगदीच नि:शंक होती. पंढरीच्या विठ्ठलाच्या उपासनेची पूर्वपरंपरा लाभलेल्या वारकरी संप्रदायाला ज्ञानेश्वरांनी *ज्ञानेश्वरी* ग्रंथ देऊन त्याचे तात्त्विक व प्रामाण्यात्मक अधिष्ठान सिद्ध केले या समजुतीवरच वारकरी संप्रदायाची वाटचाल सुरू होती.

मात्र, मुद्दा केवळ वारकरी संप्रदायाचा नाही. याच समजुतीवर मराठी माणसाचे सांस्कृतिक भरणपोषण झाले होते. आता नामदेवांच्या गाथेतील 'आदि', 'तीर्थावळी' आणि 'समाधी' या तीन प्रकरणांमधून उपलब्ध होणारी सामग्री ही ज्ञानेश्वरचरित्राची सर्वात प्राचीन सामग्री आहे, याबाबत कोणाचे दुमत व्हायचे कारण नाही. आता भारद्वाजांनी केलेली फाळणी खरी असेल तर दोन वेगवेगळ्या ज्ञानेश्वरांना एक मानण्याचे कृत्य नामदेवांनी केले असे होते. पण तसे झाले तर नामदेव व ज्ञानेश्वरीकार ज्ञानदेव समकालीन नव्हते व

नामदेव ज्ञानेश्वरीकर्त्या योगी ज्ञानोबांच्याच काय; परंतु अभंगकार भक्त ज्ञानदेवांच्याही नंतर होऊन गेले, असा निष्कर्ष काढावा लागतो. तो काढायचा नसेल तर ज्ञानदेवांप्रमाणे नामदेवही दोन झाले असे मानावे लागते.

ऐतिहासिक पुरुषांचा कालनिर्णय करताना मग असे म्हणावे लागते की, ज्ञानेश्वरीकर्ते योगी ज्ञानेश्वर अगोदर होऊन गेले (ते अर्थातच विठ्ठलभक्त अभंगरचनाकार वारकरी नव्हते), त्यानंतर अभंगरचनाकार ज्ञानदेव होऊन गेले. आता ज्ञानेश्वरचरित्राची तीन प्रकरणे लिहिणारे नामदेव पहिल्याच काय; पण दुसऱ्या ज्ञानदेवांच्याही समकालीन असणे शक्य नाही. कारण तसे असते तर त्यांनी आपल्या आधी होऊन गेलेल्या व समकालीन ज्ञानदेवांना एकच कसे मानले असते? ते दुसऱ्या ज्ञानदेवांच्याही नंतर होऊन गेले. पण मग या (पहिल्या किंवा दुसऱ्या) ज्ञानदेवांबरोबर तीर्थयात्रा करणारे व त्यांना समाधी देणारे नामदेव कोण?

मुळात हा प्रश्नच चुकीचा असल्याने त्याचे सरळ उत्तर देता येणार नाही आणि कसेही करून ते द्यायचा प्रयत्न केला, तर असे म्हणावे लागेल, की नामदेव नावाची व्यक्ती होऊनच गेली नाही. पहिले व दुसरे ज्ञानदेव होऊन गेल्यानंतर होऊन गेलेल्या कोणीतरी ज्ञानदेव-नामदेवांची गोष्ट तयार केली. कदाचित योगायोगाने या कोण्यातरीचे नाव नामदेवही असू शकेल!

*संत नामदेवांची सार्थ चिकित्सक गाथा*च्या संपादकांना आपल्या संपादनाच्या प्रस्तावनेत 'संत नामदेवकृत संत ज्ञानेश्वरचरित्र आणि नामदेवचरित्र' हे स्वतंत्र उपप्रकरणच लिहावे लागते, इतका हा मुद्दा महत्त्वाचा आहे. पेशवाईच्या काळात होऊन गेलेल्या महिपतीबोवा ताराबादकर आणि निरंजन माधव यांनी ज्ञानेश्वरचरित्रे लिहिली, तेव्हा त्यांचा मुख्य आधार नामदेवांनी लिहिलेली प्रकरणेच होती, याची दखल संपादकांनी घेतली आहे. या संदर्भात ते उपरोक्त दोन चरित्रकारांच्या वचनांचाही उल्लेख करतात :

हे सात्त्विकाचे निजसाधन । यासी भोक्ते संतजन।
ऐसे ज्ञानदेव वचन । ***तीर्थावळी****त बोलिले ॥* (महिपती भक्तविजय १५.१९९)
तीर्थावळीमाजी साचार । स्वमुखे बोलिले ज्ञानेश्वर।
त्या वचनांचा धरोनि आधार । म्यांहि तैसेचि निरूपिले ॥ (महिपती १५.२२०)

महिपतींच्या नावे प्रसिद्ध असलेल्या *संतलीलामृत* ग्रंथातही नामदेवकृत समाधी प्रकरणाचा उल्लेख आढळतो. (९.९३)

त्याचप्रमाणे निरंजन माधव यांचा *श्रीज्ञानेश्वर विजय* हा ग्रंथ –

श्री नामदेवकृत मुख्य प्रबंध होता । तैसाचि म्या विरचला सुखबोधदाता ।
मी बोलिलो पदरीची तरी एक वाणी । नाहीच, साक्ष हरिविठ्ठल चक्रपाणी ॥ (१२.१९)

महिपती आणि निरंजन माधव यांच्याविषयी एक तुलनात्मक शेरा संपादकांनी मारला आहे. 'महिपतीची ग्रंथरचना ही श्रद्धेच्या आधारे आहे, *निरंजन माधवाच्या ग्रंथात मात्र हा प्रकार आढळला तरी तो कमी प्रमाणात आहे, असे दिसून येते. याचे अगदी ढोबळ उदाहरण म्हणजे आपल्या ज्ञानदेवचरित्रांतून त्याने 'तीर्थावळी' हे प्रकरण पूर्णपणे वगळले आहे.* निरंजन माधवाला केवळ 'आदि' आणि 'समाधी' ही दोनच प्रकरणे उपलब्ध झाली, असे धाडसी विधान आम्ही करणार नाही. कारण त्यांचाही मूळ आधार *नामदेवविरचित ज्ञानदेवचरित्र* हाच आहे. निरंजन माधवासारख्या पंडित कवीने 'तीर्थावळी' हे प्रकरण का गाळले हे कोडे सोडवता येत नाही. आमच्या मते, या पंडिताला हे प्रकरण विश्वसनीय वाटले नसावे.' (पृ. ६९, जाड ठसा मूळचा)

निरंजन माधव या पंडिताने 'तीर्थावळी' वगळण्याचे प्रकरण या संपादकांना नीट समजले नाही, असे म्हणावेसे वाटते. तो पंडित असल्यामुळे त्याला हे प्रकरण विश्वसनीय वाटले नसावे, हा त्यांचा अंदाज चुकीचा आहे. निरंजनाने 'तीर्थावळी' वगळण्याचे कारण म्हणजे 'तीर्थावळी' हा ज्ञानदेवचरित्राचा नसून नामदेवचरित्राचा भाग आहे, हे त्याला समजले होते. या मुद्द्याचे आणखी विवेचन नंतर.

अर्वाचीन चरित्रकारांच्या भूमिकांचा विचार करताना संपादकद्वयीने ल. रा. पांगारकर, ज. र. आजगावकर, शं. वा. दांडेकर, हे. वि. इनामदार आणि शं. दा. पेंडसे यांच्या मतांचा विचार केला आहे. या अर्वाचिनांमधील पहिल्या चौघांना ही चरित्रप्रकरणे ज्ञानेश्वरसमकालीन नामदेवांची असल्याचे वाटते. मात्र, डॉ. शं. दा. पेंडसे यांनी '*ज्ञानदेव आणि नामदेव* (१९७२) या ग्रंथात 'तीर्थावळी' हे प्रकरण नामदेवांचे कसे नाही हे सांगण्याचा, 'तीर्थावळीची कादंबरी' या प्रकरणात आटोकाट प्रयत्न केला आहे.' शिवाय, समाधी-महिम्यासंबंधी ते (पेंडसे) म्हणतात, 'आद्य नामदेवांनंतर बऱ्याच काळाने हा समाधी-महिमा रचणारा नामदेव झाला असला पाहिजे.' ते आणखी पुढे म्हणतात, 'नामा म्हणे' या मुद्रेने सांगितलेला समाधी-महिमाही आद्य नामदेवांचा नाही, हे सांगणे अवश्य आहे. (*ज्ञानदेव आणि नामदेव*, पृ. ४१३) 'आदि' प्रकरण हे आद्य नामदेवांचे असावे असे 'ज्ञानेश्वर-समाधी वर्णन' या प्रकरणाच्या पहिल्या परिच्छेदावरून दिसते.' (*ज्ञानदेव आणि नामदेव*, पृ. ४०९, सार्थ चिकित्सक गाथा, पृ. ७०)

‘आदि’ हे ज्ञानदेवांचे सविस्तर चरित्र नाही. तो ज्ञानदेव चरित्राचा एक संक्षिप्त आराखडा आहे. ज्ञानदेवांच्या चरित्रातील महत्त्वाच्या घटना सांगणे हे त्याचे उद्दिष्ट आहे. आज आपण जे ज्ञानेश्वरचरित्र सांगतो-ऐकतो ते अशा प्रकारे नामदेवरचित ‘आदि’च्या पायावर उभे आहे, याचा विसर पडता कामा नये. ‘आदि’ ही केवळ बंधने घालणारी चौकट नसून ते ज्ञानेश्वर चरित्रलेखनाचे मार्गदर्शक महासूत्रही आहे.

कानडे-नगरकरांनी आपल्या अभ्यासाचे एक उद्दिष्ट पुढील शब्दांत स्पष्ट केले आहे : ‘ज्ञानदेवांचे चरित्र सांगणारा नामदेव आणि स्वतःचे आत्मचरित्र लिहिणारा नामदेव कोणत्या काळात होऊन गेला, या यक्षप्रश्नाचे निश्चित उत्तर अद्यापि सापडलेले नाही. आमच्या मते, त्यांनी सांगितलेले ज्ञानदेवचरित्र आणि आपले आत्मचरित्र हे पूर्णपणे असत्य आहे असे नाही; पण ते कोणत्या नामदेवांनी लिहिले याचा शोध घेणे हाच अभ्यासाचा विषय आहे.” (गाथा, पृ. ८३-८४)

संपादकांचे उपरोक्त विधान अत्यंत महत्त्वाचे आहे. डॉ. पेंडसे यांनी ज्याप्रमाणे संपूर्ण तीर्थावळी प्रकरणच ‘कादंबरी’ म्हणून मोडीत काढले आहे, तसे हे दोघे करत नाहीत, असे करण्याचा त्यांचा हेतूही नाही. किंबहुना, त्यांचा प्रकल्प हा ज्ञानदेवचरित्र आणि नामदेव-आत्मचरित्र यांच्यापुरता मर्यादित नाही. त्यांना एकूणच नामदेवगाथेची चिकित्सा करून त्या गाथेमधील ज्ञानेश्वरकालीन आद्य नामदेवांचे अभंग कोणते आणि त्यानंतर होऊन गेलेल्या नामदेवांचे अभंग कोणते, याचा निवाडा करायचा आहे.

चरित्रांपुरते बोलायचे झाल्यास हे संपादक एखादा संपूर्ण अभंगच आद्य नामदेवांचा नाही म्हणून बाद करू शकतात तसेच एखाद्या अभंगाच्या काही ओळी आद्य नामदेवांच्या नाहीत म्हणून बाद करू शकतात.

येथे महाभारताची आठवण होते. पुण्याच्या भांडारकर प्राच्यविद्या संस्थेने महाभारताची चिकित्सक आवृत्ती सिद्ध केली. ती करताना त्यांनी देशातून व देशाबाहेरून महाभारताची अनेक हस्तलिखिते गोळा केली. काहीएक निकष निश्चित केले आणि त्यांच्या आधारे पाठनिश्चिती केली. त्यांनी निवडलेला मूळ पाठ मुख्य संहितेत ठेवून प्रक्षिप्त भाग (गाथा संपादकांच्याच शब्दांत ‘बाद’ केलेला?) तळटिपांत देणे पसंत केले.

भांडारकर संस्थेने प्रकाशित केलेल्या महाभारताच्या चिकित्सक आवृत्तीविषयी खूप चर्चा झाली आहे. त्यातून महाभारताची निर्मिती तीन टप्प्यांत झाली वगैरे प्रकारचे अंदाज बांधण्यात आले. दरम्यान डॉ. ग. श्री. खैर यांनी भगवद्‌गीतेच्या संहितेचा विशेष अभ्यास

करून तीन लेखकांनी तीन कालखंडांत रचलेले श्लोक वेगळे करून मांडले. डॉ. एम. आर. यारदी यांनी या प्रकरणाच्या संशोधनात संख्याशास्त्रीय पद्धतीचा उपयोग कसा करता येतो, हे दाखवून दिले.

एकूणच नामदेव गाथा कानडे-नगरकरांचे लक्ष्य असल्यामुळे त्यांनी गाथेतील एखादी रचना आद्य नामदेवांची आहे किंवा नाही हे ठरवण्यासाठी काही निकष निश्चित केले. गाथेतील चरित्रांच्या भागालाही हे निकष लागू होणारच. तथापि, चरित्र हा एक वेगळाच प्रकार असल्यामुळे चरित्रपर रचनांसाठी काही विशेष निकष वापरावे लागणार, हे उघड आहे. या निकषांमध्ये अभंगांची समाप्तीमुद्रा, पंडिती वळण, आत्मस्तुती, अर्थाला अवघड असणे, कालविपर्यास, छंदोरचनेचा तपशील, रचनादोष, आशयाची पुनरुक्ती, संस्कृत ग्रंथनामांचे संदर्भ, तृतीय पुरुषी प्रयोगशैली, अशिष्ट भाषा, दीर्घत्व अशा निकषांचा समावेश आहे. या सर्व निकषांची सविस्तर चर्चा करणे येथे शक्य नाही व तिचे कारणही नाही. निकषनिश्चितीमध्ये संपादकांच्या पूर्वग्रहांचा लक्षणीय वाटा आहे. तसेच काही निकष अत्यंत ढोबळ व बाळबोध आहेत, हे मात्र सांगायला हवे. एकदा ज्ञानदेव हे व्युत्पन्न व व्यासंगी पंडित आणि नामदेव हे भोळेभाबडे भक्त अशी समजूत करून घेतली की, मग नामदेवांनी संस्कृतप्रचुर शब्दप्रयोग करायचे नाहीत, अवघड ग्रंथांचे संदर्भ द्यायचे नाहीत, कूटरचना करायची नाही, हे सर्व ओघाने आलेच. बरे, निदान अब्राह्मण म्हणून थोडीफार ग्राम्य भाषा वापरायची तरी सवलत द्यावी; तर तीही नाही. स्वतःबद्दल काही बरे म्हणण्याचीही चोरी. कारण ती आत्मस्तुती होते! आत्मप्रत्यय आणि आत्मस्तुती यांच्यातील भेद संपादकांना करता येत नाही, हेच खरे!

अर्थात, या कारणांपेक्षाही अधिक मूलभूत कारण यामागे असल्याचे म्हणता येईल. ते म्हणजे, माणसाच्या वैयक्तिक आणि सामाजिक जीवनव्यवहाराबद्दलची कोती समजूत. भागवत पुराण हे समजायला सर्वांत कठीण असून पंडितांचीही परीक्षा पाहणारे असल्याचे संपादक नमूद करतात. त्यावर शंका घ्यायचे कारण नाही. नामदेवांच्या आकलनशक्तीचा आणि धारणाशक्तीचा मुद्दा बाजूला ठेवू. मुळात पुराणे– आणि भागवत पुराण अपवाद असायचे कारण नाही– निर्माण झाली तीच ज्यांना वेदांचा अधिकार नाही अशा द्विजेतरांना म्हणजे शूद्रातिशूद्रांना व स्त्रियांना ज्ञान मिळावे, या हेतूने! अर्थात, या वंचित वर्गाला संस्कृत भाषा समजण्यासारखी नसल्यामुळे स्थानिक भाषेत पुराणांचे विवरण करणाऱ्या परंपराही आपोआपच रूढ होत गेली. ज्ञानदेव-नामदेवांच्या यादव काळातही ही परंपरा जोमात होती. चक्रधरांची शिष्या महदाइसा पुराणश्रवणासाठी जात असे. या श्रवणातून तिला ज्या शंका वाटायच्या त्यांचे निराकरण ती स्वामींकडून करून घेत असे. महदाइसा जे श्रवण

करायची त्याची भाषा अर्थातच मराठी असणार हे उघड आहे. थोडक्यात, महाराष्ट्रात पुराण सांगायची व ऐकायची संस्कृती नांदत होती. तिच्यामुळे महदाइसासारख्या स्त्रीलासुद्धा काही प्रमाणात ज्ञान मिळत असेल, संस्कृत शब्द तिच्या कानांवरून जात असतील तर त्यापासून नामदेवांना वंचित ठेवण्यात काय स्वारस्य आहे? पुराणातील कथा ज्ञात होण्यासाठी संस्कृत भाषेतील पुराणाची पोथी मिळवून वाचायची गरज नव्हती. कथन-श्रवणामुळे त्या कथा समाजाच्या साधारण सामूहिक ज्ञानसंचिताचा भाग बनत असत. थोडक्यात, आद्य नामदेवोत्तर नामदेवांमध्ये संपादक म्हणतात त्याप्रमाणे आणखी एका भागवत अभ्यासक नामदेवाची भर टाकायची गरज नाही.

या संदर्भात महाराष्ट्रातील आणखी एका परंपरेची आठवण करून द्यायला हरकत नसावी. भेदिक लावण्या हा प्रकार सर्वांना ऐकून तरी ठाऊक असतो. तुरेवाले म्हणजे शिवाचा पक्ष घेणारे व कलगीवाले म्हणजे शक्तीचा पक्ष घेणारे असे दोन संप्रदाय या प्रकारच्या लावण्या रचत. या लावण्यांमध्ये आध्यात्मिक प्रश्नांवरून आव्हान-प्रतिआव्हानात्मक सवालजवाब होत. या सवालजवाबांचे स्वरूप अनेकदा कूट रूपकांचे असे. आणि महत्त्वाचा मुद्दा म्हणजे अशी कवने करणारे कवी, संपादक ज्याला व्युत्पन्न पंडित समजतात तसे नसून, बहुजन समाजाच्या अगदी तळागळातील जातींमधीलही असत.

हा मुद्दा भाषिक-सामाजिक व्यवहाराचा झाला. याशिवाय, कवीची म्हणून काही आकलनाची, धारणेची, स्फूर्तीची शक्ती असते की नाही? आणि प्रतिभेचे काय? नामदेवांसारख्या कवीने एखादा नवा शब्द बनवला की त्याला व्युत्पत्तिशास्त्राचे ज्ञान नसल्यामुळे अधिक विचार न करता तो शब्द तिथल्या तिथे बाद करून टाकणे उचित नाही. नवशब्दनिर्मितीची हीच एक प्रक्रिया असेल तर सर्वच भाषाशास्त्रज्ञ व व्युत्पत्तिशास्त्रज्ञ महाकवी होऊन त्यांनी आपापली प्रतिसृष्टी उभारली असती.

या संदर्भात आधुनिक म्हणजे चिपळूणकरोत्तर मराठी भाषेतील एका उदाहरणाचा उल्लेख करायला हरकत नाही. विसाव्या शतकाच्या पूर्वार्धात दादा महाराज सातारकर हे प्रतिभावंत कीर्तन-प्रवचनकार होऊन गेले. त्यांनी केलेल्या मराठी निरूपणांचे नमुने त्यांच्या शिष्यांनी (भा. पं. बहिरट, गो. शं. राहिरकर इत्यादी) *प्रेमबोध* या मासिकातून जपून ठेवले आहेत. ते वाचले तर पंडितमान्यांनाही गरगरल्यासारखे होईल याची मला खात्री आहे. दादा महाराजांना औपचारिक शिक्षण घेण्याची संधी मिळाली नव्हतीच. परंतु ते समाजव्यवस्थेच्या ज्या स्तरातील होते तेथे 'शुद्ध' मराठी कानांवर पडण्याचीही शक्यताही नव्हती.

संपादकद्वयीने पुढे आणलेल्या पंडिती वळण या निकषाबद्दल आणखी एक मुद्दा मांडण्याची गरज आहे. मुद्रा हा निकष मानून 'नामा म्हणे' अशी थेट मुद्रा अभंगात असेल तर

सकृतदर्शनी तो आद्य नामदेवांचा मानायला संपादकांची हरकत नाही. तथापि, अशी अनुकूल मुद्रा असूनही अभंगाची शैली जर 'पंडिती वळणा'ची असेल तर तो बाद करण्याकडे त्यांचा कल दिसतो. आता या शैलीच्या स्वरूपाची चर्चा न करता संपादकांच्याच मुद्द्याकडे वळू. संपादक लिहितात, 'मुळात या प्रकारची शैली संत ज्ञानदेवांनी ज्ञानेश्वरीत प्रथम उपयोजिली आहे. पण ज्ञानदेव हे पंडितमान्य आहेत आणि नामदेव भक्त आहेत हे विसरून चालणार नाही. म्हणून आम्ही या स्वरूपाचे अभंग बाद केले.'' (*सार्थ चिकित्सक गाथा*, पृ. ३०)

वस्तुस्थिती अशी आहे की, नामदेवांच्या अभंगरचनेची सुरुवात ज्ञानेश्वरीच्या लेखनापूर्वीच झाली होती आणि अशा प्रकारच्या शब्दकळेविषयी मी वर जे लिहिले आहे ते खरे असेल तर असे शब्द त्यांच्या काव्यात यायला काहीच प्रत्यवाय नाही. बरे, दुसऱ्या बाजूला असे शब्द (उदाहरणार्थ, भक्तीची निजभक्ती, क्रोधाचा महाक्रोध) म्हणजे या प्रकारच्या शब्दयोजनेमुळे जी शैली होते ती – ज्ञानेश्वरांनी ज्ञानेश्वरीत प्रथम उपयोजिली असेल तर नामदेवांनी आपल्याला श्रेष्ठ वाटणाऱ्या या ग्रंथातील शैलीचे अनुकरण करत तसे शब्द वापरायला आडकाठी का? नवे शब्द सुचायला वगैरे पांडित्य लागते आणि नामदेवांजवळ ते नव्हते हेसुद्धा मान्य केले तरी किमानपक्षी नामदेवांकडे बऱ्यापैकी अनुकरण-अनुसरणाची शक्ती होती एवढे तरी मान्य करायला काय हरकत असावी?

'नामा म्हणे' अशा मुद्रेचेही अभंग ज्या निकषांवर रद्द करायचे संपादकांचे धोरण आहे, त्या निकषांमध्ये 'उत्तुंग कल्पना' असणे हाही निकष आहे. वस्तुतः उत्तुंग कल्पना हे पांडित्याचे कार्य नसून प्रतिभेचे आहे, ही गोष्ट सर्वमान्य आहे. त्यामुळे उदाहरणार्थ, बहिणाबाई चौधरींसारखी अशिक्षित कवयित्रीसुद्धा कल्पनेच्या उंच भराऱ्या मारू शकते. संपादक मात्र याच कारणामुळे अशा अभंगांना बाद करू इच्छितात, हे अनाकलनीय आहे.

नामदेवांनी 'नामा म्हणे' आणि 'विष्णुदास नामा' यासारख्याच एकापेक्षा अधिक मुद्रांनी अभंग रचले आहेत, हे संपादकांना मान्य आहे. तथापि, येथेही 'अनेक मुद्रांच्या स्वीकाराचे धोरण ज्ञानदेवांपासूनच सुरू झालेले आहे', असा शेरा ते मारतात. आता ज्ञानदेवांसारखे इतर संतही एकापेक्षा अधिक मुद्रा वापरून अभंगरचना करत होते. त्यामुळे नामदेवांनीही तसे केले असणे शक्य आहे, असे म्हणणे वेगळे! हे एक सादृशानुमान (analogical inference) ठरेल. परंतु हे करायची सुरुवातच ज्ञानदेवांपासून झाली असे संपादक म्हणतात, तेव्हा त्यांना नामदेवांनी ज्ञानदेवांचे अनुकरण केले असे सुचवायचे आहे. तसे असेलही; पण त्याला कोणताही पुरावा नाही. इतर घटकांचा विशेषतः नामदेवांच्या वयाचा आणि बालपणापासूनच भक्त असण्याचा विचार केला तर नामदेवांच्या अभंगरचनेची सुरुवात ज्ञानदेवांच्या अभंगरचनेअगोदर झाली असल्याची शक्यता नाकारता येत नाही.

खरे पाहता, ज्ञानदेवांबद्दल नामदेवांना व एकूणच वारकरी परंपरेला आत्यंतिक आदरभाव आहे. नामदेव किंवा इतर संतांनी ज्ञानदेवांचे अनुसरण केले असेल तर त्यात काहीही अडचण वाटायचे कारण नाही. पण येथे मुद्दा ऐतिहासिकतेचा आहे. आणि दुसरे असे; नामदेव हे काही ज्ञानदेवांची पडछाया नव्हेत. नामदेव-तुकारामांसारख्या संतांनी ज्ञानदेवांविषयीची आपली भावना नम्रतापूर्वक व्यक्त करणे ही एक गोष्ट आहे; आणि त्या अभिव्यक्तीला शब्दश: घेऊन तसे प्रत्यक्ष वा अप्रत्यक्ष दावे इतरांनी करणे ही वेगळी गोष्ट. संपादकांचा तसा हेतू नसेलही; पण त्यांनी ज्या पद्धतीने हे लिहिले आहे त्यावरून तसे ध्वनित होऊ शकते, हे निश्चित!

नाचू कीर्तनाचे रंगी । ज्ञानदीप लावू जगी ।। हा अभंग संपादक नामदेवांचाच मानतात. इतकेच नव्हे; तर 'ज्ञानदीप' हा शब्दही एकाधिक वेळा तपासलेला आहे. हे निरीक्षणही त्यांनी नोंदवले आहे. तथापि, 'परंतु त्या ठिकाणी 'ज्ञानदीप' शब्दाचा अर्थ 'भक्तीचा दीप' एवढाच होईल,' अशी मल्लीनाथी करायला ते विसरत नाहीत. 'ज्ञान' या शब्दाची व्याप्तीच त्यांनी जणू इतकी संकुचित केली आहे, की नामदेव त्याच्या कक्षेच्या बाहेरच राहावेत.

'आदि', 'समाधी' आणि 'तीर्थावळी' या तीन चरित्र-प्रकरणांच्या नामदेव-कर्तृत्वाविषयीचे वादप्रवाद संपादकद्वयीच्या प्रस्तावनेचा संदर्भ घेऊन पाहिले असता असे दिसते की, त्यातल्या त्यात 'आदि'विषयीचे आक्षेप कमी आहेत. 'तीर्थावळी'ला कादंबरी मानणारेसुद्धा 'आदि'च्या बाबतीत मवाळ झालेले दिसतात. त्याचे कारणही स्पष्ट आहे. 'आदि'च्या निर्मितीचा काळ कितीही अलीकडे आणण्याचा प्रयत्न केला तरी इतर ज्ञानेश्वरचरित्रांपेक्षा 'आदि'ची रचना अगोदरची आहे, हे नाकारता येत नाही. म्हणजेच 'आदि' प्रकरण ज्ञानेश्वरचरित्राचे सर्वात प्राचीन साधन ठरते. 'आदि'अभावी एकूणच ज्ञानेश्वरचरित्र खूपच अलीकडचे– गेल्या तीनेकशे वर्षांतले ठरेल आणि मग त्याला इतिहास कितपत मानायचे, हा प्रश्न उपस्थित होईल.

कानडे-नगरकरांना याची कल्पना नव्हती असे म्हणता येत नाही. तरीही, ते नामदेव गाथेसाठी तयार केलेली चिकित्सक चाळणी येथेही वापरतात. आणि मुद्दा ऐतिहासिक घटनांचा, धार्मिक प्रश्नांचा असल्यामुळे त्याही दृष्टिकोनातून या 'आदि'सह सर्व प्रकरणांची छाननी करतात. नामदेवांनी सांगितलेले ज्ञानदेवचरित्र 'हे पूर्णपणे असत्य आहे, असे नाही; पण ते कोणत्या नामदेवांनी लिहिले आहे यांचा शोध घेणे' हाच त्यांच्या अभ्यासाचा विषय असल्याने व त्यांनी त्यासाठी काही निकष सिद्ध केलेले असल्याने त्यानुसार 'आदि'वर काही आक्षेप येतात. शिवाय, त्यांना 'आदिमधील भाषाशैलीही नामदेवांची वाटत नाही.

नामदेव गाथेतील नामदेवांची रसाळ अभंगरचना पाहिली म्हणजे त्या तुलनेने 'आदि'मधील निवेदनवजा शैली नामदेवांची नाही, असा ग्रह होतो.' (*सार्थ चिकित्सक गाथा*, पृ. ७४)

याचा अर्थ असा होतो की, 'आदि' हे प्रकरण ज्ञानेश्वरांच्या समकालीन असलेल्या नामदेवांची कृती नाही. पण, मग उत्तरकालीन नेमक्या कोणत्या नामदेवांनी 'आदि' लिहिले, निदान हा उत्तरकाळ म्हणजे नेमका कोणता काळ, याचे स्पष्ट उत्तर संपादकांनी दिलेले नाही. पण त्यांचा साधारण कयास असा आहे की, 'विठ्ठलपंत वाराणसीत गेले आणि त्यांनी तेथे श्रीपाद नामक यतीकडून संन्यास घेतला. येथे ही गोष्ट ध्यानात येते की, नामदेवांना यतीचे नाव माहीत नाही. संन्यासवाची सामान्यनाम येथे दिले आहे. नामदेवांना या भावंडांचा सहवास असताना त्यांना यतीचे संन्यासाश्रमातील विशेषनाम माहीत नाही, हे शंकास्पद आहे. काळाच्या उदरात हे नाव लुप्त झाल्यावर या चरित्राची निर्मिती झाली असावी.'

विठ्ठलपंतांना संन्यास देणाऱ्या यतीचे विशेषनाम काळाच्या उदरात लुप्त नेमके केव्हा झाले, हे जोपर्यंत समजत नाही तोपर्यंत 'आदि'च्या निर्मितीचा काळ निश्चित करता येणार नाही, हे उघड आहे. पण, त्यापेक्षा महत्त्वाचा मुद्दा म्हणजे कितीही उत्तरकालीन असले तरी 'आदि' हे आद्य ज्ञानदेवचरित्र असल्यामुळे ज्ञानदेव प्रत्यक्ष होऊन गेल्यानंतर या चरित्रलेखनापर्यंतच्या काळात ज्ञानदेवचरित्र केवळ सांगोवांगीतून दंतकथांच्याच स्वरूपात अस्तित्वात राहिले असे निष्पन्न होऊन 'आदि'ची उरलीसुरली विश्वासार्हताही धोक्यात येते.

ज्ञानेश्वरांनी *ज्ञानेश्वरी* लिहिली हे समजण्यासाठी ज्ञानेश्वरचरित्राची आवश्यकता नाही. ज्ञानेश्वरी नावाचा लिखित ग्रंथ - भौतिक रूपाने अस्तित्वात असल्याने आणि त्यात ग्रंथकर्त्याच्या नावाचा स्पष्ट उल्लेख असल्यामुळे ते मान्य करावेच लागते. ज्ञानेश्वरांनी रेड्यामुखी वेद बोलविला आणि अचेतन भिंत चालवून चांगदेवांचे गर्वहरण केले या व ज्ञानेश्वरचरित्रातील दोन महत्त्वाच्या घटनांचा उल्लेख संत एकनाथांनी अभंगांमधून केला आहे. तो कशाच्या आधारे? एकनाथपूर्व कोणीतरी लिहिलेले ज्ञानेश्वरचरित्र अस्तित्वात असल्याशिवाय या घटनांचा उल्लेख (तसेच नामदेवांनी केलेल्या तीर्थयात्रेचा उल्लेख) एकनाथ करू शकलेच नसते. चिकित्सक गाथा सिद्ध करणारे मात्र नामदेवांच्या अमुक एक अभंगावर एकनाथांचा प्रभाव आहे, म्हणून सदर नामदेव एकनाथांनंतर होऊन गेलेले असणार असा निर्वाळा देतात. पण, वस्तुस्थिती याउलटही असण्याची शक्यता ते का विचारात घेत नाहीत, हे समजत नाही.

साररूपात सांगायचे झाल्यास असे म्हणता येते की, एकदा ज्ञानी आणि भक्त असे द्वंद्व गृहीत धरून विचार करत गेलो तर काम फारच सोपे होते. विशेष म्हणजे हे द्वंद्व, फुको या विचारवंताचा शब्दप्रयोग करून सांगायचे झाल्यास एक अशी dichotemy आहे की,

ज्ञान्याला भक्त व्हायला, पंडित असायला काही अडचण येत नाही. भक्त मात्र ना पंडित होऊ शकतो, ना ज्ञानी! कानडे-नगरकर 'तीर्थावळी'चे चिकित्सक संपादन करतात तेव्हा सहज सांगून जातात की, 'ज्ञानदेवांची भूमिका ज्ञानी भक्ताची आहे आणि नामदेवांची भूमिका प्रेमळ भक्ताची आहे. या भूमिकांना अनुसरून हा सर्व संवाद रचला गेला आहे. आणि म्हणूनच या अभंगासंबंधी शंका येते. ज्ञानदेवांची भूमिका ही ज्ञानी पुरुषाची असली तरी नामदेव मूळचा भक्त आहे म्हणून अभंगाच्या कर्त्यासंबंधी शंका येते. नामदेव अशा प्रकारची ज्ञानी पुरुषांची भाषा वापरतील असे वाटत नाही.' (*सार्थ चिकित्सक गाथा,* पृ. ९०२)

'तीर्थावळी'तच ज्ञानेश्वर नामदेवांना काही प्रश्न विचारतात आणि नामदेव त्यांची उत्तरे देतात असा प्रसंग आहे. ज्ञानदेव-नामदेवांमधील हा संवाद म्हणजे 'तीर्थावळी'चा गाभा आहे. सार्थ चिकित्सक गाथेच्या अस्वीकृत अभंगांमधील ३८०व्या अभंगात ज्ञानदेवांचे हे प्रश्न येतात. या अभंगांची चिकित्सा करताना संपादक टीप देतात – 'हा अभंग म्हणजे ज्ञानदेवांची प्रश्नावली आहे. ज्ञानदेवांनी यापूर्वीच ज्ञानेश्वरीचे लेखन पूर्ण केले आहे, आणि त्यात ज्ञानदेवांच्या सर्व प्रश्नांची उत्तरे आहेत. अशा अवस्थेत ज्ञानदेव भक्तीसंबंधी काही प्रश्न विचारतील, हे संभवनीय वाटत नाही. नामदेवांना लावलेले 'प्रेममूर्ती' हे विशेषण आणि 'भक्तिभाग्य तुवा जोडिले अविनाश' अशा स्वरूपाचे उद्‍गार हे आत्मस्तुतीत जमा होणारे आहेत.' (*सार्थ चिकित्सक गाथा,* पृ. ९०३)

नामदेवांनी स्वत:बद्दल काही लिहायचे नाही (ती आत्मस्तुती होईल म्हणून) हे एक वेळ मान्य करता येईल. पण, दुसरा कोणी नामदेवांची स्तुती करत असेल तर ती त्यांनी उद्‍धृतही करायची नाही, हा अजब न्याय म्हणावा लागतो.

नामदेवरचित तीन चरित्र-प्रकरणांच्या चर्चेत कानडे-नगरकर संपादित नामदेव गाथा ही नामदेवांच्या चर्चाविश्वातील दखल घेतली पाहिजे अशी अगदी अलीकडील कृती आहे व तिच्यात नामदेवांविषयी यापूर्वी झालेल्या चर्चेचे सार संक्षिप्तपणे आलेले आहे. म्हणून तिचा संदर्भ घेत चर्चा पुढे नेणे उचित वाटल्याने तसे करावे लागले.

कानडे-नगरकर संपादित *संत नामदेवांचा चिकित्सक गाथा*मध्ये एकूणच 'आदि' हे प्रकरण अस्वीकृत अभंगांमध्ये टाकले असून त्यामागची आपली भूमिकाही संपादकांनी स्पष्ट केली आहे. तिची चर्चा आपण केली आहे. 'आदि' हे प्रकरण ज्ञानेश्वरचरित्राचे सर्वात प्राचीन साधन असल्याचे पुन्हा एकदा निदर्शनास आणून देतो. 'आदि'च्या प्रकरणात ज्ञानेश्वरांचा आणि अर्थातच त्यांच्या तीन भावंडांचा आपेगावातील कुलवृत्तान्त, जन्म, बालपण, बहिष्कार, मातापित्यांचा वियोग, पैठणला जाऊन केलेला चमत्कार, नेवाशाला

ज्ञानेश्वरी व *अमृतानुभव* या ग्रंथांचे लेखन, आळंदीला परत आल्यावर चांगदेवांचे गर्वहरण या घटनांचा समावेश आहे.

'आदि'च्या सुरुवातीलाच ज्ञानेश्वरांचे आजोबा गोविंदपंत आणि आजी निराई यांना गहिनीनाथांचा उपदेश झाला, असे स्पष्ट केले आहे. गहिनीनाथांनी जे ज्ञान सांगितले ते शिवाने उमेला सांगितलेले (व अर्थातच गुरुपरंपरेने गहिनीनाथांपर्यंत पोहोचलेले) ज्ञान होते. विशेष म्हणजे ज्या नित्य, शुद्ध, बुद्ध, सत्-चित-आनंद, निर्विकार व पूर्ण तत्त्वाचे ज्ञान गहिनीनाथांनी सांगितले ते तत्त्वच पंढरी येथे विठ्ठलरूपात स्थिर असल्याचेही गहिनीनाथांनी सांगितले. त्या विठ्ठलाचे नामस्मरण करण्याचा उपदेशही केला. (*नामदेव गाथा*, शासकीय प्रत, अ.क्र. ८७२-८७३)

*ज्ञानेश्वरी*च्या अठराव्या अध्यायाच्या शेवटी स्वतः ज्ञानेश्वरांनी आपली गुरुपरंपरा सांगितली आहे. तिच्याशी 'आदि'मधील विवेचन विसंगत नाही. *ज्ञानेश्वरी*त शिव (श्रीत्रिपुरारी) - उमा (पार्वती, शक्ती) आणि मच्छिंद्रनाथ - गोरक्षनाथ - गहिनीनाथ - निवृत्तिनाथ - ज्ञानेश्वर अशी गुरुपरंपरा सांगितली आहे. 'आदि'नुसार ज्ञानेश्वरांचे परात्परगुरू गहिनीनाथ यांचा आणि ज्ञानेश्वरांच्या घराण्याचा पूर्वापार संबंध असून याच गहिनीनाथांनी ज्ञानेश्वरांच्या पितामहांना म्हणजे गोविंदपंतांना उपदेश केला.

*ज्ञानेश्वरी*त दिलेल्या गुरुपरंपरेनुसार ही परंपरा शिवापासून प्रवर्तित झाल्याचे म्हणजेच ती शैव परंपरा असल्याचे स्पष्ट आहे. शैव परंपरेच्या अनेक उपपरंपरा आहेत. त्यांच्यातील नाथ पंथ ही ज्ञानेश्वरांची गुरुपरंपरा असल्याचेही स्पष्ट होते.

शैव संप्रदायाचीच एक शाखा असलेल्या नाथ पंथाचे अनुयायी ज्ञानदेव 'भगवद्गीता' या वैष्णवांच्या ग्रंथावर भाष्य का लिहितात, हा अनेकांना पडलेला प्रश्न असतो. हेच ज्ञानेश्वर आणखी पुढे जाऊन द्वारकाधीश कृष्णाचे अवतरण मानल्या गेलेल्या विठ्ठलाची उपासना कशी करतात, त्याच्यावर अभंग का लिहितात, हे प्रश्न या पहिल्या प्रश्नातून निष्पन्न होणारे आहेत. ज्ञानेश्वरीतील उल्लेखांचा विचार केला तर आपण व्यक्त करत असलेले ज्ञान आपल्याला आपल्या शैव परंपरेतून मिळाले असल्याचे स्वतः ज्ञानेश्वरांनी समारोपाच्या ओव्यांतून सांगितले आहे. ज्ञानेश्वर असेही सांगतात, की असे करण्याची आज्ञा गहिनीनाथांनी निवृत्तिनाथांना दिली. याचा अर्थ, भगवद्गीतेच्या माध्यमातून वैष्णवी ज्ञान संक्रमित करण्याचा उपक्रम गहिनीनाथांनी केला (१८.१७५७-१७५९).

ज्ञानेश्वरांच्या या कथनाचा संबंध विठ्ठलोपासनेशी लावण्याकरिता आवश्यक असलेला दुवा निवृत्तिनाथांनी दिला आहे. निवृत्तिनाथ आपली गुरुपरंपरा अभंगाच्या माध्यमातून

सांगतात. आदिनाथ शंकर - मच्छिंद्र - गोरक्ष - गहिनी ही साखळी सांगितल्यावर ते म्हणतात, *निवृत्ति गयनी कृपा केली पूर्ण । कुळ हे पावन कृष्णनामे ।।*

गहिनीनाथांनी आपल्यावर कृपा केली आणि कृष्णनामाचा मंत्र दिला असे निवृत्तिनाथ सांगतात. कृष्ण आणि विठ्ठल यांचे ऐक्य सर्वमान्य असल्यामुळे तेथून विठ्ठलोपासनेचा मार्ग अगदीच सुकर होतो. किंबहुना तो यापूर्वीच झालेला आहे. गहिनीनाथांनी गोविंदपंतांना केलेल्या उपदेशातून आणि हा दुवा आता नामदेवराय 'आदि'मधील पहिल्या दोन अभंगांद्वारे उलगडून दाखवतात :

म्हणोनि बैसलो संतांचे संगती । गोविंदा विश्रांती गहिनीनाथ ।।

(*नामदेव गाथा*, शासकीय प्रत, अ.क्र. ८७२)

तेचि हे सर्व विठोबाचे नाम । निराईस प्रेम गहिनीनाथी ।।

(*नामदेव गाथा*, शासकीय प्रत, अ.क्र. ८७३)

ज्ञानदेवांचे वडील विठ्ठलपंत यांचा जन्म गहिनीनाथांनी गोविंदपंतांना केलेल्या उपदेशानंतरचा आहे. गहिनीनाथांनी दाखवलेल्या मार्गाचे प्रतीक म्हणूनच गोविंदपंतांनी आपल्या मुलाचे नाव विठ्ठल ठेवले.

विठ्ठल आवडी ठेवियेले नाव । निराईस प्रेम गहिनीनाथी ।।

(*नामदेव गाथा*, शासकीय प्रत, अ.क्र. ८७४)

याच गहिनीनाथांचा आश्रम त्र्यंबकेश्वरमध्ये ब्रह्मगिरीवर होता आणि तेथे निवृत्तिनाथांना गहिनींकडून उपदेश झाला. हे घराण्याच्या वारशाला व परंपरेला साजेल असेच झाले.

विठ्ठलाच्या पूर्ववयात झालेल्या अध्ययनाचा सविस्तर; पण थोडक्यात उल्लेख 'आदि'मध्ये झाला आहे. या अध्ययनात वेद, काव्य आणि व्याकरण यांचा स्पष्ट उल्लेख आहे. पुढे समाजाने बहिष्कृत केलेले असतानाही ज्ञानदेवादी भावंडांना जे ज्ञान अल्पवयातच झाले त्याचे श्रेय अर्थातच विठ्ठलपंतांना द्यावे लागते, हे उघड आहे.

अध्ययनाच्या समाप्तीनंतर विठ्ठलपंतांना तीर्थक्षेत्रे पाहण्याची तीव्र इच्छा निर्माण झाली. पण त्यांना मुख्य आकर्षण होते ते रामेश्वराचे (अ.क्र. ८७७). अर्थात, आपेगाव हा त्यांच्या यात्रेचा अखेरचा टप्पा होता.

गुजरात आणि महाराष्ट्र येथील अनेक क्षेत्रे पाहून झाल्यावर विठ्ठलपंत त्र्यंबकेश्वराला आले. तेथे ब्रह्मगिरीला प्रदक्षिणा घालून भीमाशंकरास आले. तेथे काय घडले हेही 'आदि'मध्ये सांगितले गेले आहे, ते महत्त्वाचे आहे.

देखोनिया भीमा आठवे पंढरी । विठ्ठला अंतरी पांडुरंग ।। (अ.क्र. ८७६)

भीमाशंकरवरून विठ्ठलपंत आळंदीला आले. तेथे त्यांची व सिदोपंतांची भेट झाली. *विठ्ठलाचे नाम रामेश्वरी भाव । वृत्ति आपेगाव गोदातीरी ॥* असा विठ्ठलपंतांचा परिचय झाल्यावर सिदोपंतांनी त्यांना आदरपूर्वक आपल्या घरी अतिथी म्हणून निमंत्रित केले. त्याच रात्री सिदोपंतांना 'उपवर कन्येचे विठ्ठलाशी पाणिग्रहण करावे' असा साक्षात पंढरीनाथांचा स्वप्नात साक्षात्कार झाला. सकाळी त्यांनी आपले हे स्वप्न विठ्ठलपंतांना सांगितले. 'अशा प्रकारची आज्ञा आपल्यालाही झाली तर विचार करता येईल,' असे नम्र उत्तर विठ्ठलपंतांनी दिले. त्याच रात्री विठ्ठलपंतांनाही त्याच प्रकारचा म्हणजे सिदोपंतांच्या कन्येचे पाणिग्रहण करण्याविषयी दृष्टांत झाला. ईश्वरी संकेताचे महत्त्व जाणून सिदोपंतांनी तत्काळ विवाहविधी करवला. विवाहानंतर नवपरिणीत दाम्पत्याने पंढरीला जाऊन कुलदैवत पांडुरंगाचे दर्शन घेतले.

यावर कानडे-नगरकरांचे असे म्हणणे आहे की, 'या विवाहाच्या प्रसंगी विठ्ठलपंतांचे माता-पिता अनुपस्थित आहेत, ही गोष्ट खटकणारी आहे. सिदोपंतांनाही त्यांच्या उपस्थितीची आवश्यकता भासली नाही. ही घटना असंभवनीय वाटते.' (*सार्थ चिकित्सक गाथा*, पृ. ७१)

आता एखादी गोष्ट खटकायची किंवा असंभवनीय वाटायचीच असेल तर मुळात सिदोपंतांना कन्येच्या विवाहाविषयी स्वप्नात दैवी आदेश मिळणे व त्याच प्रकारचा आदेश विठ्ठलपंतांनाही मिळणे या गोष्टीपासूनच वाटायला हवी. पण त्यांना तसे वाटल्याचे दिसत नाही. प्रज्ञावादाचा अवलंबच करायचा असेल तर तो असा अर्धामुर्धा करून चालणार नाही. विवाह ठरतानाच नेहमीपेक्षा वेगळ्या पद्धतीने ठरला असेल तर तो नेहमीपेक्षा वेगळ्या पद्धतीने होण्याविषयी आश्चर्य वाटायचे कारण नाही. समांतर स्वप्नदृष्टांताच्या विलक्षण प्रकाराने भारलेल्या वातावरणात असे होणे अगदीच शक्य आहे.

विवाहानंतर विठ्ठलपंतांना आपल्या अपूर्ण राहिलेल्या तीर्थाटनाची आठवण झाली. रीतसर प्रपंचाला लागण्यापूर्वी तीर्थयात्रा पूर्ण करावी या हेतूने सिदोपंतांची अनुज्ञा घेऊन त्यांनी यात्रेसाठी प्रस्थान ठेवले. केलेल्या संकल्पानुसार रामेश्वर क्षेत्रापर्यंत जाऊन ते आळंदीला परत आले. जाताना व येताना मार्गातील अन्य तीर्थक्षेत्रेही त्यांनी पाहिली. या साऱ्या यात्रेत विठ्ठलपंत *चालता सुपंथी हृदयी विठ्ठलमूर्ती । मुखी नामकीर्ति गात चाले ॥* (अ.क्र. ८७९) याची नोंद आवर्जून करण्यात आली आहे. ज्ञानेश्वरांच्या घराण्याची विठ्ठलभक्ती व त्यांचे वारकरी पंथाशी असलेले नाते 'आदि'मध्ये पुरेशा स्पष्टपणे अधोरेखित झाले आहे.

विठ्ठलपंत तीर्थाटन करून सासुरवाडीला परत आल्यावर सिदोपंतांनी केलेल्या सूचनेप्रमाणे ते सपत्निक आपेगावास गेले. माता-पित्यांना—गोविंदपंत-निराईंना भेटून त्यांनी

त्यांचे आशीर्वाद घेतले. सिदोपंत त्यांच्याबरोबर आले होते. मुलीची अशा प्रकारे बोळवण करून ते स्वगृही आळंदीला परतले (अ.क्र. ८८२).

त्यानंतर विठ्ठलपंत व रखुमाबाई आपेगावी सुखाने कालक्रमणा करत असता गोविंदपंत-निराई निवर्तले. ही वार्ता समजल्यावर सिदोपंतांनी समाचारासाठी येणे रीतिरिवाजाला धरून होतेच. मात्र, आपले जामात प्रपंचाच्या बाबतीत उदासीन आहेत तेव्हा त्यांनी आपेगावची वृत्ती सोडून आळंदीला येऊन राहावे असा प्रस्ताव विठ्ठलपंतांपुढे ठेवला. हा प्रस्ताव विठ्ठलपंतांनी स्वीकारला व त्यानुसार उभयता पतिपत्नी वास्तव्यासाठीच आळंदीला आली (अ.क्र. ८८२).

विठ्ठलपंतांच्या आळंदीमधील चर्चेचे वर्णन 'आदि'मध्ये आले आहे. *नित्य हरिकथा नामसंकीर्तन । संतांचे दरुशन सर्वकाळ ।। पंढरीची वारी आषाढी कार्तिकी । विठ्ठल एकाकी सुखरूप ।।* (अ.क्र. ८८३) म्हणजे या काळातही विठ्ठलपंतांची विठ्ठलोपासना व वारकरी आचारधर्म नियमितपणे चालू होता.

विठ्ठलपंत लौकिक बाबींविषयी तसे उदासीनच होते. दरम्यानच्या काळात पुत्रप्राप्ती न झाल्यामुळे ही उदासीनता वाढत गेली असावी. त्यातूनच त्यांना संसाराचा त्याग करून संन्यास घ्यावा, असे वाटू लागले. वस्तुतः संततिप्राप्तीच्या माध्यमातून पितृॠण फेडल्याशिवाय संन्यास घेणे धर्मशास्त्राला विहित नाही. पण, तशातही रखुमाबाई बेसावध असताना त्यांनी त्यांच्याकडून संन्यास ग्रहण करायची अनुमती मिळवली आणि वाराणसीला जाऊन श्रीपादस्वामींकडून संन्यास दीक्षा घेतली. मात्र, हे करताना त्यांनी स्वामींपासून वस्तुस्थिती दडवून ठेवली होती (अ.क्र. ८८४-८८५). चैतन्याश्रम हे त्यांचे संन्यासाश्रमातील नाव.

योगायोगाचा भाग असा की, ज्याप्रमाणे विठ्ठलपंत रामेश्वराच्या दर्शनाचा संकल्प करून तीर्थयात्रेस निघाले व वाटेत आळंदीला पोहोचले, त्याचप्रमाणे त्यांचे श्रीगुरू श्रीपाद यतीही रामेश्वराचाच संकल्प करून तीर्थयात्रेला निघाले असता वाटेत आळंदीक्षेत्री आले. तेथे त्यांची पतिविरहानंतर अश्वत्थाची सेवा करण्याचे व्रत घेतलेल्या रखुमाबाईंशी भेट झाली. रखुमाबाईंनी त्यांना नमस्कार केल्यावर त्यांनीही बाईंना पुत्रवती होण्याचा आशीर्वाद दिला. त्यावर त्या विषण्णपणे हसल्या. स्वामींनी कारण विचारले तेव्हा त्यांनी पतीने वाराणसीत जाऊन संन्यास घेतल्याची हकिकत सांगितली. श्रीपादांनाही आपल्याकडून संन्यास घेतलेला विठ्ठल म्हणजेच या स्त्रीचा पती याची खात्री पटली (अ.क्र. ८८५).

विठ्ठलपंतांनी अशा प्रकारे वास्तवाचा अपलाप करून संन्यास घेतला असला तरी त्याचा दोष आपल्यावरही येतो, हे जाणून स्वामींनी रखुमाबाईंच्या संसाराची घडी पूर्ववत

बसवून देणे आपले कर्तव्य मानले, आणि त्या हेतूने ते सिदोपंतांना व रखुमाबाईंना समवेत घेऊन रामेश्वराची यात्रा अर्ध्यावर टाकून वाराणसीला परतले. तेथे विठ्ठलाची (म्हणजे संन्यासाश्रमातील चैतन्याची) व त्यांची गाठ घालून देऊन विठ्ठलाने पुनश्च गृहस्थाश्रमात प्रवेश करण्याविषयीची रुजवात केली. *अविधी कर्माचे न धरावे भय* हे त्यांचे वचन (अ.क्र. ८८७) या संदर्भात महत्त्वाचे आहे. संन्यास ग्रहण करून परत गृहस्थाश्रमात मागे येणे हे शास्त्रानुसार महत्पाप आहे. अशा प्रकारच्या व्यक्तीला 'आरूढपतित' ही संज्ञा आहे. मूळ मुद्दा असा आहे की, विठ्ठलपंतांनी संन्यास ग्रहण करताना आपण गृहस्थाश्रमातील सर्व कर्तव्ये पार पाडली नाहीत तसेच पत्नीची उचित अशी संमती घेतली नाही, ही वस्तुस्थिती निवेदित न केल्यामुळे त्यांचा हा संन्यास मुळातच – ab initio – अशास्त्र होता. ते संन्यासाचे अधिकारीच नव्हते. आता श्रीपाद यती त्यांना चुकीचे कृत्य करायला सांगत नसून पूर्वी केलेली चूक दुरुस्त करायला सांगत होते.

या प्रकारावर कानडे-नगरकरांचा आक्षेप असा आहे की, 'विठ्ठलपंत वाराणसीत गेले आणि त्यांनी तेथे श्रीपाद नामक यतीकडून संन्यास घेतला. येथे ही गोष्ट ध्यानात येते की, नामदेवांना यतीचे नाव माहीत नाही. संन्यासवाची सामान्यनाम येथे दिले आहे. नामदेवांचा या भावंडांचा सहवास असताना त्यांना यतीचे संन्यासाश्रमातील विशेषनाम माहीत नाही, हे शंकास्पद आहे. काळाच्या उदरात हे नाव लुप्त झाल्यावर या चरित्राची निर्मिती झाली असावी.' (*सार्थ चिकित्सक गाथा*, पृ. ७१)

वस्तुतः एखादी व्यक्ती संसाराचा त्याग करून संन्यास घेते तेव्हा ती आपल्या मूळ नावाचा त्याग करते व तिला विशिष्ट सांप्रदायिक नामाभिधान मिळते. परंतु लौकिक जीवनातील व्यवहार करताना लौकिक नावाला जितके महत्त्व असते तितके संन्यासाश्रमातील नावाला नसते. त्याचा प्रत्येक वेळी उल्लेख करावाच असा दंडक नाही. आजही, उदाहरणार्थ, पुणे शहरात शंकराचार्यांचे आगमन होते, त्यांना भेटायला, त्यांचे दर्शन घ्यायला, त्यांची पाद्यपूजा करायला लोक येतात तेव्हा त्यांच्यासाठी 'शंकराचार्य' हे अभिधान पुरेसे होते. अगदी 'श्री' म्हटले तरी चालते. त्यांच्या संन्यासातील नावात लोकांना विशेष स्वारस्य नसते; गृहस्थ जीवनातील नावात तर मुळीच नसते. त्यामुळे नाव दिले नाही हा मुद्दा तितका महत्त्वाचा वाटत नाही.

आरूढपतित विठ्ठलपंतांनी गृहस्थाश्रमात पुनःप्रवेश केल्यानंतर त्यांना संतती झाली– निवृत्ती, ज्ञानदेव, सोपान आणि मुक्ताबाई. तत्कालीन समाजाला हा संन्याशाचा संसार मान्य नव्हता. त्याने विठ्ठलपंतांच्या कुटुंबावर बहिष्कार टाकला होता. धर्मशास्त्रानुसार संन्यासाश्रमातून मागे फिरून गृहस्थ झालेली व्यक्ती समाजबाह्य ठरते. तिची संव्यवहार्यता

संपुष्टात येते. ती वर्णबाह्य, अतिशूद्राहून शूद्र ठरते. आरूढपतितांच्या या प्रश्नाची चर्चा ब्रह्मसूत्रकारांनीही केली आहे. या बाबतीत ब्रह्मसूत्रांच्या सर्वच भाष्यकारांमध्ये मतैक्य आढळून येते. या अपराधाला प्रायश्चित्त नाही, हाच या चर्चेचा सारांश!

पुढचा मुद्दा, अशा प्रकारच्या बहिष्कृत, वर्णबाह्य आरूढपतिताच्या संततीच्या दर्जाचा आहे. इतिहासाचार्य वि. का. राजवाडे यांनी दाखवून दिल्याप्रमाणे या संततीला धर्मशास्त्र 'वोट' किंवा 'दोल' या नावाने ओळखते. वोट किंवा दोल यांना उपजीविकेसाठी विहिरी, तळे इत्यादी खणण्याचे काम दिले जाते. त्यांना त्यांचा मूळ म्हणजे पित्याचा वर्ण कधीच प्राप्त होऊ शकत नाही.

विठ्ठलपंतांचे सर्व कुटुंबच बहिष्कृत असले तरी ते नाथ संप्रदायाचे वारकरी असल्यामुळे या मंडळींकडून त्यांना आधार व मदत मिळाली असणार, हे वेगळे सांगायची गरज नाही. विशेषतः नाथ संप्रदाय तर वर्णजातींच्या पलीकडे गेलेल्या साधकांचा संप्रदाय होता. या संदर्भात 'आदि'मध्ये उल्लेख नसला तरी परंपरेने जपून ठेवलेले नाव म्हणजे भोजलिंगनाथ तथा भोजलिंगकाका. जातीने सुतार असलेले भोजलिंग नाथ सांप्रदायिक होते. त्यांची समाधी स्वतः ज्ञानेश्वरांच्या समाधीजवळ, त्याच मंदिराच्या संकुलात आहे. त्यावरून त्यांचे स्थान समजू शकते.

मुलांची वये उपनयनास योग्य झाल्यानंतर विठ्ठलपंतांना कदाचित पहिल्यांदाच या समस्येचे गांभीर्य समजले असणार. आपल्याला जसे बहिष्कृताचे आयुष्य जगावे लागले तसे मुलांना लागू नये, असे त्यांना वाटणे अगदीच स्वाभाविक होते. ब्राह्मणांच्या घरी जन्माला आलेले मूल उपनयन संस्काराशिवाय द्विज होऊ शकत नाही, तेव्हा आपण केलेला आरूढपतित होण्याचा अपराध प्रायश्चित्ताच्या माध्यमातून समाज पोटात घालू शकेल काय, हे ते आजमावू लागले. विठ्ठलपंतांच्या या विनंतीचा विचार करण्यासाठी ब्रह्मसभा भरली. सभेत जमलेल्या महाजन, वेदवेत्ते, धर्मशास्त्रज्ञ यांनी विठ्ठलपंतांच्या अपराधासाठी देहान्त प्रायश्चित्ताचा दंड सांगितला. तो शिरसावंद्य मानून विठ्ठलपंत उत्तरेच्या दिशेने प्रयाग तीर्थाकडे रवाना झाले. विठ्ठलपंतांच्या संन्यासग्रहणाचा आणि देहान्त प्रायश्चित्ताचा सविस्तर ऊहापोह मी माझ्या *चार भावंडे* आणि *ताटीचे अभंग* या पुस्तकांत केला आहे. या ठिकाणी त्याची द्विरुक्ती करायची गरज नाही.

कानडे-नगरकरांना या देहान्त प्रायश्चित्त प्रकरणाविषयी शंका आहे. किंबहुना, 'आदि' प्रकरणाचे आद्य नामदेवकर्तृत्व नाकारण्याचे हे एक कारण आहे. त्यांनी या संदर्भात *ज्ञानेश्वर दर्शन - भाग १* ग्रंथामधील म. म. श्रीधरशास्त्री पाठक यांच्या लेखाचा आधार घेत ही शंका उपस्थित केली आहे. याशिवाय, त्यांनी माध्व संप्रदायातील जयतीर्थ नामक

प्रसिद्ध आचार्य व चांगा मुधेश या दोघांची उदाहरणे दिली आहेत. त्यापैकी यांचा मुधेशाच्या उदाहरणाचा आरूढपतितांच्या संततीच्या प्रश्नाशी काहीएक संबंध नाही. हा चांगा, शंकर नावाच्या ब्राह्मणाच्या पत्नीला केशवदास या सिद्ध पुरुषाच्या आशीर्वादाने व शंकराच्या अस्थींवर केशवदासांनी शिंपडलेले जल प्राशन केल्यामुळे झाला होता. हा चमत्कार खरा मानायचा की नाही, हा प्रश्न येथे धसाला लागला होता. तो खरा मानून तेव्हाच्या ब्राह्मणांनी त्याची मुंज केली.

चौदाव्या शतकाच्या उत्तरार्धात मंगळवेढ्याजवळ धांडो रघुनाथ देशपांडे होऊन गेले. त्यांनी संन्यास घेऊन 'जयतीर्थ' हे नाव धारण केले. त्यांची उत्तरादी मठाचे प्रमुख म्हणून नियुक्तीही झाली. दरम्यान, या जयतीर्थांचे वडील रघुनाथपंत यांच्या आग्रहावरून जयतीर्थ परत गृहस्थाश्रमात प्रविष्ट झाले. काही वर्षांनी त्यांच्याच अनुमतीने परत संन्यासी झाले.

जयतीर्थांची ही कथा खरी असली तरी त्यामुळे विठ्ठलपंतांची कथा खोटी कशी काय ठरते, हे समजत नाही. जयतीर्थांच्या काळातील ब्राह्मण समंजसपणे वागले यासाठी त्यांचे जेवढे कौतुक करता येईल तेवढे जरूर करावे. विठ्ठलपंतांची कथा ही जोपर्यंत पुराव्यानिशी खोटी ठरत नाही तोपर्यंत ती एक नोंद झालेली ऐतिहासिक घटना मानली पाहिजे. मग ती लोक समजतात त्याप्रमाणे तत्कालीन नामदेवांनी नोंदवलेली असो किंवा संपादक समजतात त्याप्रमाणे एखाद्या उत्तरकालीन नामदेवांनी! जयतीर्थांच्या घटनेच्या संदर्भात संपादक 'विठ्ठलपंतांना देहान्त प्रायश्चित्त देणाऱ्या ब्राह्मणांना ही घटना माहीत नव्हती काय?' असा प्रश्न विचारतात. त्यात काहीतरी गफलत आहे. जयतीर्थांची घटना विठ्ठलपंतांच्या घटनेनंतर शे-सव्वाशे वर्षांनंतरची, उत्तरकालीन आहे.

ब्रह्मसभेतील सभासदांनी फर्मावलेल्या प्रायश्चित्तानुसार विठ्ठलपंत प्रयागाकडे निघाले या घटनेचे वर्णन करताना नामदेवांनी *दारापुत्रगृह त्यजोनी निघाला । नमस्कार केला द्विजवृंदा ।। झडझडा जाती परतोनी न पाहाती।* असे म्हटले आहे (अ.क्र. ८८९). त्याला अनुलक्षून संपादक म्हणतात, की 'यावरून रखुमाबाई त्यांच्यासमवेत गेल्या नाहीत हे स्पष्ट आहे. ज्ञानदेवांच्या सान्निध्यात वावरणाऱ्या नामदेवांना ही महत्त्वाची गोष्ट माहीत नव्हती, हे म्हणणे धाडसाचेच आहे. कारण निरंजन माधवासारखा उत्तरकालीन कवी आपल्या *ज्ञानेश्वरीविजय* यात विठ्ठलपंतांबरोबर रखुमाबाईही प्रयागाला देहार्पणासाठी गेल्या, याचा उल्लेख करतो (*सार्थ चिकित्सक गाथा*, पृ. ७१). संपादकांनी निरंजन माधवाचा संबंधित श्लोकही उल्लेखलेला आहे – *जाता तो पति स्वपितरा अर्पोनि चौघे मुले । चैतन्याश्रम पाठिसीच निघली झाली मने निश्चले ।। तेहि जाऊनिया प्रयागनगरी वेणीत देहार्पणा । केले ते पतिलोक पावूनि वसे सेवोनि नारायणा ।।* (*ज्ञानेश्वरविजय*, ९.१६)

वस्तुतः 'आदि'मध्ये सांगितलेली हकिकत आणि निरंजन माधवांचा श्लोक यात विसंगती नाही. 'आदि'मध्ये असे सांगण्यात आले आहे की, सभेचा निर्णय ऐकताक्षणीच विठ्ठलपंतांनी त्यानुसार वागायचे ठरवले व ते 'दारापुत्रगृह त्यजून' निघाले (अ.क्र. ८८९). स्त्रियांना ब्रह्मसभेत उपस्थित राहण्याचा अधिकारच नसल्यामुळे रखुमाबाई तेथे नसणारच हे स्पष्ट आहे. निरंजन माधव सांगतात की, विठ्ठलपंत अशा प्रकारे सर्वसंगपरित्याग करून प्रयागकडे चालले आहेत, हे समजल्यावर त्याही त्यांच्या पाठोपाठ निघाल्या. जाताना त्यांनी चार मुलांना आपल्या वृद्ध माता-पित्यांकडे सांभाळ करण्यासाठी सोपवले. 'आदि'मध्ये या घटनेचा मुद्दाम उल्लेख करण्याची गरज भासली नसावी. तिचा अनुल्लेख हा काही 'आदि'च्या उत्तरकालीनत्वाचा पुरावा होऊ शकत नाही.

ब्रह्मसभेच्या निर्णयानंतर विठ्ठलपंत निघून गेल्यावर निवृत्तिनाथांनी आता आम्ही भावंडांनी काय करावे, असा प्रश्न उपस्थित केला. यावर ब्रह्मसभेने आपली जबाबदारी झटकून त्यांना पैठणला जाऊन तेथील ब्रह्मसभेकडून पत्र आणायला सांगितले. या निर्णयावर निवृत्तिनाथ, ज्ञानदेव आणि सोपान यांनीही आपापली मते मांडली. काही प्रमाणात तो या तिघांमधील संवादही होता (अ.क्र. ८९०-८९२). या संदर्भात सोपानदेवांनी कुंड, जार आणि गोळ या जातींचा उल्लेख केला. त्यावर कानडे-नगरकरांचा आक्षेप असा आहे की, 'मनुस्मृतीतील कुंड, जार, गोळ या जातींसंबंधीचा उल्लेख पाहता संस्कृत ग्रंथ हे नामदेवांना परिचित असतील असे आम्हांला वाटत नाही.' (*सार्थ चिकित्सक गाथा*, पृ. ७३) संपादक हे विसरलेले दिसतात, की 'आदि'मध्ये नामदेव 'मनुस्मृती' उद्धृत करत नसून सोपानदेव काय म्हणाले हे सांगत आहेत. त्यासाठी त्यांना स्वतःला मनुस्मृती किंवा अन्य संस्कृत ग्रंथ परिचित असायची गरज नाही. तसेच स्मृतिग्रंथांमध्ये काय म्हटले आहे, याविषयी सद्यकालीन समाजातील लोकांना माहिती नसते याचे कारण आज स्मृतींचा कायदा चालत नाही व स्मृतींत सांगितलेली समाजव्यवस्थाही कालबाह्य झाली आहे. परंतु ज्ञानदेव काळात स्मृतींचे कायदे प्रचलित असल्याने त्यांचे निदान व्यवहारापुरते थोडेफार ज्ञान असणे हे सामान्य माणसालाही आवश्यक असायचे. तो त्याच्या सामान्य ज्ञानाचा, व्यवहारबुद्धीचा भाग असे. आजही प्रत्येक नागरिकाला Law of the Land ज्ञात असावा, हे गृहीत आहे. त्यासाठी त्याने घटनातज्ज्ञ असायची आवश्यकता नसते.

ब्रह्मसभेने पैठणला जाऊन (शुद्धि)पत्र आणण्याची केलेली सूचना स्वतः निवृत्तिनाथ आणि सोपानदेव यांना रुचलेली दिसत नाही. परंतु ज्ञानदेवांनी तिला मान्यता दिली. गीतेतील लोकसंग्रहाचे तत्त्व अशा प्रकारे त्यांनी ज्ञानेश्वरी लिहिण्याच्या अगोदरच आत्मसात केलेले दिसते (अ.क्र. ८९०-८९२).

'आदि'मधील वृत्तान्तानुसार आळंदीच्या ब्रह्मसभेने पैठणच्या उच्च न्यायालयासाठी दिलेले पत्र घेऊन ज्ञानदेव भावंडे पैठणला निघाली. गहिनीनाथांनी निवृत्तिनाथांना त्र्यंबकेश्वरी ब्रह्मगिरीवर केलेल्या उपदेशाचा उल्लेख 'आदि'मध्ये आलेला नाही. पण ती घटना ही भावंडे आळंदीहून पैठणला जात असताना घडली असावी, असा माझा कयास आहे.

पैठणमध्ये काय घडले याचा वृत्तान्त 'आदि'मध्ये बऱ्यापैकी तपशीलवार रीतीने आलेला आहे. भावंडांच्या समस्येचा विचार करण्यासाठी पैठणमध्ये ब्रह्मसभा भरली. त्या सभेत ज्ञानेश्वरांनी रेड्यामुखी वेद बोलवण्याचा चमत्कार करून तेथील द्विजांचे गर्वहरण केले. तरीही, भावंडांना एक विचित्र प्रायश्चित्त सांगून ही सभा बरखास्त झाली – *तीव्र अनुतापे करावे भजन । गोखर आणि श्वान वंदुनिया ।। वंदावे अंत्यज ब्रह्मभावनेसी । ऐसे पद्धतीसी बोलियेले ।।* (अ.क्र. ८९३)

या प्रकारच्या प्रायश्चित्ताबद्दल ज्ञानदेवादिकांनी काही तक्रार केली नाही. पण त्यानेसुद्धा त्यांना गती मिळाली तर परलोकात मिळाली असती. त्यांचा मुद्दा या लोकात संव्यवहार्यता प्राप्त करण्याचा होता. त्यासाठीच ब्रह्मसभेत सोपानदेवांनी *शेष उच्छिष्टालागी करावे विभागी । बटुपणा लागी अधिकारी ।।* (अ.क्र. ८९७) अशी स्पष्ट मागणी केली. तथापि, सभेने तिच्याकडे काणाडोळा केलेला दिसतो.

'आदि'मधील वृत्तान्तानुसार या भावंडांनी मग आणखी एक चमत्कार केला. कोणा एका गृहस्थाच्या घरी पितरांचे श्राद्ध होते. या गृहस्थांच्या स्वर्गवासी पितरांनाच श्राद्धभोजनासाठी पाचारण करून इहलोकी आणल्याचा तो चमत्कार होता (अ.क्र. ८९७). या गृहस्थांचे नाव 'आदि' देत नाही. ते दुसरे-तिसरे कोणी नसून ज्ञानदेवांचे मामा होते, ही माहिती उत्तरकालीन चरित्रकार देतात.

आता मात्र पैठणच्या पंडितांना हा मुद्दा आणखी ताणता आला नाही. 'आदि'मधील वृत्तान्तानुसार *मिळोनी समस्त सोडियेले शास्त्र । विचारोनी पत्र लिहियेले ।। हे परलोकीचे तारू देवत्रय कोणी । प्रायश्चित्त काय द्यावे कोणी ।। लिहूनिया पत्र दिधले तया हाती । समस्तांसी निवृत्ती नमस्कारिले ।।* (अ.क्र. ८९७)

याचा अर्थ असा होतो की, पहिल्या ब्रह्मसभेत दिले गेलेले प्रायश्चित्त या दुसऱ्या सभेने रद्दबातल (revoke) केले; तरीही उपनयनाच्या अधिकाराविषयी मौनच पाळले. अर्थात, या भावंडांचे त्यावाचून काही नडले नव्हते. त्यांना जी संव्यवहार्यता हवी होती ती मिळाली. आता यानंतर ते अधिकृतपणे सर्वांना उपदेश करायचे काम करू शकणार होते.

ब्रह्मसभेचे पत्र घेऊन ही मंडळी नेवासा येथे आली. वेदपठण करणाऱ्या रेड्याला त्यांनी बरोबर घेतले होते. नेवाशाच्या वास्तव्यात ज्ञानेश्वरांनी *ज्ञानेश्वरी* लिहिली. तिचा

उल्लेख 'आदि'मध्ये 'प्राकृत पै केली गीतादेवी' असा येतो. तेथेच *अमृतानुभव* ग्रंथाचीही निर्मिती झाली ती निवृत्तिनाथांच्या प्रेरणेतून (अ.क्र. ८९८).

नेवासा येथील आदिशक्तीचे रूप असलेल्या म्हाळसादेवीला वंदन करून या भावंडांनी नेवासा सोडून आळंदीकडे वाटचाल सुरू केली.

त्यांच्या वाटचालीचे वर्णन करताना *क्रमिताती मार्ग अनुभव कुशल । हरिनाम सकळ कवित्वकळा ॥* (अ.क्र. ८९८) असा उल्लेख येतो. याचा अर्थ त्यांची अभंगरचना चालू होती, असा होतो. बरोबरीने आलेल्या 'हरिनाम सकळ' या शब्दप्रयोगावरून हा ज्ञानदेवांच्या हरिपाठाच्याच अभंगांचा असू शकेल असे वाटते.

आळंदीची वाटचाल चालू असताना आळे या गावाच्या परिसरात, पैठणहून बरोबर घेतलेल्या वेदपाठक रेड्याचे निधन झाले. त्याचे योग्य ते अंत्यसंस्कार करून ही भावंडे यथावकाश आळंदीत प्रविष्ट झाली. निवृत्तिनाथांनी लहानथोर आळंदीकरांना अभिवादन केले (अ.क्र. ८९८).

खरे तर या ठिकाणी 'आदि'मधील वृत्तान्त संपतो. अभंग क्रमांक ९०० ते ९०२ मध्ये गीता, ज्ञानेश्वर आणि ज्ञानेश्वरी यांची स्तुती केली आहे. अ.क्र. ८९९ ला 'आदि'चीच पुरवणी किंवा परिशिष्ट म्हणता येते. त्यात निवृत्ती, ज्ञानेश्वर आणि सोपान यांची स्तुती केली आहे. अभंगात पैठणमधील ब्राह्मणांशी केलेल्या वादाचा आणि नंतर गीताटीका (मराठी गीता देवी) ज्ञानेश्वरी लिहिल्याचे उल्लेख येतात. या अर्थाने ती अगोदर येऊन गेलेल्या घटनांची पुनरावृत्तीच आहे. तथापि, *उपजता ज्ञानी हे वर्म जाणोनि । आले लोटांगणी चांगदेव ॥* हा उल्लेख या अभंगात आहे. हा प्रसंग अगोदरच्या कथनात आलेला नाही. त्यामुळे 'आदि' प्रकरणाची व्याप्ती या अभंगापर्यंत समजायला हरकत नसावी. उर्वरित ९०० ते ९०२ या अभंगांमध्ये गीता व मुख्य म्हणजे ज्ञानेश्वरीची स्तुती असल्यामुळे ज्ञानेश्वरीची निर्मिती हेच ज्ञानेश्वरांचे मुख्य जीवितकार्य असण्याचा निष्कर्षात्मक संकेत 'आदि'मधून प्रसृत होतो, असेही म्हणता येते.

'आदि' या एकूण प्रकरणाबद्दलच कानडे-नगरकरांचे मत प्रतिकूल असण्याचे एक महत्त्वाचे कारण म्हणजे ''आदि'मधील भाषाशैलीही नामदेवांची वाटत नाही. नामदेव गाथेतील नामदेवांची रसाळ अभंगरचना पाहिली म्हणजे त्या तुलनेने 'आदि'मधील नीरस निवेदनवजा शैली नामदेवांची नाही, असा ग्रह होतो.' (*सार्थ चिकित्सक गाथा*, पृ. ७४)

नामदेवांचे रसाळ अभंग आणि 'आदि'मधील नीरस निवेदन हा भेद या संपादकांनी निदर्शनास आणला, त्याला चुकीचे ठरवायचे काहीच कारण नाही. पण, मुळात निखळ काव्य आणि काव्याच्या माध्यमातून सांगितले गेलेले चरित्र यांच्यात केवळ प्रमाणाचा

भेद नसून प्रकाराचा भेद असतो. इतर अभंगांमधील प्रांजल आत्मनिवेदन, ईश्वराशी केलेली सलगी, समाजाप्रतिचा कळवळा हे त्या-त्या भावावस्थांचे उत्स्फूर्त आविष्कार (spontaneous overflow) असतात. त्यांना वृत्तछंदाचे सोडले तर दुसरे कोणतेही बंधन नसते. काव्यातून लिहिल्या जाणाऱ्या चरित्राबाबत असे म्हणता येणार नाही. त्यातून व्यक्त करावयाची तथ्ये (facts) आधीच निश्चित झालेली असतात. तेथे आत्मप्रकटीकरणाला वगैरे फारसा वाव नसतो. खरे तर चरित्रलेखनासाठी काव्य हा वाङ्मयप्रकार योग्य नाहीच; ते गद्याचे काम आहे. ही गोष्ट ज्ञानदेव-नामदेवांच्या काळातील महानुभाव सांप्रदायिकांनी बरोबर ओळखली होती. त्यामुळे त्यांनी चक्रधरांच्या आयुष्याचे काव्य न लिहिता गद्य चरित्र लिहिले. निवेदन करणे हेच मुळी चरित्राचे प्रयोजन असते, आणि काव्य हा प्रकार निवेदनासाठी योग्य नाही, त्याचा अवलंब करून चरित्रलेखन केले तर त्यात रसवत्ता कमी होणार हे उघड आहे. त्यामुळे या भेदाला अवाजवी महत्त्व देऊन त्याच्या आधारे 'आदि'चे विश्लेषण करण्यात काही मतलब नाही.

शेवटी कानडे-नगरकरांनी केलेल्या परिश्रमपूर्वक अभ्यासाचा आदर करून मी असेच म्हणेन, की त्यांनी उत्तम गृहपाठ (exercise) केला आहे. त्यात आंतरिक संगतीही आहे. पण 'आदि'च्या अनामदेवकृतत्वाचा तो निर्णायक युक्तिवाद होऊ शकत नाही.

खरे तर 'आदि' हे ज्ञानदेवांचे सविस्तर चरित्र नाही. तो ज्ञानदेव चरित्राचा एक संक्षिप्त आराखडा आहे. ज्ञानदेवांच्या चरित्रातील महत्त्वाच्या घटना सांगणे हे त्याचे उद्दिष्ट आहे. त्यामुळे त्यात अनेक मोकळ्या जागा आहेत (उदाहरणार्थ, मुक्ताबाईंच्या विनवणीवरून 'ताटी' उघडण्याचा प्रसंग, मांडे भाजण्याचा प्रसंग, गहिनीनाथांची भेट). उत्तरकालीन चरित्रकारांनी या जागा भरून काढून विस्तृत चरित्र लिहिण्याचे प्रयत्न केले. या जागा भरताना त्यांनी कोणत्या साधनांचा उपयोग केला हे आपण निश्चितपणे सांगू शकत नाही. पण, त्यात परंपरेने चालत आलेल्या आख्यायिकांचाही समावेश असणार. आज आपण जे ज्ञानेश्वरचरित्र सांगतो-ऐकतो ते अशा प्रकारे नामदेवरचित 'आदि'च्या पायावर उभे आहे, याचा विसर पडता कामा नये. उत्तरकालीन चरित्रकारांनाच काय; आज आपल्यालाही 'आदि'मधील मोकळ्या जागा भरण्याचा अधिकार आहे. पण या चरित्रकारांचे प्रयत्न काय किंवा आपले प्रयत्न काय 'आदि'तील कथनाशी सुसंगत असले पाहिजेत. 'आदि' ही केवळ बंधने घालणारी चौकट नसून ते ज्ञानेश्वर चरित्रलेखनाचे मार्गदर्शक महासूत्रही आहे.

■■■

आदि

ॐ ८७२ ॐ

जगत्रयजीवन अंतर्निष्ठ ज्ञान । तरी संतासीं शरण रिघिजे भावें ।। १ ।।
हेचि भक्ति ज्ञान वैराग्याचे निधी । विवेकेंसीं बुद्धि नांदे माझी ।। २ ।।
हे श्रवणाचे श्रवण मननाचे मनन । हेचि निजध्यासन वैराग्याचे ।। ३ ।।
म्हणोनि बैसलों संतांचे संगतीं । गोविंदा विश्रांति गहिनीनाथ ।। ४ ।।

ॐ ८७३ ॐ

बैसोनि एकांतीं गुरुगम्य गोष्टी । वेदांत परिपाठी शास्त्र बोध ।। १ ।।
नित्यशुद्धबुद्ध निर्विकार पूर्ण । उमेसी जें ज्ञान शिव सांगे ।। २ ।।
तेंचि सच्चिदानंद साकार जीव प्राण । शरीर जाय क्षीण जयापरी ।। ३ ।।
तेंचि हें सर्व विठोबाचें नाम । निराईस प्रेम गहिनीनाथीं ।। ४ ।।

ॐ ८७४ ॐ

बैसलियां दोघें भ्रतारवल्लभें । उदरींचा गर्भे तेंचि ध्यान ।। १ ।।
भक्ति नवमास भरले पूर्ण दिवस । आलें वैराग्य डोळस मूर्तिमंत ।। २ ।।
विठ्ठल आवडी ठेवियेलें नाम । निराईस प्रेम गहिनीनाथीं ।। ३ ।।

८७५

व्रतबंधदीक्षा उपदेश गायत्री । ॐकार मूळमंत्री स्वर सोळा ॥ १ ॥
केलें वेदपठण काव्य आणि व्याकरण । जालासे निपुण शास्त्रवक्ता ॥ २ ॥
मग पुष्करादि तीर्थें पाहावीं समस्तें । अनुताप चित्तें धरियेला ॥ ३ ॥
वैराग्यपुतळा ज्ञानगम्य मूर्ति । निघालासे भक्ति तीर्थाटणा ॥ ४ ॥
विठ्ठलें वंदुनी मातापिता दोन्ही । मग तीर्थाटणीं मुहूर्त केला ॥ ५ ॥

८७६

आला द्वारावती पाहिली कृष्णमूर्ति । जे मोक्ष विश्रांति मुमुक्षूंची ॥ १ ॥
धरी मछावतार केला शंखोद्धार । देव भुक्तिमाहेर पांथिकांचें ॥ २ ॥
तेथोनि सत्वर आला पिंडारका । मंगळहडीहुनी द्वारका देखियेली ॥ ३ ॥
सुवर्णाची नगरी ब्राह्मणा दिधली । ते पुरी पाहिली सुदामयाची ॥ ४ ॥
मंडपाकार शोभे तो माधव । रुक्मिणी विवाहो जाला जेथें ॥ ५ ॥
संपादुनी गेला अवतारकृत्य । तें भालुकातीर्थ देखियेलें ॥ ६ ॥
पश्चिमे प्रभासलिंग देखियेलें । सोरटी वंदिलें सोमनाथा ॥ ७ ॥
मुचकुंदाची गुंफा काळयवन उभा । विश्रांती पद्मनाभा धवलपुरीं ॥ ८ ॥
मार्गींचीं तीर्थ करूनी समस्तें । आला शक्ति जेथें सप्तशृंगा ॥ ९ ॥
अरुणा वरुणा प्राची गोदावरी । ते कपाळेश्वरीं पूजा केली ॥ १० ॥
पुढें ज्योतिर्लिंग देखिलें त्र्यंबक । कुशावर्ती उदक स्वीकारिलें ॥ ११ ॥
वंदूनिया गंगाद्वार सव्य ब्रह्मगिरी । मग भीमाशंकरी आनंदला ॥ १२ ॥
देखोनियां भीमा आठवे पंढरी । विठ्ठला अंतरीं पांडुरंग ॥ १३ ॥

८७७

ऐसा नित्यानित्य चालता सुपंथीं । पदोपदीं कीर्ति नामघोष ॥ १ ॥
आला आळंकापुरीं इंद्रायणीतीरीं । स्नानसंध्या करी देवपूजा ॥ २ ॥
देखोनी सुब्राह्मण केलेंसे नमन । वंदिले चरण सिदोपंतीं ॥ ३ ॥
कोण तुमचा गांव आलेति कोठुन । काय अभिधान गमन कोठे ॥ ४ ॥
विठ्ठलाचें नाम रामेश्वरीं भाव । वृत्ति आपेगांव गोदातीरीं ॥ ५ ॥

मातापिता वृद्ध वसताती तेथें । द्वारकादि तीर्थे करुनी आलों ।। ६ ।।
आजि धन्य भाग्य स्वामीचें आगमन । आश्रम पावन कीजे माझा ।। ७ ।।
आणुनी मंदिरीं सारुनी भोजन । निद्रा करविली पूर्ण तया हातीं ।। ८ ।।
तंव स्वप्न अवस्थेमाजी येउनि पंढरीनाथ । म्हणे कन्या सालंकृत द्यावी यासी ।। ९ ।।
प्रातःकाळ जाला नित्यनेमु सारिला । मग नमस्कार केला सिदापंतीं ।। १० ।।
वंदोनियां चरण सांगितलें स्वप्न । कन्यापाणिग्रहण कीजे तुम्ही ।। ११ ।।
हांसोनी उत्तर बोले पैं सारांशें । आज्ञा श्रीनिवासें केली नाहीं ।। १२ ।।
आजिचा सुदिन स्वस्थ करुनी मन । वंदिले चरण सिदोपंतीं ।। १३ ।।
ऐसे सुसंकल्प हेलावती मनीं । तुळसीवृंदावनीं निद्रा केली ।। १४ ।।
मग विश्वीं विश्वंभर व्यापुनियां स्थानीं । येऊनियां स्वप्नीं काय बोले ।। १५ ।।
भक्ति आणि ज्ञान वैराग्य आवडी । हे वसती उघडीं तुझ्या अंगीं ।। १६ ।।
मूर्तिमंत चारी जन्मती इच्या उदरी । म्हणोनि स्वीकारी आज्ञा माझी ।। १७ ।।
उठोनि विठ्ठलें स्वप्न सांगितलें । हरूषें वंदिले सिदोपंतीं ।। १८ ।।
पाचारोनी जोशी घटितार्थ पाहिले । गुण उतरले छत्तीसही ।। १९ ।।
निर्धारिलें लग्न मिळाले ब्राह्मण । निर्विघ्न पूजन केलें आधीं ।। २० ।।
देवकप्रतिष्ठा ब्राह्मणपूजन । घटिका जाली पूर्ण म्हणती द्विज ।। २१ ।।
कुळदेवस्मरण म्हणती सावधान । उभयतांचें मन पांडुरंगीं ।। २२ ।।
जालें पाणिग्रहण विधीसी अर्पण । वंदिले चरण सिदोपंतीं ।। २३ ।।
पांडुरंगक्षेत्रा मिळालीसे यात्रा । आले पंढरपुरा भक्तराज ।। २४ ।।
गरुडटके पताका मृदंग वाजती । वैष्णव गर्जती जयजयकारें ।। २५ ।।
गरुडपारीं उभे दाटी वैष्णवांची । उपमा वैकुंठीची पंढरीये ।। २६ ।।
राऊळाभीतरीं प्रवेशलीं दोघें । देखियले उभे पांडुरंग ।। २७ ।।
कायावाचामनीं पारुषले नयनीं । मस्तक चरणीं ठेवियेला ।। २८ ।।
विठ्ठलासी ध्यान रामकृष्णमाळा । हृदयीं जिव्हाळा श्रीमूर्ति राया ।। २९ ।।

८७८

आश्रमविधि करावें पालन । परी विठ्ठलाचें मन तीर्थाटणीं ।। १ ।।
जाणोनि अंतर म्हणे सिदोपंत । आपुले मनींचा हेत पुरता कीजे ।। २ ।।

जावें हो सत्वर यावें स्वस्ति क्षेम । पावले आश्रम सिदोपंत ।। ३ ।।
विठ्ठलें गमन केले तेव्हां तीर्थाटणा । मुख्य मुख्य स्थाना अनुक्रमें ।। ४ ।।

८७९

पाहिले श्रीशैल्य निवृत्ती संगम । पापराशी भस्म देखतांचि ।। १ ।।
चालतां सुपंथीं हृदयीं विठ्ठलमूर्ति । मुखीं नामकीर्ति गात चाले ।। २ ।।
अभोळ नरसिंह श्रीवासुदेव । सकळ देवराव व्यंकटाद्री ।। ३ ।।
गेला अरुणाचळा करूनी नमन । चिदंबरा दक्षिणमथुरा कावेरी ।। ४ ।।
वंदुनी जनार्दन गेला रामेश्वरा । हेत जाला पुरा विठ्ठलाचा ।। ५ ।।

८८०

जानकीची शुद्धी करावया गेला । हनुमंत उडाला जेथुनियां ।। १ ।।
आनंदभरित चालतसे मार्ग । हृदयीं अनुराग आवडीचा ।। २ ।।
तें स्थान वंदुनी पावला गोकर्ण । हाटकेश्वरीं स्नान करूनियां ।। ३ ।।
आला कोल्हापुरा लक्षुमी दरुषणा । पंचगंगे स्नान करूनियां ।। ४ ।।
प्रीतीचा संगम देखिला कऱ्हाटकीं । थोर जाला सुखी अंतरींचा ।। ५ ।।
कृष्णेचिया स्नानें कृतकृत्य जाला । माहुली देखिला संगम डोळां ।। ६ ।।
आला आळंकावती हर्षयुक्त चित्तीं । दिधलें सिदोपंतीं आलिंगन ।। ७ ।।
विठ्ठल अंतरीं मातापिता पाहावी । आज्ञा म्हणे द्यावी सिदोपंतां ।। ८ ।।

८८१

कुटुंबासहित जावें जी दरुषणा । केलीसे प्रार्थना सिदोपंतीं ।। १ ।।
सहज बोळवण संतांचें दरुषण । म्हणे केलें मान्य शीघ्र चला ।। २ ।।
मग विठ्ठलानें मातापिता वंदियेली । स्थिति सांगितली सिदोपंतीं ।। ३ ।।
चिरंजीव नांदा म्हणती मातापिता । सुख आमुच्या चित्ता थोर जालें ।। ४ ।।
वस्त्रें अलंकार सिदोपंता दिधले । मग गमन केलें सिदोपंतीं ।। ५ ।।

८८२

असतां सुखरूप मातापिता वृद्ध । वैकुंठा स्वानंदें निघोनी गेलीं ॥ १ ॥
संसाराची चिंता नाहीं विठ्ठलासी । अखंड वृत्तीसी समाधान ॥ २ ॥
जालें वर्तमान ऐकिलें सिदोपंतीं । परम तेणे चित्तीं खेद केला ॥ ३ ॥
येउनी परामर्ष घेतला दोघांचा । म्हणे सांभाळ तुमचा करितो देव ॥ ४ ॥
उदासीन वृत्ति तुमची सर्वकाळ । पदार्थ सकळ पाहिजे तो ॥ ५ ॥
दया करोनी मज आतां सांभाळावें । आळंकापुरी राहावे सुखरूप ॥ ६ ॥
पुत्रसंतती कांहीं होईल तुम्हांसी । मग येईल चित्तासी तें करा सुखें ॥ ७ ॥
मग मानुनी वचन विठ्ठलें तयाचें । म्हणे हें देवाचें करणें हो ॥ ८ ॥

८८३

येऊनि आळंकावती केला क्षेत्रवास । देऊनी चित्तास समाधान ॥ १ ॥
नित्य हरिकथा नामसंकीर्तन । संतांचें दरूशन सर्वकाळ ॥ २ ॥
पंढरीची वारी आषाढी कार्तिकी । विठ्ठल येकाकी सुखरूप ॥ ३ ॥
ऐसा बहुत काळ क्रमिलियावरी । पुत्र अपत्य उदरीं होतां न दिसे ॥ ४ ॥
विठ्ठल म्हणे अवो ऐकतेसी कांते । मज ऐसें वाटतें संन्यास घ्यावा ॥ ५ ॥
देसी आज्ञा तरी जाईन वाराणसी । ऐसें रखुमाईसी म्हणितलें ॥ ६ ॥

८८४

रखुमाई म्हणे ऐकतां जी ताता । संन्यास घ्यावा आतां म्हणताती ॥ १ ॥
संतती वांचूनि न घ्यावा संन्यास । ऐसें सांगावें त्यांस म्हणितलें ॥ २ ॥
निरोपाची वाट पाहे भलत्या मिसें । रखुमाई असे सावधान ॥ ३ ॥
असतां दुश्चितपणे निरोप पुसिला । जा जा म्हणे दिधला अवसरु ॥ ४ ॥
जाऊनि विठ्ठलें घेतला संन्यास । चिंता रखुमाईस पडली भारी ॥ ५ ॥

८८५

करावें सार्थक रखुमाईनें तेव्हां । आरंभिली सेवा अश्वत्थाची ॥ १ ॥
जाणोनी पैं देवें उग्र अनुष्ठान । तेथें जालें येणें श्रीपादाचें ॥ २ ॥

देखोनि सत्पात्र केला नमस्कार । सारांश उत्तर बोलियेलें ।। ३ ।।
पुत्रवती होई दिधला आसीर्वाद । रखुमाईसी विनोद वाटियेला ।। ४ ।।
माते तूं हांससी श्रीपाद पुसती । स्वामी पुत्र कैसे होती पतीविण ।। ५ ।।
भ्रतारे जाऊनी घेतला संन्यास । स्वामीचे वचनास नलगे बोल ।। ६ ।।
पुसतां खाणखूण निश्चयो बाणला । श्रीपाद बोलिला सत्य सत्य ।। ७ ।।
रखुमाईसी पुते असे तुझें कोणी । येरी कर जोडोनी बोलियेली ।। ८ ।।

८८६

मातापिता घरीं आहेती समस्तें । वर्तमान तयातें श्रुत करूं ।। १ ।।
कृपा करूनी यावें तुम्हीं आश्रमासी । सनाथ करावयासी कृपादृष्टि ।। २ ।।
नेऊनी आश्रमा दिधलें आसन । केलें श्रुत वर्तमान सिदोपंतीं ।। ३ ।।
अर्घ्यपाद्यपूजा भोजन सारिलें । मग वर्तमान पुसिलें सिदोपंतीं ।। ४ ।।
श्रीपाद म्हणती रामेश्वरीं भाव । तंव येथें हा अभिप्राव जाला ऐसा ।। ५ ।।
आतां फिरोनियां जाणें वाराणसी । घेऊनी रखुमाईसी तुम्ही यावें ।। ६ ।।

८८७

श्रीपाद म्हणती याच्या दोषास्तव । माझें पुण्य सर्व लया जातें ।। १ ।।
सिदोपंत म्हणत तुम्ही दयावंत । सीघ्र गमनार्थ कीजे स्वामी ।। २ ।।
जाउनी वाराणसीं मठीं प्रवेशले । मग पाचारिलें चैतन्यासी ।। ३ ।।
तुझें कोणी होतें सत्य सांग आतां । अन्यथा बोलतां उरी नाही ।। ४ ।।
चैतन्यें चरणीं ठेवियेला माथा । म्हणे त्यागुनी कांता आलों स्वामी ।। ५ ।।
उठवोनी श्रीपादें दिधलें आश्वासन । म्हणतां करी पाणिग्रहण इचें आतां ।। ६ ।।
अविधि कर्माचें न धरावें भय । यासी आहे साह्य जगदीश ।। ७ ।।
स्वदेशा जाउनी करावा आश्रमु । सुखरूप स्वधर्मु चालवावा ।। ८ ।।
श्रीपादें मस्तकीं हात ठेवियेला । निरोप दिधला चैतन्यासी ।। ९ ।।

॥ ८८८ ॥

चैतन्याश्रम संन्यासी जाले गृहवासी । मुळींच्या प्रकृतीसी ऐक्य केलें ॥ १ ॥
हासिन्नले लोक बरवा हा संन्यास । करिती उपहास दर्शनाचा ॥ २ ॥
द्विजीं बाळियेलें जगी सांडियेलें । सेखीं उपेक्षिलें आप्तवर्गी ॥ ३ ॥
ऐसी बारा वरुषें क्रमिलीं निगुती । तंव जालीसे संतती चौघेजण ॥ ४ ॥
निवृत्ती ज्ञानेश्वर सोपान मुक्ताबाई । हांसती सकळही ऐकोनि नांवें ॥ ५ ॥
जालीं उपवरें व्रतबंधा योग्य । उभयतां उद्वेग चिंतातुरें ॥ ६ ॥
जातिकुळावेगळी पडियेली निराळी । माझी वंशावळी प्रायश्चित्त ॥ ७ ॥
मेळविले द्विज केली ब्रह्मसभा । क्षमा अपराधा करा दीना ॥ ८ ॥
निबंधीं निर्णय पाहती धर्मशास्त्रीं । तुम्हीं अति श्रौती परायण ॥ ९ ॥
सांगाल तें मान्य म्हणती साहीजणें । शुची हें करणें पतितांसी ॥ १० ॥
निवृत्ती म्हणे तुम्ही भूदेव प्रत्यक्ष । दर्शनेची मोक्ष जडमूढा ॥ ११ ॥

॥ ८८९ ॥

पाहतील ग्रंथ सभाश्रेष्ठ महाजन । वैदिक शास्त्रज्ञ पुण्यश्लोक ॥ १ ॥
देहान्त प्रायश्चित्त असे या बोलिलें । विचारूनि भलें हित करा ॥ २ ॥
म्हणती द्विजवर आणिक नाही उपाव । संस्कारें देह करा शुद्ध ॥ ३ ॥
श्रीपाद म्हणती अवश्य करीन । देह हे दंडीन अनुतापें ॥ ४ ॥
त्रिवेणी संगमी घालीन कर्वती । गेला पूर्वस्थिती वीतरागें ॥ ५ ॥
दारापुत्रगृह त्यजुनी निघाला । नमस्कार केला द्विजवृंदा ॥ ६ ॥
झडझडां जाती परतोनी न पाहती । नाहीं पुनरावृत्ति म्हणती द्विज ॥ ७ ॥
त्याग आणि वैराग्य हेंचि प्रायश्चित्त । मग जाला शुचिर्भूत गुरुकृपें ॥ ८ ॥
निवृत्ती म्हणती आम्हां कवण गती । सांगावें श्रीमंतीं विचारूनी ॥ ९ ॥

॥ ८९० ॥

म्हणती सकळ द्विज जावें प्रतिष्ठाना । तेथुनी पत्र आणा तें वंद्य करूं ॥ १ ॥
नाहीं जाती कुळ वर्ण अधिकार । क्षेत्री वैश्य शूद्र द्विज नव्हों ॥ २ ॥
नव्हों देवगण यक्ष ना किन्नर । ऋषि निशाचार तेही नव्हों ॥ ३ ॥

ते आम्ही अविनाश अव्यक्त जुनाट । निजबोधें इष्ट स्वरूप माझें ।। ४ ।।
नव्हों आप तेज वायू व्योम मही । महत्तत्व तेंही विराट नव्हों ।। ५ ।।
नव्हें मी सगुण नव्हें मी निर्गुण । अनुभूतीं भजन होउनी नव्हें ।। ६ ।।
निवृत्ति म्हणतसे ऐकें ज्ञानेश्वरा । माझी परंपरा ऐसी आहे ।। ७ ।।

८९१

विधी वेद विरुद्ध संपर्क संबंध । नाही भेदाभेद स्वस्वरूपीं ।। १ ।।
अविधि आचरण परम दूषण । वेदोनारायण बोलियेला ।। २ ।।
स्वधर्म अधिकार जातीपरत्व भेद । उचित तें शुद्ध ज्याचें तया ।। ३ ।।
म्हणोनियां संतीं अवश्य आचरावें । जनां दाखवावें वर्तोनियां ।। ४ ।।
कळींचा कुळधर्म अवश्य पाळावा । सर्वथा न करावा अनाचार ।। ५ ।।
प्रत्यवाय आहे अशास्त्रीं चालतां । पावन अवस्था जरी जाली ।। ६ ।।
ज्ञानदेव म्हणे ऐकाजी निवृत्ति । बोलिली पद्धती धर्मशास्त्रीं ।। ७ ।।

८९२

हेंचि आम्हां श्रेष्ठ बोलिले परनिष्ठ । असतां दुर्घट परी सेव्य ।। १ ।।
पांडवांचें कुळ शोधितां निर्मळ । कुंड जार गोळ बुद्धिकांसी ।। २ ।।
भक्ति हे सरती जाति न सरती । ऐसी आत्मस्थिती स्वसंवेद्य ।। ३ ।।
दुर्वास वसिष्ठ अगस्ति गौतम । हे ऋषि उत्तम कुळींचे कैसे ।। ४ ।।
व्यास आणि वाल्मिक कोण कुळ तयांचें । तैसेंचि आमुचें सोपान म्हणे ।। ५ ।।

८९३

देऊनियां पत्र निघालीं सत्वर । करूनि नमस्कार सकळांसी ।। १ ।।
जाउनी राहिले भोगावती तीरीं । तीर्थयात्रा बरी संपादिली ।। २ ।।
अनाथें पतितें शरणागत दीनें । अनाथ करणें कृपादृष्टि ।। ३ ।।
केली ब्रह्मसभा बैसले वरिष्ठ । होतें तैसें स्पष्ट निवेदिलें ।। ४ ।।
पत्र वाचुनियां सकळां जालें श्रुत । संन्याशाचे पुत्र कळों आलें ।। ५ ।।
नाहीं प्रायश्चित्त उभयतां कुळभ्रष्ट । बोलियेले श्रेष्ठ पूर्वापार ।। ६ ।।

या एक उपाय असे शास्त्रमतें । अनन्यभक्तीतें अनुसरावें ।। ७ ।।
तीव्र अनुतापें करावें भजन । गो खर आणि श्वान वंदुनियां ।। ८ ।।
वंदावें अंत्यज ब्रह्मभावनेसीं । ऐसे पद्धतीसी बोलियेले ।। ९ ।।
ऐकोनि निवृत्ती संतोषला चित्तीं । धन्य तुमची वदंती तीर्थरूप ।। १० ।।
ज्ञानदेव म्हणे सांगाल तें मान्य । मुक्ताई सोपान आनंदिलीं ।। ११ ।।

८९४

ऐकोनि ऐसी नांवें हासिन्नले ब्राह्मण । नामांचें अभिधान सांगा आम्हां ।। १ ।।
येक म्हणती नामापाशीं काय आहे । ज्ञाना वाहात आहे पखालीसी ।। २ ।।
ज्ञानदेव म्हणे तोही माझा आत्मा । वेगळिक आम्हां तया नाहीं ।। ३ ।।
मारिती आसुड म्हैशियाचे पाठीं । तोचि वळ उठे ज्ञानदेवा ।। ४ ।।
म्हणती द्विजवर अहो ज्ञानदेवा । यापासोनी उच्चारावा वेदध्वनी ।। ५ ।।
तरीच तुमची समता आम्हां येईल कळों । नाहीं तरी बोलों नका कांहीं ।। ६ ।।
ज्ञानदेव म्हणे बोल रे ऋग्वेद । ओंकार मूळशब्द प्रणवाचा ।। ७ ।।

८९५

मग वेदांचा आरंभ करिता जाला पशू । विधी उपन्यासू सांग पढे ।। १ ।।
करिती आश्चिर्य सकळ द्विजवर । हे तीहीं अवतार तीन देवांचे ।। २ ।।
आदिमाया मुक्ताई मुक्तपणें अवतरली । आम्हांपासुनि जाली थोर चुकी। ३ ।।
कर्मठ अभिमानें ठकलों देहबुद्धि । गोवियेलों विधि निषेधाच्या ।। ४ ।।
नेणों भक्तिज्ञान वैराग्याचा लेश । कुटुंबाचे दास होऊनि ठेलों ।। ५ ।।
आणिकांसि सांगों आपण नाचरों । लटिकेच हुंबरों प्रतिष्ठेसी ।। ६ ।।
धन्य यांचा वंश धन्य यांचें कुळ । धन्य पुण्यशील अवतार हे ।। ७ ।।
सकळ द्विजवर करिती नमस्कार । आनंदें जयजयकार करिताती ।। ८ ।।
ज्ञानदेव म्हणे तुमच्या पायांचा महिमा । सामर्थ्य हें आम्हा अंगीं नाहीं ।। ९ ।।

८१६

तुम्हीं वेदरूप भूदेव प्रत्यक्ष । दरुपणेंचि मोक्ष जडमूढां ॥ १ ॥
सकळही तीर्थे तुमच्या वसती पायीं । तेथें आमुचे कायीं उरती दोष ॥ २ ॥
धन्य दिवस आजी जालों कृतकृत्य । भेटलेती संतब्रह्मवृंद आम्हां ॥ ३ ॥
ज्ञानदेवा ध्यान ब्राह्मणाचे चरण । कलिमलछेदन निवृत्ति म्हणे ॥ ४ ॥

८१७

जयाचें दरुषण होतांची दुरूनी । सर्व जाय पळोनी पाप ताप ॥ १ ॥
तीर्थासी पावन कलिमलछेदन । देवाचें कल्याण जयाचेंनी ॥ २ ॥
ते पाय सादृश्य देखिले आजि दृष्टी । याग सहस्त्र कोटी न तुकती ॥ ३ ॥
जयांच्या हृदयीं वेदांचा निवास । शास्त्रें रहिवास केला होय ॥ ४ ॥
जयांच्या वचनें देवपितर तृप्त । स्वाहा स्वधा होत ज्यांच्या मुखे ॥ ५ ॥
जोडोनियां कर विनवितो सोपान । निश्चयें वचन द्यावें आम्हां ॥ ६ ॥
शेष उच्छिष्टा करावें विभागी । बटुपणालागीं अधिकारी ॥ ७ ॥
अध्यात्मग्रंथ पाहती पैठणीं । गीतासंबोधिनी जवळी असे ॥ ८ ॥
भोगावती स्नान कालिका दरुषण । वेदांत व्याख्यान परिमिती ॥ ९ ॥
धन्य हा सोपान धन्य ज्ञानदेव । धन्य निवृत्तिराय ब्रह्मरूप ॥ १० ॥
सांगती पुराण रात्रीं हरिकीर्तन । पैठणीचे जन वेधियेले ॥ ११ ॥
तव कव्ययज्ञ जाला गृहस्थाचे घरी । पितर मंत्रोच्चारीं आव्हानिले ॥ १२ ॥
अवघे द्विजवर म्हणती धन्य धन्य । यासारिखे ब्राह्मण नाहीं कोणी ॥ १३ ॥
उपनिषद्भाग पढिन्नलों वेदांत । परि हें सामर्थ्य नाहीं आम्हां ॥ १४ ॥
नाहीं ऐकिलें ना कोठें वर्तलें । सृष्टीं तेंचि आजि दृष्टीं दाखविले ॥ १५ ॥
पशुमुखें वेद दृश्य इतर लोक । थोर हें कवतुक दाखविलें ॥ १६ ॥
मिळोनि समस्त सोडियेलें शास्त्र । विचारोनी पत्र लिहियेलें ॥ १७ ॥
हे परलोकीचे तारू देवत्रय कोणी । प्रायश्चित्त काय द्यावें कोणी ॥ १८ ॥
लिहोनिया पत्र दिधलें तया हाती । समस्तांसी निवृत्ति नमस्कारिलें ॥ १९ ॥

८९८

घेऊनियां पत्र केली प्रदक्षिणा । साष्टांगीं ब्राह्मणां नमन केलें ॥ १ ॥
मागोनियां म्हैसा नेवाशासी आले । प्राकृत पैं केली गीतादेवी ॥ २ ॥
निवृत्ती म्हणती ऐकें ज्ञानदेवा । अनुभव करावा अमृता ऐसा ॥ ३ ॥
आदिशक्तिमाता वंदुनियां म्हाळसा । मग तेथुनी सरिसा चालियेले ॥ ४ ॥
क्रमिताती मार्ग अनुभव कुशळ । हरिनाम सकळ कवित्वकळा ॥ ५ ॥
येउनी उतरली आळाचिये वनीं । पशु तये स्थानीं शांत जाला ॥ ६ ॥
करूनी तया पूजन सेंदूर तेलें लेपून । आळंकावती निजस्थान प्रवेशली ॥ ७ ॥
साने थोर सकळ तेथील निवासी । निवृत्ति तयांसी नमस्कारिलें ॥ ८ ॥

८९९

तिन्ही देव जैसे परब्रह्मींचे ठसे । जगीं सूर्य जैसे प्रकाशले ॥ १ ॥
धन्य तो निवृत्ति धन्य तो सोपान । धन्य तो निधान ज्ञानदेव ॥ २ ॥
उपजतांचि ज्ञानी हें वर्म जाणोनि । आले लोटांगणी चांगदेव ॥ ३ ॥
प्रत्यक्ष पैठणीं भटीं केला वाद । बोलविला वेद म्हैसीपुत्रा ॥ ४ ॥
संस्कृताच्या सोडोनियां गांठी । केलीसे मराठी गीता देवी ॥ ५ ॥
नामा म्हणे सर्व सुख लाहिजे । एक वेळां जाईजे अळंकावती ॥ ६ ॥

९००

गीता गीता गीता त्रिवार बोलतां । पाप जाय तत्त्वतां मोक्ष जोडे ॥ १ ॥
गीतेचा महिमा बोलवेना वाचे । बंधनें जीवाचीं दूर होती ॥ २ ॥
येक येक अक्षर कोटी अश्वमेघ । फळ हें प्रसिद्ध पुराणोक्त ॥ ३ ॥
येकचि तो श्लोक वाचिलिया नेमें । अंती परमधाम प्राप्त होय ॥ ४ ॥
नामा म्हणे गीता संपूर्ण वाचिता । लाभ त्याच्या हाता बोलवेना ॥ ५ ॥

९०१

गीता गीता म्हणतां पाप होय नाश । कैवल्यही त्याग प्राप्त होय ॥ १ ॥
गीतेची अक्षरे पडतां श्रवणी । जाय तत्क्षणीं भवभय ॥ २ ॥

येका येका श्लोकीं कोटी अश्वमेघ । पुण्यही अगाध म्हणतां गीता ।। ३ ।।
नामा म्हणे गीता नित्य जो वाचिता । तयाच्या सुकृता पार नाहीं ।। ४ ।।

ൽ १०२ ൽ

ज्ञानराज माझी योग्यांची माउली । जेणें निगमवल्लि प्रगट केली ।। १ ।।
गीता अलंकार नाम ज्ञानेश्वरी । ब्रह्मानंदलहरी प्रगट केली ।। २ ।।
अध्यात्म विद्येचें दाविलेंसें रूप । चैतन्याचा दीप उजळिला ।। ३ ।।
छपन्न भाषेचा केलासे गौरव । भवार्णवीं नाव उभारिली ।। ४ ।।
श्रवणाचे मिषें बैसावें येउनी । सामराज्य भुवनीं सुखी नांदे ।। ५ ।।
नामा म्हणे ग्रंथ श्रेष्ठ ज्ञानदेवी । एक तरी ओवी अनुभवावी ।। ६ ।।

तीर्थावळी

नामदेवे पूर्ण ग्रंथ केला

वैष्णवाग्रणी श्रीसंत नामदेव महाराज यांनी लिहिलेल्या *तीर्थावळी* या अभंगात्मक कथनाशी माझा संबंध अगदी बालपणीच आला.

माझे वडील श्रीधरअण्णा हे वारकरी संप्रदायाचे व संत साहित्याचे मान्यवर अभ्यासक तसेच पारंपरिक वारकरीही होते. विश्वंभरबाबांपासून चालत आलेला व तुकाराम महाराजांनी विस्तारलेला वारसा त्यांनी समर्थपणे पेलला होता. वै. दादा महाराज सातारकर यांचे शिष्य ॲड. गो. शं. राहिरकर हे अण्णांचे जीवलग स्नेही. त्यांना 'भाऊ' म्हटले जाई. अण्णांनी भाऊंच्या मध्यस्थीने कंपानी नामक गुजराती गृहस्थांकडून देहूगावात एक बंगला खरेदी केला. प्रति वर्षी तुकाराम बीजेच्या उत्सवात महिन्याच्या वारकऱ्यांच्या एका दिंडीचा मुक्काम या वास्तूत असे. हे वारकरी रात्री जागर करत. जागर म्हणजे रात्रभर केलेले भजन. वारकरी सांप्रदायिकांच्या आचारधर्माचे जागर हे एक वैशिष्ट्य आहे. जागराचे वर्णन करणारा तुकोबांचा एक अभंग प्रसिद्ध आहे –

सावध झालो सावध झालो । हरिच्या आलो जागरणा ।।
जेथे वैष्णवांचे भार । जयजयकार गर्जतसे ।।
पळोनिया गेली झोप । होते पाप आड ते।
तुका म्हणे तया ठाया । वोल छाया कृपेची ।।

तुकोबांसारख्या वारकरी धुरिणाने जागराचे जे वर्णन केले आहे ते निश्चितपणे संप्रदायातील जागराचे स्थान व माहात्म्य वर्णन करणारे आहे. आषाढी वारीसाठी पंढरपूरला जाणाऱ्या पालख्यांसमोर प्रत्येक दिवशी ठरावीक दिंडीचा जागर होत असतो; तर देहू

गावच्या आमच्या या बंगल्यात होणाऱ्या महिन्याचे वारकरी ह.भ.प. बाळकृष्णबोवा यांच्या दिंडीच्या जागरात पहाटे-पहाटे तीर्थावळीचे सर्व अभंग म्हटले जातात, हे माझ्या लक्षात आहे. साहजिकच, मी अण्णांकडे याविषयी विचारणा केली. त्यावर अण्णांनी दिलेल्या माहितीमधील माझ्यावर परिणाम करून गेलेला मुद्दा म्हणजे तीर्थावळी हे वारकरी संप्रदायाचे तत्त्वज्ञान संगतवार रीतीने सांगणारे प्रकरण आहे. या मुद्द्यामुळे माझी तीर्थावळीकडे पाहण्याची दृष्टी सिद्ध झाली. डॉ. गुंथर सोन्थायमर यांनी स्थापन केलेल्या महाराष्ट्र अभ्यासक परिषदेच्या एका अधिवेशनात मी तीर्थावळीवर निबंधही सादर केला होता.

तीर्थावळीच्या कर्त्याबद्दल अभ्यासकांमध्ये मतभिन्नता आहे, याची मला जाणीव आहे. एखादी साहित्यकृती कोणाची निर्मिती आहे, या प्रश्नाचा निवाडा करण्यासाठी वापरण्यात येणाऱ्या प्रमाणांमध्ये 'परंपरा' या प्रमाणाचा समावेश करायला हवा, असे माझे म्हणणे आहे. परंपरा हे निर्णायक प्रमाण आहे, असा दावा मी अर्थातच करणार नाही. मात्र, ते एक बलवत्तर प्रमाण असल्याचा आग्रह जरूर धरीन. वारकऱ्यांच्या जागरात होणाऱ्या तीर्थावळीच्या गायनाचा उल्लेख मी केलाच आहे. हे गायन वारकरी परंपरेत कित्येक शतकांपासून चालू आहे; आणि अर्थातच हे अभंग नामदेवरायांनी रचले आहेत या विश्वासानेच. वारकरी परंपरेमधील या समजुतीला निश्चितपणे प्रमाणाचा दर्जा आहे.

वारकऱ्यांची ही परंपरा मौखिक आहे. काही विद्वान मौखिक पुराव्याला लिखित पुराव्यापेक्षा गौण मानतात, हे वेगळे सांगायची गरज नाही. त्या संदर्भात तीर्थावळीविषयी काय सांगता येते, हेही पाहिले पाहिजे.

> मतमतांतरांचा आदर करून ही प्रकरणे आद्य म्हणजे ज्ञानेश्वरसमकालीन नामदेवांची कृती नाहीत, असे गृहीत धरले तरी एक वस्तुस्थिती मान्यच करावी लागते; ती म्हणजे ज्ञानेश्वर चरित्राच्या उपलब्ध साधनांमध्ये नामदेवांची ही प्रकरणे सर्वात प्राचीन साधने आहेत आणि त्यामुळेच ती इतर सर्व साधनांपेक्षा अधिक विश्वसनीय आहेत. किंबहुना, नामदेवांची ही उपरोक्त प्रकरणे उपलब्ध नसती तर उत्तरकालीनांना ज्ञानेश्वरादी भावंडांची चरित्रे लिहिता आली नसती किंवा नाही, याची शंका वाटते.

पहिल्यांदा हे स्पष्ट करायला हवे, की तीर्थावळी ही तशी स्वतंत्र कृती नाही. निदान तिच्याकडे तसे पाहिले जात नाही. नामदेवरायांनी संत ज्ञानेश्वर महाराजांचे चरित्र लिहिले. त्या चरित्राचे आदि, तीर्थावळी व समाधी असे तीन भाग (किंवा प्रकरणे) आहेत.

'आदि'मध्ये ज्ञानेश्वरांच्या पूर्वजांचा वृत्तान्त, जन्म, येथपासून तर त्यांनी *ज्ञानेश्वरी, अमृतानुभव* लिहिण्यापर्यंतचा चरित्रभाग समाविष्ट आहे. *चांगदेव पासष्टी* या ग्रंथाचा स्पष्ट उल्लेख नसला तरी *उपजता ज्ञानी हे वर्म जाणोनि । आले लोटांगणी चांगदेव ।।* या ओळीच्या आधारे तो गृहीत धरता येतो.

'समाधी' या प्रकरणाच्या नावाप्रमाणेच त्यात ज्ञानोबाराय आणि त्यांच्या तीन भावंडांनी जगाचा निरोप कसा घेतला याचा वृत्तान्त आला आहे.

*चांगदेव पासष्टी*ची निर्मिती आणि समाधी घेणे या दोन घटनांच्या मध्ये घडलेला महत्त्वाचा प्रसंग म्हणजे ज्ञानदेव आणि नामदेव यांनी केलेली तीर्थयात्रा. याच तीर्थयात्रेचे वर्णन नामदेवरायांनी तीर्थावळी प्रकरणात केले आहे. याचाच अर्थ असा होतो की, तीर्थावळी हे प्रकरण ज्ञानेश्वरांचे पूर्वचरित्र व उत्तरचरित्र यांना जोडणारा दुवा आहे. ते त्यांचे मध्यचरित्र आहे.

या मुद्द्याकडे दुसऱ्याही एका दृष्टिकोनातून पाहता येणे शक्य आहे. ज्ञानदेवांच्या समाधी सोहळ्याचे नामदेवराय हे प्रत्यक्ष साक्षीदार तर होतेच; पण ते त्या प्रक्रियेत भूमिका बजावणारे एक कर्ते पुरुषही होते. तीर्थावळीतही ज्ञानदेव आणि ते स्वतः सहभागी असल्याने साक्षीदार आणि सहभागी या दोन्ही भूमिका पार पाडताना ते आढळतात. 'आदि'च्या बाबत मात्र असे म्हणता येत नाही. 'आदि'मधील घटनांमध्ये ते सहभागी नव्हते, तसेच त्या घटनांचे ते थेट म्हणजे प्रत्यक्षदर्शी साक्षीदारही नव्हते. (नेवासे येथील ज्ञानेश्वरी कथनाच्या प्रसंगी ते हजर होते का, याचा शोध घेण्याची गरज आहे; पण तो मुद्दा वेगळा!) त्या घटनांची माहिती त्यांना निवृत्ती-ज्ञानदेवांकडून व इतरांकडूनही मिळाली असण्याची शक्यता आहे. तीर्थावळीसंदर्भातील वेगळा मुद्दा म्हणजे हे प्रकरण ज्ञानेश्वर चरित्राचा एक भाग म्हणून वाचण्यात येत असले तरी ते नीट वाचले असता असे लक्षात येते की, तीर्थावळी हे ज्ञानेश्वरांपेक्षा नामदेवांचेच चरित्र जास्त आहे. 'आदि' व 'समाधी' या दोन प्रकरणांमधील नायक ज्ञानेश्वर (आणि अनुषंगाने त्यांची भावंडे) हे आहेत, याबाबत वाद व्हायचे कारण नाही. परंतु तीर्थावळीमध्ये जो कथाभाग सांगितलेला आहे. त्याच्या केंद्रस्थानी नामदेवराय आहेत, हे निःसंशय! कदाचित स्वतःबद्दल ते असे – म्हणजे स्वतःचा तटस्थपणे तृतीय पुरुषी उल्लेख की ज्यातून स्वतःचेच व्यक्तित्व उठून दिसावे– आत्मगौरवपर कसे लिहितील असे वाटत असेल तर ते समजून घेता येईल.

अर्थात, अशा वाटण्यातील फोलपणा लक्षात यायला वेळ लागत नाही. ज्ञानेश्वर-नामदेवांच्या काळात होऊन गेलेले चक्रधरस्वामी आपला उल्लेख तृतीय पुरुषी एकवचनात करायचे हे अभ्यासक जाणतातच. अगदी अलीकडे *एक झाड, दोन पक्षी* या आत्मकथनात

तर स्वतःचा अशा प्रकारे उल्लेख करणाऱ्या विश्राम बेडेकरांच्या प्रयोगाचे कौतुक केले गेले. मग नामदेवांना वेगळा न्याय का?

अर्थात, आपल्यापुढील प्रश्न (आदि, समाधीसह) तीर्थावळीचा काळ निश्चित करण्याचा आहे.

याच प्रश्नाशी संबंध किंवा आनुषंगिक असा दुसरा मुद्दा ज्ञानेश्वर आणि नामदेव यांच्या समकालीनत्वाविषयीचा आहे. एकोणिसाव्या शतकाच्या अखेरीस शिवरामपंत भारदे तथा भारद्वाज यांनी 'ज्ञानेश्वरी'कर्ते शैव योगी आणि अभंगरचना करणारे वारकरी विठ्ठलभक्त हे दोन ज्ञानेश्वर होऊन गेल्याचे प्रतिपादन केले. त्यानंतर साधारण शंभर वर्षांनी संशोधक डॉ. सु. बा. कुलकर्णी यांनी ज्ञानेश्वरांचा जन्म व समाधीशकांविषयी काही महत्त्वाचे मुद्दे मांडत ज्ञानेश्वरीचा लेखनकाळ (व पर्यायाने ज्ञानेश्वरांचा जीवितकाल) जवळपास शतकभर मागे नेण्याचा प्रयत्न केला. या प्रयत्नाला यश आले तर अर्थातच नामदेवांनी ज्ञानेश्वरांबरोबर तीर्थयात्रा वगैरे करण्याचा प्रश्नच उपस्थित होत नाही.

भारद्वाज व कुलकर्णी या दोन विद्वानांच्या दरम्यान शतकभरात जे संशोधन व अभ्यास झाले त्यातून 'नामदेव' या नावाने काव्यरचना करणारे आणखीही काही कवी पुढे आले. त्यामुळे आळंदीकर योगी ज्ञानेश्वर व आपेगावकर वारकरी भक्त ज्ञानदेव या वादामुळे निर्माण झालेले प्रश्न सुटण्याऐवजी अधिक गुंतागुंतीचे झाले. प्रस्तुत लेखकाने आपल्या *त्रयोदशी* या लेखसंग्रहात व *चार भावंडे* या चरित्रग्रंथात या दोन्ही प्रश्नांचा सविस्तर ऊहापोह करून ज्ञानेश्वर आणि ज्ञानदेव हे एकच व्यक्तित्व असून ज्ञानेश्वरचरित्राची तीन प्रकरणे लिहिणारे आद्य नामदेव त्याला समकालीन असल्याचे सिद्ध केले आहे. जिज्ञासूंनी हे लेखन मुळातच वाचणे उचित होईल.

तसेही, या मतमतांतरांचा आदर करून ही प्रकरणे आद्य म्हणजे ज्ञानेश्वरसमकालीन नामदेवांची कृती नाहीत, असे गृहीत धरले तरी एक वस्तुस्थिती मान्यच करावी लागते; ती म्हणजे ज्ञानेश्वर चरित्राच्या उपलब्ध साधनांमध्ये नामदेवांची ही प्रकरणे सर्वात प्राचीन साधने आहेत आणि त्यामुळेच ती इतर सर्व साधनांपेक्षा अधिक विश्वसनीय आहेत. किंबहुना, नामदेवांची ही उपरोक्त प्रकरणे उपलब्ध नसती तर उत्तरकालीनांना ज्ञानेश्वरादी भावंडांची चरित्रे लिहिता आली नसती किंवा नाही, याची शंका वाटते. उत्तरकालीन ज्ञानेश्वर चरित्रे ही नामदेवांनी लिहिलेल्या चरित्राचा विस्तार आहेत किंवा नामदेवकृत चरित्रामध्ये जाणवलेल्या मोकळ्या जागा भरण्याचे, त्रुटी दूर करण्याचे प्रयत्न आहेत. त्यामुळे असे निःसंशयपणे म्हणता येते, की ही चरित्र-प्रकरणे ज्ञानेश्वरकालीन आद्य नामदेवांनी लिहिली नाहीत, असे वादाखातर गृहीत धरले तरी ती ज्ञानेश्वर चरित्राच्या उपलब्ध साधनांमध्ये

सर्वात प्राचीन आणि म्हणून सर्वात अधिक विश्वसनीय आहेत. *समाधीला* कादंबरी म्हणून कोणी हिणवत असेल तर त्याचे स्वातंत्र्य त्यांना निश्चितच आहे. पण तरीही, मग ती ज्ञानेश्वर चरित्रावरील सर्वात प्राचीन कादंबरी ठरेल व तिच्यापेक्षा मागे जाता येणार नाही, हे त्यांनाही मान्य करावे लागेलच.

या साधनांच्या विश्वसनीयतेसंबंधी माझ्या *त्रयोदशी* लेखसंग्रहातील 'ज्ञानदेवांचा लेखनशक' या लेखातील युक्तिवाद येथे उद्धृत करायला हरकत नसावी.

नामदेव आणि तुकाराम यांच्यामधील संबंधाला वारकरी परंपरेत अनन्यसाधारण महत्त्व आहे. तुकोबांनी नामदेवांपासून अभंगरचनेची स्फूर्ती घेतली. तुकोबांवरील नामदेवांचा प्रभाव स्पष्ट आहे. परंतु ही स्फूर्ती म्हणजे काही अचानक किंवा योगायोगाने घडून आलेला चमत्कार नव्हता. तुकोबांनी नामदेवांच्या अभंगांचे मनन-चिंतन; इतकेच नव्हे; तर पाठांतरही केले होते. 'काही पाठ केली संतांची उत्तरे' या त्यांच्या आत्मनिवेदनातील प्रमुख संत अर्थातच नामदेव होते. हे पाठांतर करताना तुकोबांना नामदेवांच्या अभंगांची काही हस्तलिखिते उपलब्ध झाली असणार, काही अभंग त्यांनी स्वतः उपलब्ध हस्तलिखितांवरून उतरवूनही काढले असणार. नेल्सन नामक विदेशी अभ्यासकाने तुकोबांचे म्हणून जे हस्ताक्षर दिले आहे ते म्हणजे तुकोबांनी उतरवून घेतलेला नामदेवांचा अभंग आहे.

तुकोबांचे टाळकरी व लेखक संताजी तेली जगनाडे व नंतर संताजींचा मुलगा बाळोजी यांनी तुकोबांच्या अभंगाची जी संहिता सिद्ध केली आहे तिला 'जगनाडी संहिता' असे म्हणतात. विशेष म्हणजे या संहितेत इतर संतांच्या अभंगांचाही समावेश आहे. नामदेवकृत ज्ञानेश्वरचरित्राचे अभंगही या संहितेत आहेत. ही संहिता देहू येथील स्वतः तुकोबांच्या संग्रहातील वह्यांवरून सिद्ध केली असणार, हे वेगळे सांगायची गरज नाही. म्हणजे स्वतः तुकोबाही या अभंगांचे प्रामाण्य मानत होते, असा याचा अर्थ होतो. तीर्थावळीतील अभंगांचाही त्यात समावेश आहे.

सुदैवाने, तुकोबाच काय; परंतु या संदर्भात आपण तुकोबांच्याही मागे म्हणजेच संत एकनाथांपर्यंत जाऊ शकतो. एकनाथांनी नामदेवरायांची स्तुती करणारे अभंग रचले आहेत. त्यातील एक अभंग पुढीलप्रमाणे –

पूर्वी जो प्रल्हाद तोचि जाणा अंगद । तोचि उद्धव प्रसिद्ध कृष्णावतारी ।।
कलीमाजी जाणा नामदेव म्हणती । लडिवाळ श्रीपती लळा पाळी ।।
तीर्थयात्रा सर्व केलासे उद्धार । सर्व त्याचा भार चालविला ।।
लडिवाळ नामा विठ्ठल चरणी । एका जनार्दनी नमन त्याते ।।

एकनाथांच्या अभंगाच्या तिसऱ्या चरणात नामदेवांनी केलेल्या तीर्थयात्रेचा उल्लेख तर आहेच; शिवाय, त्याच संदर्भात 'सर्व त्याचा भार चालविला' ही ओळ तीर्थयात्रेच्या दरम्यान नामदेवांनी तहान लागली असता विठ्ठलाची प्रार्थना करून कोरड्या पडलेल्या विहिरीतून पाणी काढले, या तीर्थावळीतील प्रसंगाचे सूचन करणारी आहे. इतकेच नव्हे; तर तीर्थयात्रा करून पंढरीला परतल्यावर नामदेवांनी जे मावंदे घातले, ती खरे तर विठ्ठलाचीच कृती होती, असे तीर्थावळी सांगते. त्या प्रसंगाचाही समावेश या भार चालविल्याच्या उल्लेखात करता येतो.

थोडक्यात सांगायचे झाले तर, नामदेवांच्या तीर्थयात्रेची वारकरी परंपरेत दृढमूल झालेली कथा ही कमीत कमी एकनाथांपासून चालत आलेली आहे, असे आपण उपलब्ध लिखित पुराव्यावरूनही म्हणू शकतो. शिवाय, एकनाथांनी केलेला हा तीर्थयात्रेचा उल्लेख त्यांचा स्वतःचा कल्पनाविलास नसून हा कथाभाग एकनाथपूर्व वारकरी परंपरेचा भाग होता, हेही लक्षात घ्यायला हवे. नामदेवांचे समकालीन शिष्य परिसा भागवत नामदेवांच्या आरतीतील *घ्यावया भक्ति सुख पांडुरंग अवतार । करोनिया तीर्थमिसे केला जगाचा उद्धार ।* या उल्लेखाने तर सर्व शंका फिटून जातात.

वारकरी परंपरा आणि संतसाहित्यामधील उल्लेख यांच्याशिवाय ज्ञानेश्वर-नामदेवांच्या तीर्थयात्रेच्या प्रसंगाला पुष्ट करणारा एक भौतिक पुरावा या ठिकाणी नोंदवणे आवश्यक आहे. कै. ग. ह. खरे आणि डॉ. देविसिंग चौहान हे ख्यातनाम संशोधक काशीला गेले असता त्यांना तेथील ज्ञानेश्वर मठाच्या अंगणात सात फूट उंचीचा एक शिलास्तंभ आढळून आला. त्या स्तंभाच्या वरच्या टोकास 'सं. १३५१' आणि त्याच्या पाच-सहा इंच खालच्या बाजूस 'ज्ञानोबा' असा शब्द कोरलेला आहे. संवत् १३५१ म्हणजे शक १२१६. याचा अर्थ असा होतो की, परंपरा मानते त्याप्रमाणे ज्ञानेश्वर नामदेवांची तीर्थयात्रा *ज्ञानेश्वरी*च्या लेखनानंतर म्हणजे १२१२ नंतर पार पडली. आणि तिचा काळ शके १२१६ हा होता. त्या साली हे दोघे संत काशीला येऊन गेले होते.

संत नामदेव महाराजांच्या अभ्यासकांना तीर्थावळीच्या प्रामाण्याशी निगडित समस्यांची जाणीव नव्हती असे नाही. त्यांनी वेळोवेळी या समस्यांची चर्चा केली आहे.

या संदर्भात महाराष्ट्र शासनाने प्रसिद्ध केलेल्या *श्रीनामदेवगाथे*ची चर्चा करणे उचित ठरेल. प्रस्तुत प्रतीत वारकरी परंपरेत नित्यनेमाने गायिल्या जाणाऱ्या तीर्थावळीच्या अभंगांचा समावेश अर्थातच आहे; त्याव्यतिरिक्त पंढरपूर येथे उपलब्ध झालेल्या आणखी एका तीर्थावळीचाही समावेश परिशिष्ट 'क'मध्ये करण्यात आलेला आहे. परिशिष्ट 'क'मधील तीर्थावळीची सदर हस्तलिखित प्रत 'पंढरपूर येथे राक्षसनाम संवत्सरात भाद्रपद

शुद्ध सप्तमी शके १५०३ या दिवशी लिहून पूर्ण झाली' अशी समाप्तिमुद्रा या हस्तलिखितात आहे. वारकरी परंपरेत आढळणाऱ्या जगनाडी संहितेसह तीर्थावळीच्या कोणत्याही हस्तलिखितापेक्षा प्रस्तुत 'क' प्रत प्राचीन आहे. संत एकनाथांनी आपल्या ज्या अभंगात नामदेवांच्या तीर्थयात्रेचा उल्लेख केलेला आहे तोही याच 'क' प्रतीच्या मागे-पुढे निर्माण झालेला आहे. अर्थात, या दोन गोष्टींचा एकमेकांशी साक्षात संबंध असण्याची शक्यता फारच कमी आहे. या दोन बाबी परस्परनिरपेक्ष व स्वतंत्र असल्या तरी एकमेकांना पुष्टी करणाऱ्या आहेत. त्यावरून नामदेव हे भ्रमणशील संत असून त्यांनी अनेक तीर्थे पाहिली होती, असे आपण निश्चितपणे म्हणू शकतो.

अर्थात, प्रचलित तीर्थावळीपेक्षा 'क' प्रतीतील तीर्थावळी वेगळ्या स्वरूपाची आहे. तिची चर्चा संत साहित्याचे प्रसिद्ध अभ्यासक डॉ. नि. ना. रेळेकर यांनी केलेली आहे. रेळेकरांच्या मते, आपल्या ८० वर्षांच्या दीर्घ आयुष्यात नामदेवांनी एकूण पाच वेळा अशा प्रकारच्या तीर्थयात्रा केलेल्या आहेत. प्रचलित तीर्थावळीत वर्णिलेली ज्ञानोबारायांबरोबर केलेली तीर्थयात्रा ही त्यांची पहिली तीर्थयात्रा होय. त्यांची त्यानंतरची तीर्थभ्रमणे ज्ञानदेवांनी समाधी घेतल्यानंतरची आहेत. सारांश, संत नामदेव आणि तीर्थयात्रा हे एक प्रकारचे समीकरणच झाले असल्याचे आपण म्हणू शकतो. अशा तीर्थयात्रांच्या माध्यमातून नामदेवांनी भारतावर पाडलेल्या प्रभावाच्या खुणा सर्वत्र आढळून येतात, याचीही नोंद घ्यायला हवी.

नामदेवरायांसंबंधीच्या तीर्थयात्रा व पंजाबमधील वास्तव्य या मुद्द्यांवर जी रणे माजली त्यांचा जणू एक चक्रव्यूहच झाला आहे. या चक्रव्यूहाचे नामदेव हे एकच केंद्र नसून नामदेव व ज्ञानदेव अशी त्याची दोन केंद्रे आहेत. म्हणजेच चक्रव्यूहाचे चक्र नेहमीचे वर्तुळाकार नसून लंबवर्तुळाकार आहे. त्याच्या एका केंद्रासंबंधी उपस्थित झालेल्या चर्चेचा परिणाम आपोआपच दुसऱ्या केंद्रावर झाल्याशिवाय राहत नाही. एकाबद्दल केलेल्या विधानाचा परिणाम दुसऱ्यावर होतोच होतो. ज्ञानेश्वर एक की दोन या भारद्वाजांनी उपस्थित केलेल्या समस्येचे पर्यवसान आपोआपच 'नामदेव किती?' हा प्रश्न पुढे येण्यात झाले. डॉ. सु. बा. कुलकर्णी यांनी उपस्थित केलेल्या ज्ञानेश्वरी लेखनाच्या कालनिर्णयाच्या समस्येचाही परिणाम असाच व्यापक झाल्याशिवाय राहिला नाही. सु.बां.च्या मताचा प्रतिवाद करता आला नसता तर नामदेवांचेही चरित्र धोक्यात आले असते, हे लक्षात घ्यायला हवे. माझ्या समजुतीप्रमाणे हे कार्य मी यथामती पार पाडले आहे (पाहा : *त्रयोदशी*, सकाळ प्रकाशन, पुणे). अन्य कोणी हे केले असल्यास माझ्यापर्यंत पोहोचले नाही.

प्रचलित ज्ञानेश्वरचरित्र उद्ध्वस्त करण्याच्या मार्गात जर सर्वात कोणाचा अडथळा येत असेल तर तो अर्थातच नामदेवांनी लिहिलेल्या ज्ञानेश्वरचरित्राचा– म्हणजे चरित्रपर तीन प्रकरणांचा. त्यामुळे पहिला हल्ला होतो तो नामदेवांच्या चरित्रांवर– म्हणजे त्यांच्या कालनिर्णयावर, लेखन व लेखनाच्या प्रामाण्यावर व कर्तृत्वावर. महाराष्ट्रात एकापेक्षा अधिक नामदेव होऊन गेले व कालौघात त्यांनी केलेल्या रचनांची सरमिसळ झाली हे अमान्य करायचे कारण नाही. या सरमिसळीची संभावना करताना सु. बा. कुलकर्णी यांनी 'खमंग खिचडी' असा शब्दप्रयोग केला आहे. अगदी हाच शब्द घेऊन पुढे जायचे झाले तर असेही म्हणता येते की, अगदी शिजलेल्या खिचडीतूनसुद्धा डाळ आणि तांदूळ वेगळे करता येतात!

खरे तर ज्ञानदेव-नामदेव कालाविषयी *प्राचीन मराठी संत कवी* हा ग्रंथ लिहिणारे संतचरित्रकार म.भा.भू. ज. र. आजगावकर यांनी साठ वर्षांपूर्वी केलेला निवाडा आजही प्रमाण मानायला हरकत नाही. ग्रंथाच्या पहिल्या खंडात आजगावकर लिहितात – 'ज्ञानेश्वरीकार ज्ञानदेव व आद्य नामदेव यांचे समकालीनत्व सिद्ध करणारा इतका भक्कम पुरावा गेल्या पन्नास वर्षांत पुढे आला आहे, की आता यापुढे हा वाद चालू ठेवणे म्हणजे शुद्ध दुराग्रह होय, असे म्हटल्याशिवाय राहवत नाही.' आजगावकर असेही निदर्शनास आणतात, की 'सगळ्या जुन्या संतचरित्रकारांचीही साक्ष ज्ञानदेव-नामदेवांच्या समकालीनत्वास पोषक आहे.'

पुढे जाऊन आजगावकरांनी या संदर्भात संत निवृत्तिनाथांचा अभंगही उद्धृत आहे –

निवृत्ति पूर्णिमा भक्तिचा महिमा । नामयासी सीमा भीमातीरी ।।
राही रखुमाई कुरवंडी करिती । जीवे ओवाळिती नामयासी ।।

जे ज्ञानदेव-नामदेव यांच्या समकालीनत्वाबद्दल म्हणता येते तेच त्यांच्या तीर्थयात्रेविषयी व नामदेवांच्या पंजाबातील वास्तव्याविषयी म्हणता येईल. स्वतः आजगावकरांचे मत असे आहे की, 'ज्ञानदेवांच्या निर्वाणानंतर नामदेव हे ५४ वर्षे हयात होते. एवढ्या दीर्घ कालावधीत त्यांनी पुष्कळच प्रवास केला असावा, आणि या प्रवासात असताना त्यांनी पंजाबात काही वर्षे वास्तव्य केले असावे, असे वाटते.' या बाबतीत आजगावकर आपले पूर्वसुरी शंकर पुरुषोत्तम जोशी यांच्या *पंजाबातील नामदेव* या पुस्तकाचा हवाला देतात. आजगावकर सांगतात, की 'गीतगोविंद काव्याचा कवी जयदेव व प्रसिद्ध संत त्रिलोचन हे नामदेवांचे समकालीन असून त्या तिघांचाही परिचय होता, असे कै. जोशी यांनी सिद्ध केले आहे. नामदेवांच्या साहचर्यामुळे त्रिलोचन हे पंढरीचे

वारकरी झाले होते व त्यांच्या कवितेत विठ्ठलाचा उल्लेख आढळतो. पंजाबी व हिंदी भाषेत नामदेवचरित्रपर वाङ्मय बरेच आहे. लक्षावधी नामदेव सांप्रदायी लोक हल्ली पंजाबात व राजपुतान्यात असून नामदेवांची शेकडो देवळेही तिकडे आहेत.' आजगावकरउद्धृत जोशींचे विधान निष्कर्षात्मक समजायला हरकत नाही. जोशी म्हणतात, 'ज्यापक्षी संत नामदेव यांचा उत्तर हिंदुस्थानातील सर्व प्रांतांत एवढा मोठा सांप्रदायिक वर्ग अस्तित्वात आहे, त्यांच्या काव्याची रात्रंदिवस पारायणे होत आहेत, उत्तरेकडे त्यांची शेकडो मंदिरे, मठ व स्मृतिस्थळे अस्तित्वात आहेत, त्यापक्षी संत नामदेव यांनी प्रचारकार्यार्थ गुजरात, माळवा, राजपुताना, संयुक्त प्रांत व पंजाब इत्यादी प्रांतांतून दीर्घ संचार केलेला असला पाहिजे, ही गोष्ट निर्विवाद सिद्ध होत आहे.'

एकोणिसाव्या शतकाच्या अखेरीस शिवरामपंत भारदे, भारद्वाज आणि श्रीपतीबुवा भिंगारकर यांची 'ज्ञानदेव एक की दोन' या विषयावरील चर्चा रंगली असल्याचे सर्वज्ञातच आहे. या चर्चेचा परिणाम नामदेवचरित्रावर होणे अपरिहार्य असल्याचे आपण पाहिले आहे. महादेव अप्पाजी मुळे वाईकर यांचे इ.स. १८९२मध्ये प्रसिद्ध झालेल्या 'नामदेवचरित्रा'कडे याच विचारव्यूहाचा भाग म्हणून पाहिले पाहिजे. तीर्थावळीमधील सर्वात गाजलेला प्रसंग म्हणजे अर्थातच राजस्थानमधील वाळवंटात पाणी न मिळाल्यामुळे तहानेने व्याकूळ झालेल्या ज्ञानेश्वर आणि नामदेव यांनी अनुक्रमे योगसामर्थ्याने व भक्तिबळाने मिळवलेले पाणी. ज्या अत्यंत खोल विहिरीतून त्यांनी पाणी मिळवले ती विहीर बिकानेरपासून १०-१२ कोसांवर कोलादजी गावी असल्याचे नमूद करताना आजगावकर 'वरील कथेत वर्णिलेला हा 'नामदेव कूप' त्या प्रांती अद्याप प्रसिद्ध आहे', असे मुळे यांच्या आधारे नमूद करतात. याच संदर्भात त्यांनी *नामदेव झाला तृषाकांत । ते स्थळी अद्यापि कूप वहात । यात्रा मारवाड देशात । मार्गशीर्षात भरतसे ॥* या महिपतिबुवा ताराहबादकर यांच्या *भक्तिविजय* ग्रंथातील ओवीचाही आधार घेतला आहे. महिपतींची ही ओवी अत्यंत महत्त्वाची आहे. राजस्थानातील लोकपरंपरेचा पुरावा म्हणून उपयोग करताना महिपतींकडून हा प्रसंग कधी घडला त्या महिन्याचाही उल्लेख केला आहे. राजस्थानमधील लोकपरंपरेचा तपशील महिपतींनी असा जपावा, हे आणखी एक विशेष.

ज्ञानेश्वर-नामदेवांच्या समकालीनत्वाची व त्यांनी एकत्रितपणे केलेल्या तीर्थयात्रेची योग्य बूज ठेवणारे आजगावकर दुसऱ्या एका महत्त्वाच्या ठिकाणी मात्र चकले. तीर्थावळी हे प्रकरण स्वतः नामदेवांनी लिहिले नसून ते परिसा भागवतांनी लिहिले असावे, असे त्यांना वाटते. का? तर, 'तीर्थावळीतील अभंगांची एकंदर रचना पाहिली म्हणजे ही

वाणी कोणीतरी ब्रह्मकुलोत्पन्न सुसंस्कृत आणि व्युत्पन्न पुरुषाची असली पाहिजे असे वाटल्याशिवाय राहत नाही.'

श्रीक्षेत्र काशी येथील स्मृतिस्तंभावर कोरलेला मजकूर प्रमाण मानला तर ज्ञानेश्वर शके १२१६मध्ये काशी येथे होते, असे म्हणावे लागते. तीर्थावळीतही 'मोक्षपुऱ्या' असा उल्लेख आहे. परंपरेप्रमाणे मोक्षपुऱ्यांची संख्या सात असून त्यात द्वारकेचा व काशीचा समावेश होतो. यावरून असे म्हणता येते की, १२१५च्या मार्गशीर्ष महिन्यात हे दोन संत मारवाडात होते. त्याआधी केव्हातरी त्यांनी तीर्थयात्रेसाठी प्रस्थान ठेवले असावे.

नामदेवांनी वर्णिलेल्या तीर्थयात्रेच्या वर्णनाचा आधार घेऊन श्रीपतीबोवा भिंगारकर यांनी आपल्या *महासाधु श्रीज्ञानदेवचरित्र* या ग्रंथात एक प्रकरणच लिहिले असले तरी त्यात त्यांनी उत्तरकालीन अनेक ज्ञानेश्वरचरित्रांची सरमिसळ केली आहे. त्यामुळे त्यातून तीर्थयात्रेचे संगतवार स्वरूप हाती लागत नाही. नामदेवकृत तीर्थावळीचे अभंग हे मूळ प्रमाण मानून त्यांच्याशी सुसंगत अशा उत्तरकालीनांच्या विवरणांची पुस्ती जोडायला हरकत नाही. अशी पुस्ती जोडताना ज्ञानेश्वर-नामदेवांच्या तात्त्विक विचारांची चौकट सोडता कामा नये. बोवांनी हे पथ्य पाळले आहे असे म्हणणे कठीण आहे.

या संदर्भात आणखी एका मुद्द्याची चर्चा करायला हवी. तीर्थावळीत वर्णिलेल्या यात्रेनंतर नामदेवांनी आणखी काही तीर्थयात्रा केल्या असणार व त्यांची वर्णने स्वतंत्रपणे, लिखित किंवा मौखिक परंपरेतून उपलब्ध असणार. म्हणजेच ती नामदेवचरित्राचा ज्ञानदेवनिरपेक्ष भाग असणार. उत्तरकालीन चरित्रकारांनी त्यांची सरमिसळ केल्याचे बोवांच्या लक्षात आलेले दिसत नाही.

वारकरी संप्रदायात नामदेवरायांनी रचलेली म्हणून तीर्थावळीची संहिता परंपरेने प्रमाण मानली जाते. तिचे नीट परिशीलन केले तर असे दिसते की, तीर्थावळीतील तीर्थयात्रा ही ज्ञानदेव आणि नामदेव या दोघांनीच केलेली असावी. समकालीन अन्य कोणत्याही संताचा उल्लेख तीर्थाटनात येत नाही. ज्ञानदेव-नामदेव तीर्थयात्रा करून पंढरीस परतल्यावर जे प्रसंग घडले त्यात इतर संत सहभागी असल्याचे तीर्थावळीतील वर्णनावरून कोणाच्याही ध्यानात येईल. पण प्रत्यक्ष तीर्थाटनात, अनुल्लेख हे जोपर्यंत अभावाचे प्रमाण मानता येणे शक्य आहे तोपर्यंत तरी ज्ञानदेवांच्या भावंडासह इतर कोणीही समकालीन संत बरोबर असल्याचे दिसत नाही.

दुसरे असे की, सुरुवातीलाच म्हटल्याप्रमाणे तीर्थावळीचा समावेश ज्ञानेश्वरचरित्रपर प्रकरणात केला गेला असला तरी तीर्थावळी हा ज्ञानेश्वरचरित्रापेक्षा नामदेवचरित्राचाच अधिक भाग असल्याचे मान्य करावे लागते. गोष्ट खरी आहे की, तीर्थावळीच्या प्रक्रियेची

सुरुवात ज्ञानदेवांनी केली. तीर्थयात्रेला जाण्याचा प्रस्ताव नामदेवांचा नसून ज्ञानदेवांचा होता. नामदेवांची ना तशी इच्छा होती, ना ते या प्रस्तावाला अनुकूल होते. मुख्य म्हणजे ज्ञानदेवांनी आग्रह करूनही नामदेव तयार झाले नाहीत. त्यासाठी स्वत: विठ्ठलाला मध्यस्थी किंवा रदबदली करावी लागली. विठ्ठलाच्या संमतीमुळे नामदेव ज्ञानदेवांच्या सोबतीने तीर्थयात्रेस जाण्यास तयार झाले. ज्ञानदेवांची भूमिका ही अशा प्रकारे प्रेरक किंवा प्रवर्तक अशी होती. एकदा यात्रा सुरू झाल्यापासून पंढरपूरमुक्कामी तिची ब्राह्मणभोजनादी प्रकाराने सांगता होईपर्यंत मुख्य भूमिका नामदेवांकडे जाऊन त्या तुलनेत ज्ञानदेवांची भूमिका गौण झाल्याचे दिसून येते.

तीर्थावळीसंबंधीच्या अशा प्रकारच्या ऐतिहासिक व अन्य तपशिलांची चर्चा करत असताना ही चर्चा वारकरी संप्रदायाच्या तत्त्वज्ञानाच्या व आचारधर्माच्या चौकटीत करणे अधिक लाभदायी ठरेल, हे वेगळे सांगायची गरज नाही. त्यामुळे वारकरी संप्रदायासंदर्भात काही मुद्दे मांडणे आवश्यक आहे. तीर्थावळीसंबंधीची चर्चा पुढे नेण्यासाठी या मुद्द्यांचा निश्चितच उपयोग होईल.

पूर्वसूरींची मदत घ्यावयाचे ठरवले तर श्री. व्यं. केतकरांच्या *ज्ञानकोशा*तील वारकरी संप्रदायाच्या नोंदींचा उल्लेख करायला हवा. ही नोंद प्राचार्य शं. वा. दांडेकर यांनी केली असून ती पुढे पुस्तकरूपाने प्रसिद्धही झाली.

पुणे विद्यापीठाने डी.लिट्. पदवी देऊन गौरवलेल्या पंढरपूरच्या भा. पं. बहिरट यांनी भालेराव यांच्या सहयोगाने लिहिलेल्या *वारकरी संप्रदाय : उदय आणि विकास* या ग्रंथाचाही येथे उल्लेख करावा लागतो.

या संदर्भात एक गोष्ट स्पष्ट करण्याची गरज आहे. दांडेकर व बहिरट हे दोघेही वारकरी सांप्रदायिक होते, हे या दोन अभ्यासकांमधील महत्त्वाचे साम्यस्थळ आहे. तथापि, त्याला धरूनच एका महत्त्वाच्या भेदाचाही उल्लेख करायला हवा. शं. वा. तथा मामासाहेब दांडेकर वारकरी संप्रदायाच्या ज्या उपपरंपरेतील, ती वै. विष्णुबोवा जोग महाराज यांची! ही उपपरंपरा ज्ञानवैराग्याला महत्त्व देऊन श्रुतिस्मृत्यादि शास्त्रप्रामाण्य मानणारी. याउलट, बहिरट उपपरंपरा ही वै. दादा महाराज सातारकर यांची परंपरा होय. दादा महाराजांची परंपरा प्रेमभक्तीला महत्त्व देते.

दांडेकर आणि बहिरट यांच्या पुस्तकांचा आवर्जून उल्लेख करण्याची कारणे दोन. एकतर मुळातच वारकरी सांप्रदायिकांमध्ये आधुनिक पद्धतिशास्त्रे जाणून लिखाण करणारे अभ्यासक तुरळक! दांडेकर-बहिरट हे अशा अभ्यासकांमधील अग्रणी होत. दुसरे असे

की, वारकरी संप्रदायातील विचार-आचारप्रवाहांचे वर्गीकरण केल्यानंतर जे दोन प्रवाह ठळकपणे दृश्यमान होतात त्यांचे प्रतिनिधित्व हे दोघे करतात.

या दुसऱ्या कारणामुळेच आपणाला तिसऱ्या एखाद्या तटस्थ दृष्टिकोनाकडे वळावे लागून त्याचा आधार घ्यावा लागतो. अशा प्रकारच्या तटस्थ दृष्टिकोनाचा अभ्यासक अर्थातच संप्रदायाबाहेरील असणे उचित होईल. किंबहुना, या संदर्भात ती त्याची जमेची बाजू ठरेल.

कै. प्रा. म. वा. धोंड हे अशा प्रकारचे असांप्रदायिक तटस्थ अभ्यासक होते. धोंड यांनी महाराष्ट्र राज्य साहित्य आणि संस्कृती मंडळाने प्रसिद्ध केलेल्या मराठी वाङ्मयकोशात वारकरी संप्रदायावरील नोंद लिहिली आहे. वारकरी संप्रदायाच्या मांडणीसाठी धोंड यांच्या विवेचनातील काही मुद्दे येथे थेट उद्धृत आहेत :

'विठ्ठल हे दैवत, पंढरपूर हे क्षेत्र आणि पंढरीची वारी हा प्रघात ही ज्ञानदेवपूर्व असला तरी वारकरी पंथ म्हणून जो पंथ ओळखला जातो तो ज्ञानदेवांच्या तत्त्वज्ञानावरच आधारलेला असल्यामुळे ज्याचा 'ज्ञानदेवे रचिला पाया' तोच वारकरी पंथ मानला पाहिजे. या पायावरच नामदेव, एकनाथ, तुकाराम इत्यादी संतांनी वारकरी धर्माचे भव्य मंदिर उभारले. ज्ञानदेवांवर आधारलेल्या या पंथाच्या तत्त्वज्ञानाचा महिपतीच्या काळापर्यंत, म्हणजे पाचशे वर्षे, सतत विकास होत गेला आणि तो गोरा कुंभार, दासी जनी, चोखा मेळा, सावता माळी, नरहरी सोनार, कान्होपात्रा, निळोबा, बहिणाबाई, महिपती इत्यादी अनेक जातींच्या व व्यवसायांच्या स्त्री-पुरुषांनी आपल्या चरित्रांनी व काव्यरचनांनी साधला, हे या पंथाचे वैशिष्ट्य. एखादा महात्मा नवा पंथ संस्थापित करतो आणि त्याच्या शिकवणुकीचा पुढे विपर्यास होऊन त्या पंथाला विकृत रूप प्राप्त होते, या इतिहासाला वारकरी पंथ हा मोठा अपवाद होय. तो पाचशे वर्षे सतत विकास पावावा आणि त्यातील प्रत्येक विचारवंताने संस्थापकाच्या मूळ भूमिकेपासून तसूभरही न ढळता त्याचे तत्त्वज्ञान अधिकाधिक विशद व विकसित करत जावे हे या पंथाचे अहोभाग्य! वारकरी पंथाचा सतत पाचशे वर्षे होत गेलेला हा विकास व प्रसार आणि त्याला मिळालेला सर्व जातींच्या व व्यवसायांच्या लोकांचा प्रतिसाद लक्षात घेतला, तर वारकरी हा एक पंथ नसून महाराष्ट्राच्या आध्यात्मिक उद्बोधनाचा तो उत्स्फूर्त आविष्कार होता, याविषयी शंका राहत नाही.'

वारकरी पंथ ज्ञानदेवांच्या ज्या तत्त्वज्ञानावर आधारलेला आहे, त्याची पाच प्राणभूत तत्त्वे धोंड सांगतात. ती येणेप्रमाणे – (१) अद्वैतवाद (२) चिद्विलासवाद (३) भक्तिमार्ग (४) समता आणि (५) कर्मयोग

या प्राणभूत तत्त्वांपैकी पहिल्या दोन तत्त्वांचा विचार एकत्रितपणे करावा लागतो. ज्ञानदेवांचा अद्वैतवाद हा विश्वाविषयीच्या मायावादी दृष्टीवर आधारित नसून चिद्विलासवादी दृष्टीवर आधारलेला आहे. धोंड सांगतात, की 'ज्ञानदेवांनी नामरूपात्मक जग क्षणभंगुर आहे ही जाणीव जागती ठेवूनही त्याकडे चैतन्याचा विलास म्हणून पाहायला शिकवले. या दृष्टीने जगाकडे पाहण्यास शिकले की जग क्षणभंगुर आहे या विचाराने मनाला येणारी मरगळ नाहीशी होऊन 'जग असि की वस्तुप्रभा' असा नवा प्रत्यय येऊन चिद्विलासाच्या दर्शनाने चित्त उल्हसित होते.'

उपरोक्त दोन प्राणभूत तत्त्वांचा एकत्रितपणे विचार केल्यानंतर तिसऱ्या म्हणजे भक्तिमार्ग या तत्त्वाकडे आपोआप जाता येते. 'अद्वैतानुभूती आणि भक्ती यात विरोध नसून अद्वैतीही भक्तीचा आनंद उपभोगू शकतो, असे ज्ञानदेवांचे प्रतिपादन आहे', असे धोंड म्हणतात ते बरोबरच आहे. मायाधिष्ठित अद्वैतवाद स्वीकारला असता भक्तीचे स्थान मायेचा पडदा बाजूला सारून अद्वैतानुभूती घेण्यासाठी ज्ञानात्मक पूर्वतयारी करण्याचे साधन एवढ्यापुरतेच मर्यादित राहते. किंबहुना, अशी ज्ञानात्मक स्थिती प्राप्त झाल्यावर भक्ती अनावश्यक ठरते. उलट, चिद्विलासाधिष्ठित भक्ती ही स्वतःच अद्वैत तत्त्वज्ञानाची प्रत्यक्ष अनुभूती ठरते.

समता हे ज्ञानदेवांच्या तत्त्वज्ञानाचे चौथे प्राणतत्त्व असल्याचे धोंड सांगतात. एकीकडे 'सर्वं खल्विदं ब्रह्म', 'अयमात्मा ब्रह्म' किंवा 'तत्त्वमसि' अशा समतेला अनुकूल औपनिषदिक महावाक्यांचा उद्घोष करायचा आणि दुसरीकडे प्रत्यक्ष व्यवहारात विषमतेचे आचरण करायचे या दुहेरी नीतीला मायावादामुळे आधार मिळतो. पारमार्थिक क्षेत्रात (किंवा सत्तेत) समता आणि व्यावहारिक क्षेत्रात (किंवा सत्तेत) विषमता अशा प्रकारच्या दुटप्पी वागणुकीमुळे मूळ अद्वैत विचारातील समतेचा गाभाच पराभूत होतो. 'गज मिथ्या असेल तर पलायनही मिथ्या' असे म्हणत आपल्याला सोयीस्कर तेवढीच समता मान्य करून इतरत्र विषमतेचे समर्थन करायचे ही प्रवृत्ती वाढते. चिद्विलासाच्या अधिष्ठानावरील अद्वैत स्वीकारले तर विषमतेची अशी आपत्ती ओढवत नाही.

पाचव्या कर्मयोग या प्राणतत्त्वाविषयीसुद्धा अशाच प्रकारचे विवेचन करता येते. *भगवद्गीता* हा अर्जुनाला कर्मयोगाचा उपदेश करणारा ग्रंथ आहे. अर्जुन ज्या प्रकारच्या द्वंद्वात सापडला होता, त्यात अशाच प्रकारचे तत्त्वज्ञान सांगणे औचित्याला धरून झाले असते. परंतु शंकराचार्यांनी त्याला संन्यासवादी किंवा कर्मत्यागाचा पुरस्कार करणारे तत्त्वज्ञान बनवले. त्याचा स्पष्ट प्रतिवाद लोकमान्य टिळकांनी *गीतारहस्य* या भाष्यग्रंथातून केला. त्यामुळे टिळक हेच कर्मयोगाचे आद्य प्रवर्तक असल्याची समजूत रूढ झाली. वस्तुतः

टिळकांनी आचार्यांच्या कर्मसंन्यासाचा पुरस्कार करणाऱ्या निवृत्ती मार्गाचा प्रतिवाद करून कर्मयोगाचा विचार मांडला असला तरी त्यांनाही मायावादाची सांगड सोडता आली नाही; आणि समतेप्रमाणे कर्मयोगही मायावादावर सुसंगतपणे उभा करता येत नाही. एवीतेवी सर्व काही मिथ्या असेल तर कर्म करण्यात काय हशील आहे, असा प्रश्न सतावल्याशिवाय राहत नाही. मग या मायिक जगाचीही एक व्यावहारिक सत्ता मानून या प्रश्नाची तात्पुरती सोडवून करावी लागते. ज्ञानदेवांचे तत्त्वज्ञान स्थूलमानाने मान्य असूनही न्या. महादेव गोविंद रानडे यांनी रामानुजाचार्यांच्या विशिष्टाद्वैती मताला अनुकूलता दर्शवली होती. याचे मर्म हेच आहे. तत्कालीन अनेक विचारवंतांप्रमाणे रानडे यांचाही ज्ञानेश्वर मायावादी असल्याचा समज होता. कर्म आणि भक्ती यांची औपपत्तिक व्यवस्था सुसंगतपणे नीट लावायची झाल्यास मायावादाचा उपयोग नाही, हे लक्षात आल्यामुळेच रानडे यांना रामानुजाचार्यांच्या तोंडाकडे पाहावे लागले. रानडे यांना अद्वैतवादाबद्दल आस्था नसल्यामुळे त्यांना हे करता आले. याउलट, टिळकांना अद्वैत न सोडता कर्मयोग मांडायचा होता; आणि महाराष्ट्रात अद्वैताचा स्वीकार करायचा झाला तर मायावादाच्या माध्यमातूनच तो करायला हवा, अशी समजूत दृढ झाली होती. चिद्विलासाधिष्ठित अद्वैतवाद हा पर्याय टिळकांना उपलब्ध नव्हता. कारण ज्ञानेश्वरांच्या तत्त्वज्ञानाचा तशा प्रकारचा अन्वयार्थ कोणी लावला नव्हता.

या प्रकाराला एक व्यावहारिक पैलूही आहे. शंकराचार्यांच्या तत्त्वज्ञानातील एका भागाचा (कर्मसंन्यासवादी निवृत्ती) प्रतिवाद केल्यामुळे टिळकांच्या विरोधात महाराष्ट्रातील आचार्यभक्तांनी मोठा गदारोळ केला. लोकांचे चित्त भ्रमवण्यासाठी हा एक नवा असुरच अवतीर्ण झाला आहे, असे म्हणण्याइतपत विद्वानांची मजल गेली. अशा परिस्थितीत टिळक शंकराचार्यांच्या मायावादावरही हल्ला चढवते तर त्यांना केवढ्या विरोधाला तोंड द्यावे लागले असते, याची कल्पना करता येते.

दुसरे असे की, तत्कालीन राजकीय पारतंत्र्याच्या परिस्थितीत लोकांना परकीय सत्तेविरुद्ध कृती करण्यास प्रवृत्त करायचे असेल तर कर्मयोगाचे तत्त्वज्ञानच उपयुक्त ठरेल याची खात्री झाल्यामुळे टिळकांनी आपले उद्दिष्ट तेवढ्यापुरतेच मर्यादित ठेवले असल्याचीही शक्यता नाकारता येत नाही. त्यांनी शंकराचार्यांच्या मायावादी सत्ताशास्त्राचा (मेटाफिजिक्स) मुद्दा उपस्थित करून त्याचाही प्रतिवाद करण्याचा प्रयत्न केला असता तर कर्मयोगाच्या प्रतिवादाच्या मूळ उद्दिष्टाकडे दुर्लक्ष करून चर्चेचा रोख सत्ताशास्त्राच्या दिशेने वळवणे टिळकांच्या विरोधकांना शक्य झाले असते.

ज्ञानेश्वरांचे *ज्ञानेश्वरी* हे गीताभाष्य कर्मयोगाचाच पुरस्कार करणारे असले तरी टिळकांप्रमाणे त्याचे प्रयोजन कर्मयोगाचा संदेश प्रसृत करणे हे नव्हते. शिवाय, भाष्य

करताना कोणालातरी पूर्वपक्ष करून त्याच्या म्हणण्याचे खंडन करायचे हा ज्ञानेश्वरांच्या शैलीचा भागही नव्हता. त्यामुळे ज्ञानेश्वरीत कर्मयोगाचा विचार ठळकपणे अधोरेखित होत नाही, हे खरे आहे. तथापि, कर्मयोग आणि कर्मसंन्यास या पर्यायांपैकी त्यांचा काटा कर्मयोगाकडेच झुकतो, हे झगझगीत सत्य आहे. धोंड म्हणतात त्याप्रमाणे 'गीतेचा निष्काम कर्मयोगपर अर्थ लावणारे ज्ञानदेव हे सर्वप्रथम व सर्वश्रेष्ठ भाष्यकार होत. त्यांचा कर्मयोगविचार वरील चार तत्त्वांवर भक्कमपणे आधारलेला आहे.'

म. वा. धोंड यांच्या मुद्द्यांच्या अनुषंगाने वारकरी संप्रदायाचे विवेचन करून झाल्यावर नामदेवरायांच्या तीर्थावळीकडे वळताना धोंड यांच्याच मुद्द्यांचा दुवा म्हणून उपयोग करणे सयुक्तिक ठरेल. धोंड लिहितात, 'पंढरपूरला विठ्ठलाचा अवतार झाला आणि तेथे चंद्रभागेतीरी विठ्ठलाचे मंदिर आहे. या कारणामुळे पंढरपुराला तीर्थक्षेत्राचे माहात्म्य लाभावे आणि विठ्ठल हे परमदैवत मानणाऱ्यांनी त्या तीर्थक्षेत्राची यात्रा करावी हे स्वाभाविकच आहे. परंतु काशी-रामेश्वरादी तीर्थांची यात्रा आणि पंढरपुराची वारी यात पुष्कळच भेद आहे : (१) काशी-रामेश्वराची यात्रा पापक्षालन व पुण्यसंपादन या हेतूंनी केली जाते. पंढरीच्या वारीत तसा हेतू नसतो. (२) काशी-रामेश्वरादी तीर्थांची यात्रा आयुष्यात एकदा तरी आणि विशेषत: म्हातारपणी घडावी असा संकेत असून काशीलाच मृत्यू आला तर मोक्षच मिळतो अशी श्रद्धा आहे. पंढरपुराची वारी अशी एकदाच व मृत्यू जवळ आला असता करावी असा संकेत नाही. ती नियमाने दर वर्षी करायची असते. (३) काशी-रामेश्वरादी यात्रेचा उद्देश विश्वेश्वर वा रामेश्वर यांच्या दर्शनाचा असतो; तर पंढरपुराच्या वारीचा उद्देश विठ्ठलाच्या भेटीचा असतो. मुलीने वर्षातून एकदा माहेरी आईला भेटायला जावे तशी ही वारी असते. माहेरी आईच्या संगतीत काही दिवस राहिले की परत सासरचे कष्ट उपसायला नवा धीर येतो, तसे वारकऱ्यांना वारीनंतर संसारातील व्यापतापाला तोंड द्यायला नवे बळ येते. वारकरी संसाराला सासर व पंढरपुराला माहेर मानतात ते याच दृष्टीने (४) काशी-रामेश्वरादी यात्रा मेळाव्याने केली तर ती केवळ सोय म्हणून; तशी ती करावी असा संकेत नाही. ती एकेकट्याने करायला हरकत नाही आणि तशी ती केलीही जाते. परंतु पंढरीची वारी ही दिंडीत सामील होऊनच करायची असते. (५) या वारीत केवळ विद्यमान वारकरीच सामील असतात, असे नाही; तर आळंदी, पैठण, देहू वगैरेहून आलेल्या ज्ञानेश्वर, एकनाथ, तुकाराम इत्यादींच्या पालख्याही त्यांच्या संगत असतात. पालख्यांतील संत प्रत्यक्षपणे आपल्या सांगाती आहेत, अशीच वारकऱ्यांची श्रद्धा असते. म्हणजे पंढरीच्या वारीत गाव, प्रांत, वर्ण, जात वगैरे लौकिक भेदच नव्हेत; तर भूत व वर्तमान हे कालाचे भेदही नाहीसे होऊन वारकरी संतांच्या संगतीत दिक्कालातीत अनंतातच वावरत असतो.'

प्रा. म. वा. धोंड यांनी वारकरी पंथाचे तत्त्वज्ञान आणि आचारधर्म यांच्या बाबत मांडलेल्या मुद्द्यांच्या अनुषंगाने तीर्थावळीचा विचार करायचा झाला तर पहिला प्रश्न असा उपस्थित होतो की, मुळात नामदेव तीर्थयात्रेसाठी तयार नसताना ज्ञानदेवांनी त्यांना त्यासाठी भरीस का घालावे?

वाङ्मयकोशातील नोंदींच्या स्वरूपातील लेखनास मर्यादा असल्यामुळे धोंड यांना काही मुद्दे मांडता आले नाहीत. पंढरीची वारी करणाऱ्यांसाठी म्हणेजच वारकरी सांप्रदायिकांसाठी इतर तीर्थक्षेत्रांच्या यात्रा निषिद्ध नसल्या तरी अनावश्यक आहेत; आणि संतांनी अनेक ठिकाणी अशा यात्रा करून इच्छिणाऱ्यांना नाउमेदच केलेले दिसते. खरे तर त्याची सुरुवात स्वत: ज्ञानदेवांनीच करून दिली असे म्हणता येते. ज्ञानेश्वरीच्या तिसऱ्या अध्यायात स्वधर्माविषयीच्या ओव्यांमध्ये त्यांनी याबाबतची आपली भूमिका स्पष्टपणे मांडलेली दिसून येते. प्रजापतीने यज्ञासहवर्तमान प्रजेचे सृजन केल्यानंतर प्रजेने स्वधर्मालाच यज्ञ समजून उपासना करावी, असे सांगितले. यातील कर्मयोगाचा अंश स्वयंस्पष्ट आहे. पण हे कथानक सांगताना ज्ञानदेवांनी प्रजापतीकडून पुढील उपदेश करविला आहे. तो तीर्थयात्रेच्या संदर्भात महत्त्वाचा ठरतो :

तुम्ही व्रतेनियमु न करावे । शरीराते न पीडावे।
दुरी केही न वचावे । तीर्थासी या ।। (३.१०.८९)

या ओवीतील *दुरी केही न वचावे । तीर्थासी या ।।* हा उपदेश महत्त्वाचा आहे.

तीर्थावळीमधील वर्णनानुसार ज्ञानदेवांना भक्त म्हणून नामदेवांची थोरवी ज्ञात व मान्य होती. नामदेवांच्या सहवासात भक्तिसुखाचा आनंद लुटावा व नामदेवांकडून भक्तीचे तत्त्वज्ञान ऐकावे, असा त्यांचा हेतू होता. त्यासाठी म्हणजेच नामदेवांची संगती लाभावी म्हणून त्यांनी तीर्थयात्रा करण्याचे निमित्त केले.

नामयाचे भेटी ज्ञानदेव आले । लोटांगण घातले नामदेवे ।।
देऊनि आलिंगन प्रीती पडिभरे । पूजिले आदरे यथाविधी ।।

(श्रीनामदेव गाथा, शासकीय प्रत अ.क्र. ९०३)

वारकरी पद्धतीने एकमेकांना उराउरी भेटल्यावर नामदेवांनी ज्ञानदेवांचा महिमा गाईला.

संसारी आसक्त मायामोहरत । तापत्रयी संतप्त झाले जीव ।।
ऐसिया पतितांचा करावा उद्धार । या लागी अवतार तुमचा जगी ।।

ज्ञानदेवांनीही भक्त म्हणून नामदेवांचा अधिकार यथार्थपणे वर्णिला. नामदेवांचा उल्लेख त्यांनी 'भक्तशिरोमणी' असा केला.

प्रेमसुखगोडी तुजची फावली । वासना मावळली सकळ तुझी ।।
भक्तिप्रेम धन्य साधिले तुवा सार । केला पै संसार देशोधडी ।।

अशा प्रकारचे क्षेमकुशलवार्ता झाल्यानंतर ज्ञानदेवांनी नामदेवांना विनंती केली,

भूतलीची तीर्थे पाहावी नयनी । असे आर्त मनी आहे मज ।।
तुझिये संगतीचे नित्य सुख घ्यावे । सार्थक करावे संसाराचे ।।
ऐसी उत्कंठा बहुत माझे पोटी । भाग्ये झाली भेटी तुझसी आजी ।।
ज्ञानदेव म्हणे पुरवी मनोरथ । करावा मुहूर्त प्रयाणासी ।। (अ.क्र. ९०५)

ज्ञानदेवांच्या या विनंतीवजा प्रस्तावामुळे नामदेव पेचात पडले. तरी त्यांनी ज्ञानदेवांना नम्रपणे परंतु स्पष्ट शब्दांत नकार दिला. तसे पाहिले तर त्यांची ही भूमिका वारकरी संप्रदायाच्या विचारांशी सुसंगतच होती. ज्ञानदेवांसह नामदेवांपासून निळोबांपर्यंतच्या सर्व वारकरी संतांनी तीर्थभ्रमणाविषयी स्पष्ट शब्दांत प्रतिकूलता दर्शवीत इतर क्षेत्रांच्या तुलनेत पंढरी कशी श्रेष्ठ आहे, याचा वारंवार उच्चार केला आहे. स्वतः नामदेवच *सांडूनी पंढरी जासी आणिक तीर्था । लाज तुझ्या चित्ता कैशी नसे ।।१ ।।* असा थेट प्रश्न विचारतात. तेव्हा खरे तर आणखी वेगळ्या प्रमाणाची गरजच उरत नाही. पण तरी *हालऊनी खुंट । आधी करावा बळकट ।।* या तुकोक्तीप्रमाणे इतर संतांच्या वचनांचा येथे उल्लेख करतो :

काशी, अयोध्या, कांची । अवंती, मथुरा, माया गोमती ।
ऐशी तीर्थे इत्यादिके आहेती । परी सरी न पवती ये पंढरी ।।

(वि. ना. जोशी (साखरे) संपादित *श्रीज्ञानदेव महाराज यांची सार्थ गाथा*, आळंदी, १९३४, अ.क्र. ४५८)

असे स्पष्ट सांगून ज्ञानदेव नामदेवांचाच मुद्दा वेगळ्या प्रकारे मांडतात :

आम्हा न संडवे पंढरी । विठ्ठलराज विटेवरी ।। (अ.क्र. ४५५)

इतर क्षेत्रांशी तुलना करत पंढरीचे श्रेष्ठत्व वर्णणारी संत एकनाथांची काही वचने :

काशीक्षेत्र श्रेष्ठ सर्वात पवित्र / परि तेथे वेचे जीवित्व श्रेष्ठ तेव्हा ।।
तैसी नोहे जाणा पंढरी हे पेठ । वैकुंठा वैकुंठ जुनाट हे ।।

(*श्रीएकनाथ महाराजांच्या अभंगांची गाथा*, संत. तुकाराम तात्या, तत्त्वविवेचक ग्रंथप्रसारक मंडळी, मुंबई १९०३, अ. क्र. १४७०)

प्रयागादि क्षेत्रे आहेत कल्पकोडी । तेथे आहे खोडी एक एक ।।
मुंडन ते काया निराहार राहणे । येथे न मुंडणे काया काही ।। (अ.क्र. १४७१)

सप्तपुऱ्या क्षेत्र पवित्र सोपार । तयामाजी श्रेष्ठ पंढरपुर। (अ.क्र. १४७२)

तुकोबाही म्हणतात,

उदंड पाहिले उदंड ऐकिले । उदंड वर्णिले क्षेत्रमहिमे ।।
ऐसी चंद्रभागा ऐसे भीमातीर । ऐसा विटेवर देव कोठे ।।१ ।।

(*तुकाराम गाथा*, गीता प्रेस, गोरखपूर, संवत् २०७१, अ.क्र. ३१३५)

या पार्श्वभूमीवर ज्ञानदेवांना तीर्थयात्रेच्या निमित्ताने का होईना, नामदेवांचा सहवास हवाहवासा वाटतो. त्या निमित्ताने त्यांच्या मुखातून भक्तिप्रेमाची चर्चा ऐकावीशी वाटते, ही गोष्ट खूप काही सांगून जाते.

अर्थात, उत्तरकालीन चरित्रकारांना कदाचित हे कारण पुरेसे वाटले नसेल तेव्हा त्यांनी आणखी एका वेगळ्या; परंतु वारकरी विचारव्यूहाशी सुसंगत अशा कारणाचा विचार केला. आधुनिक काळात त्याचे संगतवार विवेचन करण्याचा प्रयत्न श्रीपतीबोवा भिंगारकर यांनी केला. आपल्या ज्ञानेश्वरचरित्रात ते ज्ञानदेव-नामदेवांच्या तीर्थयात्रेबद्दलची आपली भूमिका स्पष्ट करतात – 'या तीर्थयात्रेतील ज्ञानेश्वरांनी केलेल्या अद्‌भुत गोष्टींविषयी नरहरी सोनारकृत 'भक्तिकथासार', 'भक्तिकथामृत', धुंडीराजकृत 'भक्तिलीलामृत', नरहरीमालुकृत 'भक्तिसारामृत' व 'कथाकल्पवृक्ष' असे बहुत ग्रंथ प्रमाण आहेत. आता नामदेवानेही तीर्थावळीचे अभंग केले आहेत. परंतु नामदेवकृत तीर्थावळीमध्ये असे आहे की, श्रीज्ञानेश्वर आणि नामदेव हे दोघेच यात्रा करण्यास गेले होते. व त्याजमध्ये या चमत्काराच्या काही गोष्टी वर्णन केल्या आहेत व काही नाहीत.'

आता नामदेवकृत तीर्थावळीत नसणाऱ्या गोष्टीही श्रीपतीबुवा ज्ञानेश्वरचरित्रात समाविष्ट करतात ते बहुमताच्या आधारे. 'बहुत मताचेच ग्रहण केले पुष्कळ ग्रंथांच्या आधारे या पुढील कथा लिहिलेल्या आहेत.'

बोवांनी ज्ञानेश्वरचरित्राविषयीच्या उपलब्ध सर्व साधनांची संगती लावताना वा ऐतिहासिकता ठरवताना एक विशिष्ट मर्यादेच्या पलीकडे जाऊन बहुमताला महत्त्व देता येत नाही, हा पद्धतिशास्त्रीय मुद्दा लक्षात घेतला नसावा. (त्यांनी उल्लेखिलेल्या साधनांत महिपतिकृत चरित्रांचा समावेश दिसत नाही. पण तो नजरचुकीने राहिली असणार यात शंका नाही.) या सर्व साधनांमध्ये नामदेवरायांची तीर्थावळी हे प्रमाण अव्वल दर्जाचे व म्हणून निर्णायक म्हणावे लागते. इतर प्रमाणांद्वारे उपलब्ध होणारी माहिती जर सर्वप्रथम तीर्थावळीशी त्याचप्रमाणे वारकरी आचारविचारधर्माशी सुसंगत असेल तर ती स्वीकारता येते; अन्यथा नाही. तशी असेल तरच ती मूळ तीर्थावळीला पूरक ठरेल. तीर्थावळीतील मोकळ्या जागा ती भरू शकेल. तशी नसेल तर तिचा स्वीकार करण्याचे कारण राहत नाही.

काही उदाहरणांच्या साहाय्याने हा मुद्दा स्पष्ट करता येईल. नामदेवकृत तीर्थावळीत जर ज्ञानदेव आणि नामदेव या दोनच संतांनी तीर्थयात्रा केली असे म्हटले असेल तर ते मान्यच करायला हवे. उत्तरकालीन साधने बहुमताने इतरही संतांचा समावेश त्यात करत असतील तर ते मान्य करायचे कारण नाही.

भिंगारकरबोवांनी तीर्थयात्रेच्या संदर्भात आणखी दोन स्पष्टीकरणे दिली आहेत. आळंदीच्या ब्राह्मणांनी उपनयन संस्कार करण्याचे नाकारल्यावर ज्ञानदेवादी चारी भावंडे, आळंदीकरांच्याच सांगण्यानुसार पैठण येथील धर्मपीठाकडे दाद मागण्यासाठी निघाली, हा चरित्रभाग सर्वज्ञातच आहे. पैठणच्या मार्गावर असताना त्र्यंबकेश्वर मुक्कामी वाघ आडवा आल्यामुळे त्यांची धावपळ झाली. निवृत्तिनाथांनी तेथील ब्रह्मगिरीतील एका गुहेत आश्रय घेतला. ती स्वतः गहिनीनाथांची गुंफा होती. तेथेच निवृत्तिनाथांना गहिनीनाथांचा अनुग्रह झाला. हा कथाभाग नामदेवरायांच्या 'आदि'मध्ये नसला तरी वारकरी परंपरेला व सर्वांना मान्य आहे. आपली नाथपंथीय गुरुपरंपरा आदिनाथ शंकरापासून आपल्यापर्यंत कशी प्रवाहित झाली हे स्वतः ज्ञानेश्वरांनीच *ज्ञानेश्वरी*च्या अखेरीस (व अभंगांमधूनही) सांगितले आहे. निवृतिनाथ आपले श्रीगुरू असल्याचे सांगून स्वतः निवृत्तिनाथांना गोरक्षशिष्य गहिनीनाथांचा उपदेश झाला होता, असेही ज्ञानेश्वर सांगतात. (*ज्ञानेश्वरी*, १८.१७५१-१७६३) मात्र, गहिनीनाथांना निवृत्तिनाथांनी हा उपदेश कोठे केला याचा उल्लेख *ज्ञानेश्वरी*त वा अभंगात सापडत नाही. उत्तरकालीन चरित्रकारांनी ही मोकळी जागा त्र्यंबकेश्वरच्या कथाभागाने भरून काढली. यात एक संगतीही आहे. एक तर त्र्यंबकेश्वर हे नाथसंप्रदायाचे पारंपरिक स्थान असल्याचे सर्वज्ञात आहेच. दुसरे असे की, याच परिसरात मच्छिंद्रनाथांनी चौरंगीनाथांचा उद्धार केल्याचे *ज्ञानेश्वरी*मध्येच नमूद केले आहे. त्यामुळे स्वतः ज्ञानेश्वरांच्या साहित्यात किंवा नामदेवांच्या 'आदि' या ज्ञानेश्वरांच्या आद्यचरित्र

प्रकरणात ही कथा नसली तरी वर सांगितलेल्या निकषांवर ती पूर्णतः उतरत असल्यामुळे तिचा स्वीकार करण्यात काही अडचण येत नाही. वारकरी वर्तुळात ती पूर्णपणे मान्य आहे. आणि परंपरा हे एक प्रमाण साधन असल्याचे मी आधीच स्पष्ट केले आहे.

भिंगारकरांनी मात्र हा कथाभाग गोळाबेरीज करून सांगितल्याने त्याचे स्वारस्य कमी झाले आहे. त्यांच्या कथनाचा सारांश माझ्या *चार भावंडे* या चरित्रग्रंथात आला आहे. त्यानुसार गहिनीनाथांच्या गुहेत निवृत्तिनाथांनी सात दिवस वास्तव्य केले. या काळात गहिनीनाथांनी त्यांना उपदेश केला. त्याचे स्वरूप सांगताना भिंगारकरांनी बऱ्यापैकी अतिशयोक्ती केली आहे. उपदेशात त्यांनी प्रकृतिपुरुषाचा विवेक, पंचकोशाचा निरास, कर्म, उपासना, ज्ञान, अष्टांगयोग, गोरक्षकिमया आणि शाबरीमंत्र इत्यादींचा समावेश केला आहे. महावाक्यविवरणही त्यात आहेच. भिंगारकरांनी गहिनीनाथांच्या आश्रमात दत्तात्रयांनाही आणले. इतकेच नव्हे; तर श्रीदत्त, मच्छिंद्र, गोरक्ष, गैनी व निवृत्ती या सर्वांना तीन-चार कुत्रींच्या दुधात कालवलेले भाकरीचे तुकडेही खाऊ घातले.

भिंगारकरांनी चरित्रप्रसंगांचा असा महासंकर घडवला. त्यांनी अगोदरच्या व नंतरच्या सर्व साधनांना एकाच स्तरावर ठेवले. ज्ञानेश्वरांच्या नाथपरंपरेचा दत्तात्रय परंपरेशी काही संबंध नाही. या दोन संप्रदायांना जोडण्याचा प्रयत्न नंतरच्या काळात झाला.

या मुद्द्याचा तीर्थावळी संबंध कसा पोहोचतो असा प्रश्न कोणालाही पडेल. त्याचे उत्तर येथेच देणे उचित होईल. 'या सर्वांनी ते दुग्धमिश्रित तुकडे भक्षण केले. भोजनोत्तर त्यांची जाण्याची तयारी पाहून निवृत्तीने हात जोडून प्रार्थना केली की, 'महाराज, पुनरपी आपल्या भेटीचा लाभ केव्हा होईल?' तिघांनी उत्तर दिले, की 'तुझा मध्यम बंधु ज्या वेळेस यात्रा करून श्रीक्षेत्र काशीस येईल त्या वेळेस मणिकर्णिकेच्या घाटावर तुमची भेट होईल.'' (*महासाधू श्रीज्ञानदेव चरित्र*, पृ. ४३)

आता या कथाभागाचे अनुसंधान राखत त्याची पुढील काळात व्यवस्था लावणे अपेक्षित असल्याने भिंगारकर, ज्ञानेश्वर-नामदेव काशीला पोहोचले तेव्हा तेथील वास्तव्यात ही भेट दाखवतात. ज्या उत्तरकालीन साधनाने ही संगती लावली त्याने ज्ञानेश्वर-नामदेवांनंतर होऊन गेलेल्या कबीरांनापण मागे खेचले आहे. तदनुसारच कथा सांगणे भिंगारकरांना भाग आहे. 'कबीरानेही आपल्या घरी नेऊन ज्ञानेश्वरादिकांची पूजा केली. या गोष्टीला तीन दिवस झाल्यानंतर एके दिवशी प्रातःकाळी निवृत्तिज्ञानेश्वरादिक भागीरथीचे स्नान करून मणिकर्णिकेच्या घाटावर येतात, तो इतक्यात पूर्वोक्त संकेताप्रमाणे श्रीगुरू दत्तात्रय, मत्स्येंद्र आणि गोरक्ष या त्रिवर्गांची भेट झाली. निवृत्तिनाथाने त्यांना अवलोकन करून साष्टांग प्रणिपात केला. आणि ते ज्ञानदेवास म्हणाले, की, 'ज्ञानदेवा, हे

आणि गुरुवर्य श्री दत्तात्रय, मत्स्येंद्र व गोरक्ष आले आहेत. त्यांना नमस्कार करा.' असे ऐकताच श्रीज्ञानेश्वरांनी त्रयमूर्तींच्या चरणी मस्तक ठेविले.' (पृ. ११९)

तीर्थयात्रेच्या संदर्भातील आणखी एका घटनेचा उल्लेख भिंगारकरांनी केला आहे. तो या गुरुभेटीच्या प्रसंगाशी जोडून घ्यावा लागतो. त्यानुसार,

'एके दिवशी निद्रिस्त असताना ज्ञानेश्वरास असे स्वप्न पडले की, आपल्या सन्मुख काही रूपमती शृंगारयुक्त स्त्रिया येऊन उभ्या राहिल्या. 'तुम्ही कोण आहात' म्हणून ज्ञानेश्वरांनी त्यांना विचारले. त्यातून कोणे एके स्त्रीने 'मी कृष्णा, मी भामा, मी भागीरथी, मी यमुना' असे त्या सर्वांना सांगितले. ती नावे ऐकून ज्ञानेश्वरास अशी शंका उत्पन्न झाली की, गंगा, यमुना म्हणून जी तीर्थे म्हणतात ती तर या स्त्रियांच्या रूपाने आली नसतील ना? असे मनात आणून त्यांस प्रश्न करितात की, 'बायांनो! तुम्ही कोण आहात?' त्यांनी उत्तर दिले, की 'गंगा, यमुना, भागीरथी, आदिकरून जी तीर्थे म्हणतात तीच आम्ही आहोत.' ज्ञानेश्वरांनी त्या सर्वांस साष्टांग नमस्कार करून असा प्रश्न केला, की 'आज आपले आगमन इकडे कोणीकडे?' त्यांनी उत्तर दिले, की 'कलियुगाची चार हजार वर्षे झाली. या चार हजार वर्षांत जनांनी स्नाने करून आपल्या पातकांचा त्याग आमच्या ठायी केल्यामुळे त्या पापांचा भार इतका झाला आहे, की तो आमच्याने आता सहन करवत नाही. तरी आपणास आमची इतकी विनंती आहे की, आपण एकवार येऊन आमच्या जलात आपले स्नान झाले म्हणजे आम्ही जनांच्या पातकांपासून मुक्त होऊ. किंबहुना, तत्सदृश साधूंच्या स्नानाने आमचेही देह पावन होतील.' इतके भाषण करून त्या सर्व स्त्रिया गुप्त झाल्यानंतर ज्ञानेश्वरही जागे झाले. आणि विचार करितात की, काय हे चमत्कारिक स्वप्न! याचा अर्थ तरी काय असावा बरे? या स्वप्नावरून तरी मला असे वाटते की, सर्व तीर्थे मला बोलावीत आहेत व मलाही जावे असे वाटते. मग ज्ञानेश्वरांनी ते स्वप्न निवृत्ती, सोपान आणि मुक्ताबाई या तिघांस निवेदन केले. ते स्वप्न ऐकून निवृत्तिनाथास मागील वृत्तान्ताची आठवण झाली; आणि म्हणाले की, 'खरोखरच आपण तीर्थयात्रेस गेले पाहिजे; कारण मागे ज्या वेळेस मी त्र्यंबकेश्वरी श्रीगुरू गैनीनाथांच्या आश्रमी गेलो होतो, त्या वेळेस तेथे श्रीदत्त महाराज, मत्स्येंद्रनाथ आणि गोरक्षनाथ यांचे दर्शन झाले, ते वृत्त मी तुला कथन केलेच आहे. ज्या वेळेस ते त्रिवर्ग जावयास निघाले, त्या वेळेस मी त्यांना अशी विनंती केली की, 'महाराज, पुनरपी आपल्या दर्शनाचा योग केव्हा येईल?' त्यांनी असे उत्तर दिले की,' तुझा बंधु तीर्थयात्रेस जाईल त्याजबरोबर तुम्ही आला म्हणजे मणिकर्णिकेच्या घाटावर आमचे दर्शन होईल.' मला असे वाटते की, त्यांच्या भाषणाचा आणि या स्वप्नाचा

चांगला मेळ जमतो. तरी आपण सर्वच जाऊ. नंतर सर्वांनी तीर्थयात्रेस निघण्याचा निश्चय केला.' (पृ. ९८-९९)

उत्तरकालीन साधनांच्या आधारे भिंगारकरांनी गोळाबेरीज करून सांगितलेल्या या हकिकतीतील पहिला भाग म्हणजे गंगा, यमुना इत्यादी नद्यांनी ज्ञानेश्वरांच्या स्वप्नात दर्शन देऊन त्यांना तीर्थक्षेत्री येऊन स्नानाने आपले शुद्धीकरण करायची विनंती केली. हा प्रसंग वारकरी परंपरेला मान्य आहे; परंतु हकिकतीचा दुसरा भाग मान्य नाही. पहिला भाग वारकरी आचारविचारांशी जुळतो. ज्ञानदेवांनी आपला हेतू नामदेवांना विदित केला असल्याचे नामदेव तीर्थावळीत सांगत नसले तरी तीर्थावळीमध्येच *पंथी पावन तीर्थे करोनि सकळिके । प्रक्षाळिली पातके वासनेची ।।* (अ.क्र. ९१९) असे त्यांनी म्हटले आहे. त्यावरून ज्ञानदेवांचा हाही हेतू असणार, असे म्हणता येते.

स्वत: संतांना तीर्थयात्रा करायची गरज नसली तरी तीर्थांनाच आपले सामर्थ्य अबाधित राखण्यासाठी त्यांची गरज असते. स्वत: ज्ञानदेवांनी *तीर्थे पावन जिही धर्म केला धडौनी । केवल्यकल्पद्रुम ते त्रिजगती ।।* असे म्हटले आहे. तुकोबांनी *तीर्थे तया ठाया । येती पुनीत व्हावया । पर्वकाळ पाया । तळी वसे वैष्णवा ।।* असे म्हटले आहे.

दुसरा मुद्दा म. वा. धोंड यांनी वारकरी संप्रदायाच्या ज्या कर्मयोग या प्राणतत्त्वाचा उल्लेख केला आहे त्याच्याशी निगडित आहे. वारकरी पंथात अनुस्यूत असलेला कर्मयोग स्वत: ज्ञानेश्वरांनीच मांडला आहे आणि तोही गीताभाष्याच्या अर्थात *ज्ञानेश्वरी*च्या माध्यमातून! लोकसंग्रह हा गीतोक्त कर्मयोगाचा एक अपरिहार्य भाग आहे. एखादे कर्म करण्याची स्वत: कर्त्याला आवश्यकता नसली तरी तो ते कर्म इतरांसाठी करतो. म्हणजेच लोकसंग्रहार्थ करतो. सर्वसामान्य लोक हे त्याच्या उदाहरणातून शिकणार असतात, त्याचे अनुकरण करणारे असतात, याचे भान ठेवून तो प्रसंगी आपल्या मताला मुरड घालतो; आपण ज्या स्थितीत आहोत ती सोडून दोन पायऱ्या खाली येतो. समाजाची घडी विसकटू नये यासाठी लोकसंस्थांचे रक्षण हा निष्काम कर्मयोगाचा एक भाग असतो.

नामदेवरायांनी आपल्याबरोबर तीर्थयात्रेला का यावे, याचा खुलासा करताना ज्ञानेश्वरांचा एक युक्तिवाद लोकसंग्रहाचा आहे आणि हे स्वत: नामदेवच सांगतात. नामदेव तीर्थयात्रेसाठी उत्सुक नाहीत हे पाहिल्यावर ज्ञानदेव त्यांना पटवून सांगायचा प्रयत्न करतात : *जीवनमुक्त ज्ञानी जरी झाले पावन । देवतीर्थ भजन न सांडिती ।।* (*श्रीनामदेव गाथा*, अ.क्र. ९०५)

नामदेवांना त्या वेळी ज्ञानदेवांचे हे मत फारसे रुचले नाही. आश्वासक (convincing) वाटले नाही. तरीही, त्यांचा नंतरचा आयुष्यक्रम लोकसंग्रहाच्या तत्त्वाला अनुसरूनच झाला, असे त्यांचे चरित्रच सांगते.

परत एकदा उजळणी करून सांगायचे झाल्यास असे म्हणता येते की, नामदेवरायांच्या सहवासात भक्तिसुखाच्या आनंद लुटणे आणि लोकसंग्रह या दोन हेतूंचा उल्लेख स्वत: ज्ञानदेवांनी केला आहे. तीर्थांचे शुद्धीकरण या हेतूचा उल्लेख उत्तरकालीनांनी केला आहे व तो वारकरी विचारविश्वाशी सुसंगत आहे.

ज्ञानेश्वरांचे गोळाबेरीज चरित्र लिहायच्या नादात भिंगारकरांनी तीर्थयात्रेमागच्या ज्ञानेश्वरांच्या आणि स्वत: ज्ञानेश्वरांनीच सांगितलेल्या हेतूकडे पुरेसे लक्ष दिले नाही, असे दिसते. नद्यांच्या स्वप्नदर्शनाचा आणि दत्तगुरू, मत्स्येंद्रनाथ व गोरक्षनाथ यांच्या संभाव्य भेटीचा उल्लेख करून झाल्यावर ते लिहितात – 'ज्ञानेश्वरांनी असा मनात विचार केला की, आपण यात्रेला जाणार खरे! परंतु आपल्याबरोबर कोणीतरी भगवद्गुणानुवाद करणारा प्रेमळ पुरुष सोबतीस असला म्हणजे मार्गक्रमण करत असता कालक्षेप चांगला होईल. परंतु 'कोण असा मिळेल' या विचारांत असता इतक्यात पंढरपुरास वास करणारा जो नामदेव त्याचे स्मरण झाले. ज्ञानेश्वरांनी नामदेवाची प्रेमळपणाविषयी पूर्वीच कीर्ती ऐकली होती व यांची आणि त्याची पूर्वी भेटही झाली होती. असो; त्यांनी नामदेवास बरोबर घेण्याविषयी उत्पन्न झालेला हेतू निवृत्तिनाथास निवेदन केला. त्याविषयी निवृत्तिनाथांचे अनुमोदन मिळाल्यानंतर त्या सर्वांनी एके दिवशी सुमुहूर्त पाहून निवृत्तिनाथ, ज्ञानेश्वर, सोपानदेव आणि मुक्ताबाई सर्व मिळून श्रीविठ्ठलाचे स्मरण करून तीर्थयात्रेस जाण्याच्या हेतूने घराबाहेर पडले.'

तीर्थयात्रा करण्याच्या महत्त्वाच्या हेतूला दुय्यम समजून भिंगारकरांनी ज्ञानेश्वरांना सोबतीला 'कोणीतरी' असावा असे आधी वाटले व मग त्यांना नामदेवांची आठवण झाली, अशी मांडणी केली आहे, ती सदोष आहे. हे तीर्थावळी वाचल्यावर कोणाच्याही लक्षात येईल. भिंगारकरांनी ती वाचली होती व तिच्यातील काही प्रसंगही त्यांनी ज्ञानेश्वरचरित्रात समाविष्ट केले आहेत. तथापि, त्यांना तीर्थावळीचे महत्त्व व गांभीर्य यांचे नीट आकलन झाले होते, असे म्हणता येत नाही.

माझ्या म्हणण्याचे प्रत्यंतर पाहण्यासाठी आणखी एक प्रसंग उपलब्ध आहे. ज्ञानदेव-नामदेव तीर्थयात्रा करून परत पंढरपुरास आल्यानंतर जे मावंदे व ब्राह्मणभोजन झाले ते फार महत्त्वाचे आहे. त्यातून परत एकदा वारकरी पंथाच्या तत्त्वज्ञानाची मांडणी झाली

आहे. हा प्रसंग ज्ञानेश्वरचरित्रापेक्षा नामदेवचरित्रात शोभणारा आहे असे वाटून कदाचित भिंगारकरांनी तो वगळला असेल, असे म्हणता येणे शक्य आहे. आणि ज्ञानेश्वरचरित्रात तो तपशीलवार येण्याची गरजही नाही. तथापि, या प्रसंगाचा सारांश रूपाने का होईना, यथोचित उल्लेख करणे औचित्याला धरून झाले असते. भिंगारकर त्याची व्यवस्था कशी लावतात ते पाहा : 'काही दिवसांनी ती सर्व मंडळी पंढरपूर येथे प्राप्त झाली. श्रीज्ञानदेव नामदेवादी तीर्थयात्रा करून परत आले, हे श्रीविठ्ठलास कळताच ते आपला रथ घेऊन सर्व मंडळीसह वर्तमान गावाबाहेर त्यांना सामोरे आले. परस्परांचे काही वेळ प्रेमभरित भाषण झाल्यानंतर भागीरथीची पूजा करून तिला आपल्या रथात घेऊन निवृत्ती, ज्ञानदेव, सोपान, मुक्ताबाई, नामदेव, सावता माळी, गोरा कुंभार, इत्यादी संतमंडळी मोठ्या समारंभाने गावात मिरवत आणली. उत्तम दिवशी काशीचे मावंदे झाल्यानंतर सर्व संत आपापल्या गावी निघून गेले. त्याचप्रमाणे निवृत्ती-ज्ञानदेवादी श्रीविठ्ठलाची आज्ञा घेऊन निघाले, ते आळंदीस येऊन पोहोचले. आळंदीकर मंडळींनी ज्ञानदेवादिकांस मिरवत आणून काशीचे मावंदे केले.'

खरे तर तीर्थावळी नावाच्या संहितेत नामदेव हे नायक आहेत. आणि स्वत: ज्ञानदेव त्यांचा नायक म्हणून स्वीकार करतात. परंतु भिंगारकरांनी केलेल्या वर्णनात नामदेव कोठेतरी हरवून गेले आहेत, असेच वाटत राहते.

तीर्थावळीतील हकिकतीला पुष्ट करणारे कथन जनाबाईंच्या अभंगातूनही मिळते.

जावोनी राउळा जोडूनिया कर । बोले ज्ञानेश्वर विठोबासी ।।
करावी ही तीर्थ आवड अंतरी । घ्यावे बरोबरी ज्ञानदेवा ।।
ऐकताचि ऐसे म्हणे पांडुरंगा । न धाडिता राग येईल तुज ।।
तयाविण मज घडी जरी जाय । युगा ऐसी होय ज्ञानेश्वरा ।।
जनी म्हणे मग नामया पाचारी । कृपाळुवा हरी मायबाप ।। (जनाबाई, अ.क्र. ४६९)

नामदेवांच्या हकिकतीप्रमाणे नामदेवांच्या उत्तरामुळे ज्ञानेश्वरांचे समाधान झाले व त्यांनी *देऊनी आलिंगन नामा धरिला करी । वंदियेले शिरी चरणरज ।।* (अ.क्र. ९०७) त्यानंतर दोघे विठ्ठल मंदिरात आले व ज्ञानेश्वरांनी आपली इच्छा देवापुढे प्रकट केली.

जनाबाईंच्या अभंगामुळे समजणारी गोष्ट म्हणजे प्रश्न फक्त नामदेवांचाच नव्हता. विठ्ठलाचा विरह जसा नामदेवांना सहन होणार नव्हता तसा नामदेवांचा विरह विठ्ठलालाही सहन होणार नव्हता. साहजिकच, विठ्ठलाने प्रथम ज्ञानेश्वरांनाच नाउमेद करून तीर्थयात्रेला जाण्यापासून परावृत्त करण्याचा प्रयत्न केला.

म्हणे तू ज्ञानदेव चिद्रूप केवळ । सबाह्य निर्मळ स्फटिक जैसा ।
सहज तीर्थरूप तुचि निरंतर । असता हा विचार काय करिसी ।। (अ.क्र. ९)

त्यावर ज्ञानेश्वरांनी प्रांजळपणे आपला हेतू स्पष्ट केला.

येरू म्हणे स्वामी बोलिलेती बरवे । परि सार्थक करावे देहाचे या ।।
प्रसंगे नामयाचे संगति सुख घ्यावे । म्हणोनि ज्ञानदेवे धरिले चरण ।। (अ.क्र. १०७)

आता नामदेवांची समजूत पटवून त्यांना ज्ञानेश्वरांबरोबर जायला प्रवृत्त करण्याचे काम विठ्ठलाचे होते. जनाबाईंच्या कथनानुसार –

जाय बरोबरी नामया तू जाय । न चले उपाय काही येथे ।।
करू काय मज पडले साकडे । उल्लंघेना भीड मज याची ।। (जनाबाई, अ.क्र. ४७०)

नामदेवांच्या वृत्तान्ताप्रमाणे

हांसोनी पंढरिनाथ पाहे नाम्याकडे । म्हणे नवल केवढे भाग्य तुझे ।।
प्रत्यक्ष परब्रह्ममूर्ति ज्ञानेश्वर । करितसे आदर संगतीचा ।।
ऐसे भाग्य जेणे सर्वस्वे साधावे । तरीच जन्मा यावे विष्णुदासा ।। (अ.क्र. १०८)

जनाबाईंच्या अभंगातून मधला दुवा जोडला गेला आहे तो असा,

नामा म्हणे ऐका स्वामी नारायणा । एक विज्ञापना परिसावी ।
कटावरी कर नाही ज्या देवाचे । न घे मी तयाचे दरुशन ।।
मारिताचि हाक यावे त्वा झडकरी । बरे म्हणे हरि नामयासी ।।

(जनाबाई, अ.क्र. ४७०)

नामदेव ज्ञानेश्वरांबरोबर तीर्थयात्रेला जाण्यास तयार झाले; पण ते दोन अटींवर. त्यातल्या दुसऱ्या अटीचा संबंध नंतर घडलेल्या एका घटनेशी पोहोचतो त्याची चर्चा नंतर.

तीर्थयात्रेच्या दरम्यान म्हणजे वाटचालीत ज्ञानेश्वर आणि नामदेव यांच्यात जो संवाद झाला त्यातून वारकरी संप्रदायाचे तत्त्वज्ञान व्यक्त झाले आहे. या तत्त्वज्ञानाच्या प्रकटीकरणात पूर्वपक्षाची भूमिका ज्ञानेश्वरांच्या माध्यमातून मांडण्यात आली आहे. ज्ञानेश्वर अद्वैताचा, परमात्मा सर्वव्यापी असल्याचा विचार नामदेवांच्या गळी उतरवू पाहत आहेत, जणू ते नामदेवांचा भक्तिभाव कसोटीला लावून पाहत आहेत.

त्यांच्या विवेचनाप्रमाणे देव म्हणजे *तो नाही ऐसा ठाव उरलासे कवण । सर्वत्र संपूर्ण गगन जैसे ।।* (अ.क्र. ९१३)

मात्र, नामदेव या तत्त्वज्ञानाला दाद देत नाहीत. ते म्हणतात –

मी न मनी न मनी लटिकी हे कहाणी । जळधरावाचूनि चातक जैसा ।
तैसे माझे मन स्मरे रात्रंदिवस । पंढरीनिवास जीवन माझे ।। (अ.क्र. ९१३)

नामदेवांचा हा दृढ भाव आणि एकविध निष्ठा पाहून ज्ञानेश्वरांचा त्यांच्याविषयीचा आदर दुणावला. 'धन्य तुझा भाव एकविध' अशी पावतीच जणू त्यांनी दिली. (अ.क्र.९१३)

मार्गक्रमणाच्या दरम्यान ज्ञानेश्वर नामदेवांमध्ये होणाऱ्या सुखसंवादाचे वर्णनही तीर्थावळीत येते. ते अत्यंत हृद्य आहे.

ऐसे नित्यानंदभरित क्रमिताती मार्गु । हृदयी तो अनुरागु आवडीचा ।।
प्रेमे वोसंडत करिती स्वहितगोष्टी । दाविती कसोटी अनुभवाची ।।
बाप ते सुख वृष्टि होतसे अनिवार । ब्रह्मरसे पूर वोसंडत ।। (अ.क्र. ९१४)

'तीर्थावळी'तील ज्ञानदेव आणि नामदेव या दोन संतश्रेष्ठांमधील संवाद म्हणजे जणू ज्ञानमार्ग आणि भक्तिमार्ग यांच्यात पूर्वपक्ष आणि उत्तरपक्ष अशा स्वरूपाचा वादसंवाद आहे, असे म्हटले तरी चालेल. नामदेव गाथेतील ९१३व्या अभंगाची अशा प्रकारची वादसंवादात्मक मांडणी करून पाहिली की माझा मुद्दा लक्षात येईल.

ज्ञानदेव

ज्ञानदेव म्हणे परियेसी विष्णुदासा । तूं सुखसंतोषा पात्र होसी ।। १ ।।
प्रेमाचा जिव्हाळा तुझ्या हृदयीं आला । तूं कां वेळोवेळां खंती करिसी ।। २ ।।
विचारी सावध होवोनि भक्तराजा । सुखानंदु तुझा तुजची जवळी ।। ३ ।।

नामदेव

मी नेणें ज्ञानगती नेणें योगयुक्ति । न देखें विश्रांति एकेविण ।। ४ ।।
सर्वभावें मज तेंचि रूप आवडे । जें पुंडलिकापुढें उभें असे ।। ५ ।।
तो माझा विठ्ठल दावा दृष्टी भरी । आस मी न करी आणिकांची ।। ६ ।।

ज्ञानदेव

व्यापकु विठ्ठलु आहे सर्व देशीं । जरी सांडोनियां पाहसी भेदभ्रमु ।। ७ ।।
तो नाहीं ऐसा ठाव उरलासे कवण । सर्वत्र संपूर्ण गगन जैसें ।। ८ ।।

नामदेव

काया वाचा मनें मज तोचि व्हावा । गीतीं गातां जीवा सुख वाटे ॥ ९ ॥

ऐकावा श्रवणीं पाहावा तोचि नयनीं । नवजावा जवळोनी दूर कोठें ॥ १० ॥

ज्ञानदेव

जें अक्षर अव्यक्त देशकाळरहित । ज्ञानी उपासिक सोहंभावें ॥ ११ ॥

सर्वेंद्रियांसहित आवरोनि चित्त । भोगिती अद्वैत नित्य सुख ॥ १२ ॥

नामदेव

सर्व सुख मज आहे त्याच्या पायीं । आणिकांच्या वाहीं न पडे कदां ॥ १३ ॥

तेथें माझें मन रंगलेंसें भावें । सुख येणें जीवें देखिलें डोळां ॥ १४ ॥

ज्ञानदेव

सर्वगत संपूर्ण सर्वकाळ असणें । होणें आणि जाणें नाहीं जयां ॥ १५ ॥

तें तुज माझारीं तूं तयाभीतरीं । अनुभवी निर्धारीं ठेवुनी मन ॥ १६ ॥

नामदेव

मी न मनीं न मनीं लटिकी हे कहाणी । जळधरावांचोनि चातक जैसा ॥ १७ ॥

तैसें माझें मन स्मरे रात्रंदिवस । पंढरीनिवास जीवन माझें ॥ १८ ॥

ज्ञानदेव

ऐसें ऐकोनि बोलणें म्हणे ज्ञानदेव । धन्य तुझा भाव एकविध ॥ १९ ॥

नामदेव

नामा म्हणे माझ्या सुखाचा विसावा । आवडे या जीवा पंढरीरावो ॥ २० ॥

नामदेवांनी ज्या प्रकारे ज्ञानदेवांच्या मांडणीचा किंवा आक्षेपांचा उत्तरपक्ष केला त्यामुळे ज्ञानदेव प्रभावित झाले. नामदेवांच्या भक्तिशास्त्रातील आविष्काराविषयी त्यांना अगोदरच खात्री होती, ती यामुळे द्विगुणीत झाली. आणि त्यांनी नामदेवांना भक्तिमार्गातील मूलभूत संज्ञांचा अर्थ सांगण्याची विनंती केली. त्यांनी विचारले,

भक्तिभाग्य तुवा जोडिले अविनाश । सांग पा सविलास मार्ग त्याचा ॥

कैसा तो साधावा सांग भजनविधि । कैसी नमनबुद्धि सत्वशील ॥

कैसा निर्विकार ध्यानाचा प्रकार । हा सर्व विचार सांगे मज ॥

कैसे ते श्रवण कैसे ते मनन । कैसे निजध्यासन दृढ होय ॥

कवण ते भक्ति कवण ते धृति । कवण ते विश्रांति दावी मज ॥

बहु उत्कंठित या सुखा कारणे । ते मज पारणे करवी आजी ।।
सांगे हा अनुभव साधन उपावो । विनवी ज्ञानदेवो नामयासी ।। (अ.क्र. ९१४)

वस्तुतः यातील बहुतेक संज्ञा ज्ञानमार्गात व योगमार्गात प्रचलित आहेत. ज्ञानदेव नामदेवांना या संज्ञांचा भक्तिशास्त्रीय अर्थ विचारतात. अशा प्रकारची सांकल्पनिक चर्चा ज्ञानदेवांना आवश्यक वाटली याचे कारण ज्यांना ज्ञानाचा अधिकार नाही व योगसाधना करणे शक्य नाही, अशा सर्वसामान्य सुमारांसाठी भक्तिमार्ग असल्याचा जो समज प्रचलित आहे त्याला त्यांना छेद द्यायचा होता.

अर्थात, त्यावर नामदेवांनी भक्ताला साजेल अशी नम्र भूमिका घेतली असणार, हे वेगळे सांगायला नको. *नव्हे बहुश्रुत नव्हे ज्ञानशीळ । दास मी दुर्बळ वैष्णवांचा ।। नेणते नेणते काहीच मी नेणते । म्हणोनि देवे तुम्हाते निरविले ।।* (अ.क्र. ९१५) तथापि, केवळ तुम्ही विचारले म्हणून परमात्म्याच्या कृपेने बोलायचा प्रयत्न करतो.

मातेचिया स्नेहे बालक बोबडे । खेळे लाडे कोडे नेणो लाज ।।
नामा म्हणे तैसे तुम्ही माझे कवतुक । करूनी सुखे सुख वाढविता ।। (अ.क्र. ९१५)

ज्ञानदेवांनीही तितक्याच उमदेपणाने *पंढरीरायाचा प्रेमभांडारी तू आस पूर्ण करी मज याचकाची ।। सिंधुहुनी सखोल सुरस तुझे बोल । आनंदाची वोल नित्य नवी ।। ते मज सादर ऐकवी सत्वर । श्रवण क्षुधातुर जाले माझे ।।* (अ.क्र. ९१६) अशी परत विनंती केली.

मग नामदेवांनी अर्थातच त्या विनंतीचा, तिला आज्ञा समजून आदर केला. त्यांनी या मूलभूत भक्तिशास्त्रीय संज्ञांचे विवरण केले. मात्र, हे विवरण अनुभवावर अधिष्ठित असल्याचेही त्यांनी स्पष्ट केले.

तीर्थावळीमधील ज्ञानेश्वर-नामदेव संवाद वाचून ज्ञानेश्वरीच्या दहाव्या अध्यायातील *मच्छित्ता मद्‌गतप्राणा बोधयन्तः परस्परम्।* या श्लोकावरील ओव्यांची आठवण झाल्याशिवाय राहत नाही.

चित्ते मीचि जाहाले । मियांचि प्राणे धाले।
जीवो मरो विसरले । बोधाचिया भुली ।।
मग तसा बोधाचेनि माजे । नाचती संवादसुखाची भोजे।
आता एकमेकां घेपेदिजे बोधचि वरी ।।
जैसी जवळिकेची सरोवरे । उचंबळलिया कालवती परस्परे।
मग तरंगासि धवळारे । तरंगचि होती ।।

तैसी येर येरांचिये मिळणी । पडत आनंदकल्लोळांची वेणी।
तेथ बोध बोधाची लेणी । बोधेचि मिरवी ।।
जैसे सूर्ये सूर्यातें ओवाळिले । की चंद्रे चंद्रम्या क्षेम दिधले।
नातरी सरिसेनि पाडे मीनले । दोनी वोघ ।।
तैसे प्रयाग होत सामरस्याचे । वरी वोसाण सरत सात्त्विकाचे।
ते संवादचतुष्पथीचे । गणेश जाहले ।। (अ. १०, अ.क्र. ११९-१२५)

वारकरी संप्रदायाच्या दृष्टिकोनातून ज्ञानेश्वर आणि नामदेव हे सारख्याच आध्यात्मिक अधिकाराचे संत होते. त्यांच्यात भेदाभेद करणे हे एक प्रकारचे पापकृत्यच होय. या संवादाचा अर्थ असा नाही, की नामदेवांना ज्ञानमार्गातील काहीच गम्य नव्हते किंवा ज्ञानेश्वरांना भक्तीमधील काहीच कळत नव्हते. *ज्ञानेश्वरीत*, *अमृतानुभवात* वर्णिल्याप्रमाणे संवादसुखाचा आनंद लुटावा म्हणून ज्ञानेश्वर जिज्ञासूची भूमिका घेतात. हा तुल्यबळांमधील संवाद आहे. भक्तीचा महिमा ज्ञानेश्वरांना कळत नव्हता, असे नाही. *ज्ञानेश्वरीत* त्यांनी केलेले भक्तीचे व्याख्यान त्यांचा भक्तिमार्गातील अधिकार स्पष्ट करण्यास पुरेसे आहे. मुद्दा हा आहे की, ज्ञानेश्वर योगी आणि ज्ञानी म्हणून प्रसिद्धी आणि प्रतिष्ठा पावले होते. त्यामुळे भक्तीचा महिमा भक्त म्हणून मान्यता मिळवलेल्या नामदेवांसारख्या व्यक्तीनेच सांगणे उचित ठरले असते. त्यानुसार –

ऐसें ऐकोनियां प्रेमा आला पोटीं । म्हणे बोलावी ते गोष्टी अनुभवाची ।। १ ।।
येर ते कर्मधर्म सर्वही पाल्हाळ । श्रमुचि केवळ जाणिवेचा ।। २ ।।
ऐसा संत भेटे विरळा भाग्ययोगें । जो आथिला वैराग्यें सप्रेमळू ।। ३ ।।
सर्वभूतीं दया सर्वभावें करुणा । जेथें मीतूंपणा मावळला ।। ४ ।।
***भजन** तयां नांव वाटे मज गोड । येर ते काबाड वायांविण ।। ५ ।।*
***नमन** ते नम्रता न देखें गुणदोष । अंतरी प्रकाश आनंदाचा ।। ६ ।।*
येर ते दांभिक जाणावे मायावी । विश्वास मी जीवीं न धरी त्यांचा ।। ७ ।।
***ध्यान** तया नांव निर्विकार निकें । जें विश्वीं माझ्या देखें विठोबासी ।। ८ ।।*
अखंड हृदयीं तेचि आठवण । साजिरे समचरण विटेवरी ।। ९ ।।
नादीं लुब्ध जैसें आसक्त हरिण । जाय विसरोन देहभाव ।। १० ।।
*वापरि तल्लीन दृढ राखें मन । या नांवें **श्रवण** आवडीचें ।। ११ ।।*
व्यवसायीं चित्त ठेवुनी कृपण । लाभाचें चिंतन सर्वकाळ ।। १२ ।।
*यापरि अखंड स्वहित विचारण । करिजे तें **मनन** सत्वशीळ ।। १३ ।।*

परपुरुषीं जैसी आसक्त व्यभिचारिणी । न लागे तिच्या मनीं कामधाम ॥ १४ ॥
कीटकीं भृंगुटिये जैसें अनुसंधान । निकें ***निजध्यासन*** *एकविध ॥ १५ ॥*
सर्वभावें एक विठ्ठलुचि ध्याये । सर्वांभूतीं पाहे रूप त्याचें ॥ १६ ॥
सर्वांहूनि निराळा रजतमावेगळा । भोगीं प्रेमकळा तेचि ***भक्ति*** *॥ १७ ॥*
सत्वाचा सुभट्ट असंग एकटू । वैराग्य उद्‌भटू एकनिष्ठ ॥ १८ ॥
प्रारब्धाचा भोगी नेणें देहस्मृती । अखंड ते ***धृति*** *निर्विकार ॥ १९ ॥*
निर्वासना मन निजलाभें संपूर्ण । नेणें स्वरूपज्ञान विकल्पाचें ॥ २० ॥
अनुरागें गोविंद ध्यायिजे एकांतीं । यापरती ***विश्रांति*** *आणिक नाहीं ॥ २१ ॥*
कायावाचामनें हा माझा अनुभव । सांगितला सर्व आवडीचा ॥ २२ ॥
नामा म्हणे हेंहि बोलविले तेणें । उदार सर्वज्ञें पांडुरंगे ॥ २३ ॥ (अ.क्र. ९१७)

विवेचनाचा समारोप करताना परत *कायावाचामने हा माझा अनुभव । सांगितला सर्व आवडीचा ॥* असे स्पष्ट करून हा अनुभव ज्ञानाच्या परिभाषेत मांडता आला तो उदार-सर्वज्ञ पांडुरंगाच्या कृपेने असे सांगायलाही ते विसरले नाहीत. *नामा म्हणजे हेहि बोलविले तेणे । उदार सर्वज्ञे पांडुरंगे ॥* (अ.क्र. ९१७)

नामदेवांच्या या विवेचनाने संतुष्ट झालेल्या ज्ञानदेवांनी व्यक्त केलेली प्रतिक्रिया खूप महत्त्वाची आहे.

भक्त भागवत बहुसाल ऐकिले । बहु होऊनि गेले होती पुढें ॥ १ ॥
परि नामयांचें बोलणें नव्हे हें कवित्व । हा रस अद्‌भुत निरूपमु ॥ २ ॥
हे सुखविश्रांति नाहीं हो कल्पांतीं । विचारावें संतीं दूरदृष्टि ॥ ३ ॥
होतू शास्त्रवक्ते व्युत्पत्तीचे माथे । होतू बहु श्रोते बुद्धिवंत ॥ ४ ॥
होतू कर्मनिष्ठ विधीचे उद्‌भट । होतू सर्वश्रेष्ठ पूज्य लोकां ॥ ५ ॥
होतू कळावंत कवित्व कुशळ । होतू का वाचाळ चतुरतेचे ॥ ६ ॥
होतू कां पाठक होतू कां साधक । होतू कां वाचक ग्रंथकार ॥ ७ ॥
होतू आत्मज्ञानी होतू निजध्यानीं । होतू वज्रासनीं बैसकेचे ॥ ८ ॥
होतू योगयुक्त होतू जीवन्मुक्त । होतू कां विरक्त सर्व संगीं ॥ ९ ॥
ऐसे होतू का सभाग्य संपन्न सर्वज्ञ । परि मी न मनीं तुजविण विष्णुदासा ॥ १० ॥
हे खूण जाणतां एक पंढरीरावो । रुक्मादेवी नाहो श्रीविठ्ठल ॥ ११ ॥ (अ.क्र. ९१८)

तीर्थयात्रेत ज्ञानदेव-नामदेवांनी नेमकी कोणती स्थळे पाहिली याचा पूर्ण तपशील तीर्थावळीत मिळत नाही. संक्षेपाने सांगायचे झाल्यास *पश्चिमे प्रभास आदि करोनी द्वारका ।*

पाहिल्या सकळिक मोक्षपुऱ्या ॥ (अ.क्र. ९१९) असा उल्लेख आहे. (नामदेवराय पंजाबात गेले ती त्यांची ज्ञानदेव समाधिस्थ झाल्यानंतरची तीर्थयात्रा असावी, असे वाटते.) या संपूर्ण यात्रेमध्ये म्हणजेच वेगवेगळ्या क्षेत्रांमध्ये असताना *परी पंढरीचे प्रेम नामयाचे जीवी । माउली आठवी पांडुरंग ॥* (अ.क्र. ९२०) अशी नामदेवांची अवस्था होती.

तीर्थयात्रा संपवून ज्ञानदेव-नामदेवांचा परतीचा प्रवास सुरू झाला. हे सांगताना दोन विशेषणे आढळतात : *जीवन्मुक्त दोन्ही भक्त आणि ज्ञानी । परतोनि तेथोनि येती मार्गी ॥* (अ.क्र. ९१९) या विशेषणांमधील 'जीवन्मुक्त दोन्ही' हा शब्दप्रयोग महत्त्वाचा आहे. 'ज्ञानी' हे विशेषण ज्ञानदेवांचे आणि 'भक्त' हे विशेषण नामदेवांचे असणार हेही उघडच आहे. 'दोन्ही' हा शब्दप्रयोग आवर्जून करण्यात आल्याचे दिसते. ज्ञानी ज्ञानदेव आणि भक्त नामदेव हे दोघेही जीवन्मुक्त असा योग्य अन्वय लावल्यावर लक्षात येते. केवळ ज्ञानानेच मुक्ती मिळते, असा समज दूर करून भक्तालाही मुक्ती मिळते असे त्यातून सूचित करायचे आहे. अर्थात, भक्ताला ही मुक्ती भक्तीपेक्षा कमी प्रतीची वाटते, हा भाग वेगळा!

परतीच्या वाटेवर घडलेला एक प्रसंग फार महत्त्वाचा आहे. भक्तिमार्ग आणि या भक्तिशास्त्रातील मूलभूत संज्ञा यांचे विवेचन नामदेवांकडून ऐकून समाधान व संतोष झाला, हे ज्ञानदेवांनीच सांगितले आहे. तसेच हे शब्दपांडित्य नसून अनुभवाचे बोल आहेत, अशी ग्वाही नामदेवांनी दिली आहे. तथापि, नामदेवांचे हे सैद्धान्तिक विवेचन प्रत्यक्ष व्यवहाराच्या पातळीवर वास्तवात किती प्रमाणात उतरते हे पाहण्याची उत्कंठा ज्ञानदेवांनाही असणारच. असा कसोटीचा प्रसंग योगायोगाने लवकरच आला. त्याचे वर्णन अभंग क्र. ९१९, ९२० आणि ९२१ मध्ये आलेले आहे. या प्रसंगातून नामदेवांच्या भक्तिविचारांवर जणू शिक्कामोर्तब झाले.

परतीच्या प्रवासात राजस्थानातील मरुभूमीत कोलादजी या ठिकाणी बराच काळ प्यायला पाणी न मिळाल्यामुळे हे दोघे तहानेने व्याकूळ झाले. योगायोगाने तेथे एक विहीर दिसली. तिच्यात पाणीही होते; पण ते खूप खोलवर होते. ज्ञानेश्वर योगी असल्यामुळे त्यांना अष्टमहासिद्धी वश होत्या. त्यांनी लघिमा या सिद्धीचा अवलंब करून भिंगुरटीसारखे एकदम सूक्ष्म रूप धारण करून विहिरीच्या तळापर्यंत जाऊन जल प्राशन करत आपली तहान भागवली. नामदेवांची इच्छा असेल तर त्यांच्यासाठी पाणी आणायची तयारी ज्ञानदेवांनी दाखवली. त्यांच्या योगाच्या सामर्थ्याचा प्रत्यय आलाच होता. ज्ञानदेवांनी अशा प्रकारे योगसामर्थ्याने सिद्धीच्या माध्यमातून नामदेवांसाठी पाणी आणणे हा एक प्रकारे भक्तिमार्गाचा पराभव ठरला असता. शिवाय, नामदेवांनी भक्तीचे गौरवपूर्ण विवेचन केले ते फोल ठरले असते. या निमित्ताने जणू भक्तिमार्ग पणाला लागला होता.

आणोनि उदक देईन तुझ्या हाती । न दिसे अनुगति आणिक काही। एवढे म्हणूनच ज्ञानदेव थांबले नाहीत; त्यांनी *पडिल्या संकटी विचारावे मनी । सांडावी आयनी अभिमानाची ।।* असे म्हणत नामदेवांच्या भक्तीला जणू आव्हान दिले.

अगोदर झालेल्या संवादात ज्ञानदेवांनीच आत्मा सर्वव्यापक असल्याचा ज्ञानमार्गी सिद्धान्ताचा उल्लेख केला होता. जणू तोच धागा पकडून नामदेव म्हणाले, *आत्मा तो विठ्ठल असता सर्व देही । माझी काय नाही चिंता त्यासी ।। नामा म्हणे धीर धरावा नावेक । दावीन कवतुक स्वामीजवळी ।।* (अ.क्र. ९२१)

नामदेवांनी मग विठ्ठलाचा धावा आरंभिला. गाथेतील ९२० वा अभंग हा या धाव्याचा आहे. त्याने पूर्वी गजेंद्र व द्रौपदी यांनी केलेल्या धाव्याला कसा प्रतिसाद दिला होता, त्याची आठवण करून दिली.

नामदेवांची हाक विठ्ठलाच्या कानी गेल्याशिवाय राहिली नाही. रुक्मिणीमातेलाही ती ऐकू गेलीच. रुक्मिणी म्हणे,

तृषाकांत नामा करितसे धावा । वेगी जाऊनि देवा सांभाळावे ।।
तव तो आर्तबंधु ऐकोनि वचन । मनाचेनि मने वेगु केला ।।
तव गडगडित कूप उदके ओसंडला । कल्पांती खवळला सिंधु जैसा ।।
(अ.क्र. ९२१)

नामदेवांची भक्ती अशा प्रकारे कसोटीला उतरल्याचे पाहून साहजिकच ज्ञानदेवांनी त्यांना मनापासून दाद दिली.

ज्ञानदेव म्हणे जाले अभिन्नव । कैसा ऋणिया देव केला येणे ।।
सावध करोनिया दिले आलिंगन । जीवे निंबलोण उतरिले ।। (अ.क्र. ९२१)

नामदेवांचे कौतुक करताना ज्ञानदेव म्हणतात,

तीर्थयात्रे जाणे न लगे काही करणे । ऐकोनि तुझे गाणे सुखरूप ।।
वेडावल्या श्रुतिस्मृति आणि पुराणे । योगियांची ध्याने विसर्जिली ।।
तुझे प्रेम सांडावे आणि मने कोठे जावे । जावोनिया पाहावे काय कोठे ।।
समाधिसोहळा लय लक्ष वैराग्य । आम्हांलागी भाग्य आणि येणे ।।
ऋषि गणगंधर्व ब्रह्मादिक सर्व । लक्षिताती ठावो अरूपाचा ।।
तो तुवा आम्हां सन्मुख उभा केला । चरणासी लागला ज्ञानदेव ।। (अ.क्र. ९२२)

तीर्थावळीतील कथनाशी सुसंगत व त्यामुळे त्याला अनुमोदन देणारा उल्लेख जनाबाईंच्या अभंगातही आढळतो, तो असा –

नामा म्हणे ऐका स्वामी नारायणा । एक विज्ञापना परिसावी ।। कटावरी न राही कर ज्या देवाचे । न घे मी तयाचे दरुशण ।। मारिताचि हाक यावे त्वा झडकरी । बरे म्हणे हरी नामयासी ।। (*नामदेव गाथा*, जनाईंचे अभंग क्र. ४७०)

तीर्थयात्रा संपवून ज्ञानदेव-नामदेव पंढरीला आल्यानंतर घडलेल्या प्रसंगाविषयी विवेचन होईलच. पंढरपूरचे कर्मठ ब्राह्मण व नामदेव यांच्यात झालेल्या संघर्षाचा तो प्रसंग आहे. या प्रसंगाची समाप्ती करण्यासाठी स्वतः पांडुरंगाला हस्तक्षेप करावा लागला. ब्राह्मणांनाही नामदेवांचे महत्त्व मान्य करून विठ्ठलाकडे क्षमायाचना करावी लागली. यावर विठ्ठलाने या तीर्थयात्रेत आलेल्या अनुभवांचे निवेदन करून निष्कर्ष काढण्याची जबाबदारीही ज्ञानदेवांकडे सोपवली.

सर्वज्ञाचा रावो आत्मा ज्ञानदेवो । सांगेल अनुभवो तुम्हाप्रती ।।
ते खूण अंतरी धरू सर्वभावे । दृढ धरोनि जीवे जतन करू ।।

वस्तुतः हे काम पांडुरंग नामदेवांना सांगू शकला असता; पण तसे न करता त्याने ती जबाबदारी ज्ञानदेवांकडे सोपवली. कारण सर्वज्ञांचा रावो असलेल्या ज्ञानदेवांनी ते सांगणे अधिक प्रभावी ठरले असते. स्वतः भक्त म्हणून प्रसिद्ध असलेले नामदेव भक्तीचे श्रेष्ठत्व व इतर साधनांचे गौणत्वच सांगणार, असे म्हणण्याची संधी विठ्ठल ब्रह्मवृंदाला देऊ इच्छित नव्हता हाच त्याचा अर्थ.

विठ्ठलाची आज्ञा प्रमाण मानून ज्ञानदेव सांगतात –

न लगे तीर्थाटन कायक्लेश जाण । न लगे अनुष्ठान करणे बहु ।।
न लगती सायास करणे उपवास । धरावा विश्वास संतसंगे ।।
न लगे वज्रासनी बैसावे नेहटी । न लगे गिरिकपाटी करणे वास ।।
न लगे उग्र तप नाना मंत्र जप । भेणे जाय पाप संतसंगे ।।
न लगे भस्म उधळणे वाहणे जटाभार । न घालावा पसार लोकाचारी ।।
सर्वभूती करूणा जिव्हे नामस्मृती । मन येईल निवृत्ती आपोआप ।।
क्रियाकर्मधर्म प्रेमेविण खटपटा । करिता आला वीट दीर्घ दोषाचा ।।
साधनांवाचोनी मार्ग सोपा जाण । करावे कीर्तन रामकृष्ण ।।
सर्वकाळ कथा संतांची संगती । वाचे नाम कीर्ति सर्व काळ ।।

तो हा राजमार्ग सर्वांहूनी चांग । सदा संतसंग वाचे नाम ।।
संकल्प विकल्प न धरावे मानसी । मनोभावे संतांसी शरण जावे ।। (अ.क्र. ९५९)

ज्ञानदेवांनी काढलेल्या या निष्कर्षातील 'न लगे तीर्थाटन' हा सल्ला महत्त्वाचा आहे. नामदेवांना आग्रह करून तीर्थाटनास नेणारे ज्ञानदेव 'न लगे तीर्थाटन' असे म्हणतात, ही बाब अत्यंत महत्त्वाची आहे. पंढरी न सोडता परमार्थ करता येतो, हे ज्ञानदेव आता अनुभवाने सांगतात. तर, गरज असेल तर स्वत:साठी नाही; पण इतरांसाठी पंढरी सोडायला हरकत नाही, अशी खूणगाठ नामदेवांनी मनोमन बांधलेली असते. त्यानुसारच त्यांचे पुढील चरित्र घडले आहे.

परतल्यानंतर तीर्थयात्रेची सांगता मावंदे नावाचा भोजनविधी केल्याशिवाय होत नसते हे सर्वज्ञात आहे. नामदेवांनी उद्यापनाचा विधी करून त्याचा एक भाग म्हणून ब्राह्मणभोजन घालावे असे स्वत: विठ्ठलानेच सुचवले. (अ.क्र. ९२५) विशेष म्हणजे तीर्थयात्रेचा संकल्प मुळात ज्ञानदेवांचा असताना, त्यांच्याऐवजी नामदेवांनी मावंदे घालावे असे विठ्ठलाने का सुचवले असावे, असा प्रश्न पडू शकतो. त्याचे उत्तर अवघड नाही. ज्ञानदेवादी भावंडांचा जन्म संन्याशाच्या संसारातून म्हणजे आरूढपतिताच्या पोटी झाला असला तरी ते ब्रह्मकुलोत्पन्नच होते. दरम्यान, पैठणच्या ब्राह्मणांनी त्यांना शुद्ध करून घेऊन त्यांचे उपनयन करायचा प्रस्ताव मान्य केला नसला तरी त्यांचे श्रेष्ठत्व मान्य केले होते व एव्हाना त्यांचा मोठा लौकिकही झाला होता. नामदेव अब्राह्मण असल्यामुळे लौकिक व्यवहारात त्यांच्याबरोबर ब्राह्मणांचा अन्नोदकव्यवहार होत नसे. या प्रकारचा फोलपणा दाखवून द्यायचा असेल तर मावंद्याचे भोजन ज्ञानदेवांऐवजी नामदेवांनीच घालणे क्रमप्राप्त होते.

क्षेत्रस्थ वर्णाभिमानी नामदेवांच्या निमंत्रणाचा स्वीकार करणार नाहीत म्हणून नामदेवांचा प्रतिनिधी या नात्याने विठ्ठलाने स्वत:च यजमान व्हायचे ठरवले. त्याने 'अनंत' असे नाव धारण करून ब्राह्मणाच्या रूपात क्षेत्रस्थांना निमंत्रणे दिली. आपले बिऱ्हाड देवळातच आहे असेही त्याने सांगितले. पण ब्राह्मणांनी त्याला ओळखले नाही. त्यावर रुक्मिणीची प्रतिक्रिया मार्मिक आहे :

तव ते विश्वमाता म्हणे मी कृपानिधी । सदा भेदबुद्धी त्यांचे ठायी ।।
विद्या वयसा जाती कुळाचा अभिमान । त्या कैचे चरण प्राप्त तुमचे ।। (अ.क्र. ९२८)

जमलेल्या ब्राह्मणांचा यथोचित आदरसत्कार करून विठ्ठलाने नामदेवांकरवी संकल्प सोडला. त्याप्रमाणे मंडळी यथेष्ट जेवली. या पंगतीत विठ्ठलाने नामदेवाला घास भरवला व स्वतःलाही नामदेवांकडून असेच भरवून घेतले (अ.क्र. ९३३). हा प्रकार पाहून साहजिकच ब्राह्मण रुष्ट झाले (अ. क्र. ९३४). इतकेच नव्हे; तर असा भ्रष्टाचार केल्याबद्दल 'अनंतालाच वाळीत टाकावे' असे म्हणत तेथून जाऊ लागले. त्यांनी व्यक्त केलेली प्रतिक्रिया अशी –

जातीचे हे शिंपी विश्व जाणे याते । प्रत्यक्ष सांगाते जेवविले ।।
उच्छिष्ट निजमुखी स्वीकारिले याचे । उरले ते तुम्हा कैचे क्रियाकर्म ।।
नकळे हा निर्धार भ्रांति वाटे आम्हा । काय तुमचा नामा अंगभूत ।।
नवल हे आवडी लौकिक वेगळी । बुडविले सकळी समूळ धर्म ।।
वर्णाश्रमधर्म न दिसे तुमचे ठायी । निर्धारूनि काही न कळे आम्हा ।। (अ.क्र. ९३५)

या अनंताने स्वतःचा आणि ब्राह्मणांचा धर्म बुडवला याची हे ब्राह्मण खंत करत दोषारोप करू लागले. झाल्या प्रकाराचे स्पष्टीकरण करणे विठ्ठलाला भागच होते. अभंग क्रमांक ९३६ ते ९३९ आणि ९४१ मध्ये स्वतः विठ्ठलानेच क्षेत्रस्थ कर्मठांना समतेचा उपदेश केलेला आढळतो. हे अभंग मुळातच वाचणे उचित होईल.

विठ्ठलाच्या उपदेशाने ब्राह्मणांच्या धर्मसंदेहाचे निराकरण झाले.

तीर्थावळी येथेच संपत नाही. विठ्ठलाला नामदेवांसारख्या भक्ताबद्दल एवढा जिव्हाळा कसा, असा प्रश्न हा सर्व प्रकार पाहणाऱ्या रुक्मिणीस पडतो. त्याचे उत्तर विठ्ठलाने दिले आहे. त्यातील काही ओळी येथे उद्धृत आहेत :

भक्त सर्वांहोनि पढियंत माझिया हो जीवा । भक्त हा विसावा ज्ञानियांचा ।।
भक्त योगियांच्या सुखाचा शृंगारू । भक्त अलंकारू वैराग्याचा ।।
भक्त वो माझिया जीवीचे निजध्येय । भक्त परमप्रिय कुलदैवत ।।
धर्मअर्थकाममोक्ष मुक्ती चारी । देता न धरी करी भक्त माझा ।।

नामदेवांच्या मावंद्याच्या प्रसंगी झालेल्या संघर्षात ब्राह्मणांची पूर्ण खात्री पटलेली दिसत नाही. म्हणून की काय; विठ्ठलाने आपल्या भक्तांसाठी एका विशेष प्रयोजनाचा बेत केला व त्यासाठी ब्राह्मणांनाही बोलावले. निवृत्ती, ज्ञानेश्वर, सोपान, सावता, जनमित्र, आसंद, सुदामा, विसोबा खेचर, नरहरी सोनार, चोखा मेळा, बंका इत्यादी संत या भोजनास उपस्थित होते.

भोवती भक्तमंडळी मध्ये वनमाळी । शोभे नभमंडळी चंद्र जैसा ।।
सकळांमुखी कवळ देतसे निजकरे । उच्छिष्ट पितांबरे सांवरितो ।।

हा सोहळा पाहायला स्वर्गातील देवांनी आकाशात दाटी केली व भक्तांवर पुष्पवृष्टी केली. आता मात्र ब्राह्मणांच्या आश्चर्याला पारावर उरला नाही. विठ्ठलाने त्यांना पुन्हा एकदा समतेचा विचार, संतांचा महिमा सांगितला. त्यांनीही आपल्या चुकीची कबुली दिली (अ.क्र. ९५८).

याचा अर्थ असा होतो की, अंतिमतः कर्मठांचा भ्रमनिरास होऊन त्यांनी आपले गैरसमज सोडून देऊन क्षमायाचनापूर्वक भक्तिमार्गाचा व भक्तांचा महिमा मान्य करणे हा तीर्थावळीचा अंतिम निष्कर्ष आहे. म्हटले तर त्यासाठी ज्ञानदेव-नामदेवांची तीर्थयात्रा हे एक निमित्त आहे. या सर्व कथानकात सत्य किती, कल्पित किती, तथ्य किती, मिथ्य किती याबद्दल वाद घालणे निरर्थक आहे. भागवत धर्माचे समताप्रतिपादक तत्त्वज्ञान व त्याचे श्रेष्ठत्व सांगणे हे तीर्थावळीचे उद्दिष्ट आहे. ती स्वतः ज्ञानेश्वरसमकालीन आद्य नामदेवांची रचना आहे, की उत्तरकालीन दुसऱ्या एखाद्या नामदेवाची आहे, की परिसा भागवतासारख्या तिसऱ्याच कोणाची आहे, हे विषय इतिहासतज्ज्ञांच्या चर्चेसाठी नक्कीच चांगले आहेत. त्यांचे जे काय निर्णय जेव्हा केव्हा लागायचे तेव्हा लागतील किंवा कधीच लागणार नाहीत. मुद्दा असा आहे की, तीर्थावळी हे नामदेवांनी प्रसृत केलेले वारकरी पंथाचे भक्तिशास्त्र आहे. स्वतः ग्रंथकर्त्याला आपल्या या कृतीविषयी पूर्ण आत्मविश्वास आहे. या आत्मविश्वासानेच ग्रंथाची सांगता होते.

नव्हे हे प्राकृत पाठांतर कवित्व । हा उपनिषद मथितार्थ ब्रह्मरस ।।
जाणीव शहाणीव न करावी सर्वथा । न पाहावी योग्यता व्युत्पत्तीची ।।
हे सात्त्विकाचे धन भोक्ते संतजन । नामदेवे पूर्ण ग्रंथ केला ।। (अ.क्र. ९६१)

■■■

तीर्थावळी

॥ १०३ ॥

नामयाचे भेटी ज्ञानदेव आले । लोटांगण घातलें नामदेवें... ॥ १ ॥
देऊनि आलिंगन प्रीती पडिभरें । पूजिलें आदरें यथाविधी ॥ २ ॥
धन्य तो अवसरु संत समागमु ॥ करीतसे समारंभ आवडीचा ॥ ३ ॥
नामदेव म्हणे सुफळ माझें जिणें । स्वामीच्या दर्शनें धन्य जालों ॥ ४ ॥

॥ १०४ ॥

पूर्व पुण्य माझें फळोन्मुख जालें । प्रत्यक्ष भेटले पांडुरंग ॥ १ ॥
संसारीं आसक्त मायामोहें रत । तापत्रयीं संतप्त जाले जीव ॥ २ ॥
ऐसिया पतिताचा करावया उद्धार । यालागीं अवतार तुमचा जगीं ॥ ३ ॥
तरी मी एक दीन मूढ मतिहीनु । चरणींचा रजरेणू संतांचिया ॥ ४ ॥
म्हणोनि पंढरीनाथ पाळितसे मातें । प्रेमजीवन भातें देवोनियां ॥ ५ ॥
आजि स्वामींनीं पाहिलें कृपादृष्टिं । केली सुखवृष्टि अनिवार ॥ ६ ॥
नामा म्हणे तुमच्या चरणाचा आधार । ठाकिन पैलपार भवनदीचा ॥ ७ ॥

॥ १०५ ॥

ज्ञानदेव म्हणे तूं भक्तशिरोमणी । जोडिले जन्मोनि केशवचरण ॥ १ ॥
प्रेमसुख गोडी तुजची फावली । वासना मावळली सकळ तुझी ॥ २ ॥
धन्य तुझें जन्म धन्य तुझें कुळ । धन्य तुज राऊळ जवळीं असे ॥ ३ ॥
भक्तिप्रेम धन्य साधिलें तुवां सार । केला पैं संसार देशधडी ॥ ४ ॥
क्षणएक एकांती बैसोनी सहज । अंतरींचे गुज बोलों कांहीं ॥ ५ ॥
जीवन्मुक्त ज्ञानी जरी जालें पावन । तरि देवतीर्थभजन न संडिती ॥ ६ ॥
भक्तशिरोमणी धन्य तूं संसारीं । परि एक अवधारी वचन माझें ॥ ७ ॥
भूतळींची तीर्थे पहावीं नयनीं । असे आर्त मनीं आहे मज ॥ ८ ॥
तुझिये संगतीचें नित्य सुख घ्यावें । सार्थक करावें संसाराचें ॥ ९ ॥
ऐसी उत्कंठा बहुत माझे पोटीं । भाग्यें जाली भेटी तुजसी आजी ॥ १० ॥
ज्ञानदेव म्हणे पुरवी मनोरथ । करावा मुहूर्त प्रयाणासी ॥ ११ ॥

॥ १०६ ॥

ऐसें ऐकोनी नामा विचारी मानसीं । काय द्यावे यासी प्रतिवचन ॥ १ ॥
विठोबाचे पाय आठविले मनीं । बोले अमृतवचनी तयाप्रति ॥ २ ॥
सर्व सुख मज आहे पांडुरंगीं । जावें कवणा लागीं कोण्या तीर्था ॥ ३ ॥
आहिक्य परत्रीं मज चाड नाहीं सर्वथा । न लागती पुरुषार्था मुक्ति चारी ॥ ४ ॥
रंक होऊनियां पंढरी चोहटा । राखेन दारवंटा महाद्वारीं ॥ ५ ॥
या सुखाकारणें शरीर कर्वती फाडिलें । दुर्जय तोडिलें मायाजाळ ॥ ६ ॥
त्रिभुवनींचें वैभव सोडोनियां दुरी । जालोंसे भिकारी पंढरीचा ॥ ७ ॥
कल्पतरूची छाया कामधेनूचें दुभतें । संपूर्ण आइतें सर्वकाम ॥ ८ ॥
विठोबाचे पायीं मज काय उणें । परि वासनाचि मनें गिळिली माझी ॥ ९ ॥
जन्मोनी पाळिलों पोशिलों जयाचा । विकिलों कायावाचामनें त्यासी ॥ १० ॥
नामा म्हणे स्वामी विठोबासी पुसा । आज्ञा देईल शिरसा धरीन त्याची ॥ ११ ॥

꧁ १०७ ꧂

ज्ञानदेव म्हणे भला भक्तराज । कळलें गौप्यगुज सर्व तुझें ॥ १ ॥
धीर आणि चतुर सर्वस्वें उदार । साजे तुज अधिकार प्रेमभक्ति ॥ २ ॥
धन्य तूं संसारी भक्तभावशीळ । साधिलें तुवां केवळ प्रेमसुख ॥ ३ ॥
देउनी आलिंगन नाम धरियेला करीं । वंदियेलें शिरीं चरणरज ॥ ४ ॥
राउळा भीतरीं चला जाऊं वेगें । आज्ञा मागों दोघे तीर्थयात्रें ॥ ५ ॥
सत्वर उठोनी आले स्वामी जवळी । मस्तकें ठेवियेलीं चरणावरीं ॥ ६ ॥
जीवींचा निजभावो सांगे ज्ञानदेवो । ऐकोनी पंढरीरावो हासिन्नले ॥ ७ ॥
म्हणे तू ज्ञानशीळ चिद्रूप केवळ । सबाह्यनिर्मळ स्फटिक जैसा ॥ ८ ॥
सहज तीर्थरूप तूंचि निरंतर । असतां हा विचार काय करिसी ॥ ९ ॥
येरु म्हणे स्वामी बोलिलेती बरवें । परि सार्थक करावे देहाचें या ॥ १० ॥
प्रसंगें नामयाचे संगति सुख घ्यावें । म्हणोनी ज्ञानदेवें धरिले चरण ॥ ११ ॥

꧁ १०८ ꧂

हांसोनी पंढरिनाथ पाहे नाम्याकडे । म्हणे नवल केवढें भाग्य तुझें ॥ १ ॥
प्रत्यक्ष परब्रह्म मूर्ति ज्ञानेश्वर । करीतसे आदर संगतीचा ॥ २ ॥
ऐसें भाग्य जेणें सर्वस्वें साधावें । तरीच जन्मा यावें विष्णुदासा ॥ ३ ॥
जावें स्वस्ति क्षेम यावें शीघ्रवत । करावें स्वहित कळेल तैसें ॥ ४ ॥
सर्वभावें आमचा विसरु न पडावा । लोभ असों द्यावा मजवरी ॥ ५ ॥
परियेसीं ज्ञानराजा बोले जगजीवनु । तूं तंव सर्वज्ञु सुखमूर्ति ॥ ६ ॥
परि एक मागणे आहे तुजप्रती । आठवण चित्तीं असों द्यावीं ॥ ७ ॥
हें कृपेचें पोसणें माझें आवडतें । क्षण जीवापरतें न करीं कदा ॥ ८ ॥
परी तुवा सांकडें घातलें सर्वथा । दाटलें अवस्था हृदय माझें ॥ ९ ॥
आरुष साबडें नामें माझें वेडें । मार्गी मागें पुढें सांभाळावें ॥ १० ॥
ताहान भूक तुवां जाणावी जीवींची । मज चिंता याची थोर वाटे ॥ ११ ॥
मग नामयाचा हातु धरोनी श्रीपती । देतु असे हातीं ज्ञानदेवा ॥ १२ ॥
रानीं वनीं जनीं विसंबसी झणीं । धाडितों देखोनी आर्त तुझें ॥ १३ ॥
चरणीं ठेवुनी माथा निघते जाले दोघे। आले चंद्रभागे केलीं स्नानें ॥ १४ ॥
पुंडलिकाचे चरण वंदूनियां माथा । उरतले भीमा पैल तीरीं ॥ १५ ॥

ॐ १०९ ॐ

तीर्थयात्रेप्रति बोळविला नामा । आले निजधामा देवरावो ।। १ ।।
चरण प्रक्षाळाया रुक्मादेवी आली । श्रीमुख न्याहाळी भरोनी दृष्टी ।। २ ।।
तैं निडारले नयन स्वेदें भिजलें वदन । हृदय जालें पूर्ण करुणारसें ।। ३ ।।
बाप कृपेचा सागरु सुखाचा सुखतरु । आर्त लोभापरु दीनालागीं ।। ४ ।।
चरणीं ठेवुनी माथा पुसे जगन्माता । आजी कां अवस्था विपरीत देखों ।। ५ ।।
म्हणे वाटतें जडभारी नाम्याच्या वियोगें । दाटलें उद्वेगें चित्त माझें ।। ६ ।।
कवण्या सुखें स्थिर न राहे माझें मन । कैं डोळां देखेन प्राण माझा ।। ७ ।।
इष्टमित्र बंधु मायबाप सखा । हीं नामे मज देखा ठेविलीं तेणें ।। ८ ।।
तो कैसा मजवीण राखिल आपुला प्राण । हे चिंता दारुण वाटे मज ।। ९ ।।
तव ती महामाया म्हणे जी यादव राया । झणीं तुमच्या नामया दिठी लागे ।। १० ।।
शोक मोह दुःख क्षणामाजी जाळी । तें जीवन त्याजवळीं नाम तुमचें ।। ११ ।।

ॐ ११० ॐ

माझे भक्त मज अनुसरले चित्तें । त्याहुनी पढियंते मज आणिक नाहीं ।। १ ।।
व्यक्ति येणें घडे त्याची या आवडी । युगायुगीं प्रौढि हेचि मिरवी ।। २ ।।
त्याचेनि कृतार्थ असें मी पूर्णकाम । ते माझे परम प्राणसखे ।। ३ ।।
ते माझे आश्रम मी त्यांचा विश्राम। जीहीं रूपनाम केलें मज ।। ४ ।।
मी त्यांचा सोयरा ते माझे सांगाती ।। करी त्यांसी एकांति सुखगोष्टी ।। ५ ।।
जीहीं तनुमन प्राण लाविला मजकडे । मी तयां आवडे जीवाहुनि ।। ६ ।।
ते माझ्या भाग्याचे अधिकारी विभागी । वैकुंठ त्या लागीं वसतें केलें ।। ७ ।।
त्यांचे गुज गौप्य मीची एक जाणें । माझी प्रेमखूण कळली तयां ।। ८ ।।
मनाची साउली करोनियां माते । भोगिती आतां ते प्रेमसुख ।। ९ ।।
आपुलियाचीं किरणें विराजे गभस्ती । परी किरणें तीं नव्हती आन जेंवीं ।। १० ।।
तैसे माझे दास मजमाजीं उदास । असती समरस दुजेनविण ।। ११ ।।
मी तो भक्तरूप भक्त माझें स्वरूप । प्रभा आणि दीप जयापरी ।। १२ ।।
हे खूण अनुभवी जाणती ते ज्ञानी । ज्या नाहीं आयणी कासयाची ।। १३ ।।
त्यांचिये चरणीचें रजरेणु माझें नामें । जें सांडिलें रजतमें सत्वशीळ ।। १४ ।।
त्यांचे भेटीलागीं हृदय माझें कळवळे । कैं देखेन डोळे निवती माझे ।। १५ ।।

ॐ ११११ ॐ

तंव ते आवडते भक्त अंतरंग आपुले । देवे बोलाविले एकांतासी ।। १ ।।
म्हणे ह्या नाम्यापरते मज दुजे नावडे । सांगे तयापुढे केशीराजु ।। २ ।।
त्या देखतांची दृष्टी मन माझे निवे । वाटे त्या घालावें हृदयामाजीं ।। ३ ।।
त्याचेनि लोभें मन माझें मोहिलें । अखंड राहिलें त्याचेपाशीं ।। ४ ।।
मजपरतें दुजें नेणें तो नामा । नित्य माझा प्रेमा पढिये त्यासी ।। ५ ।।
मी भक्तकाजकैवारी म्हणविता वाटे लाज । परि म्यां कांही नाही काज केलें त्यांचें ।। ६ ।।
धर्म अर्थ काम त्या नाहीं दिधले । जन्मोनि बांधलें सेवाऋणें ।। ७ ।।
तेणें आपुलेनि पुरुषार्थे जिंकिला संसार । केला मदमत्सर देशधडी ।। ८ ।।
लोभ दंभ दुरळ माया मोह वैरी । घातलें तोडरीं कामक्रोध ।। ९ ।।
तो न मनीं आणिका देवा न करी त्यांची सेवा । मजपरता विसांवा नाहीं त्यासी ।। १० ।।
ते मार्गी शिणलें असेल कोमाईलें । सुखदुःख आपुलें सांगेल कवणा ।। ११ ।।
त्याचिया जीवींचे मीच जाणे सर्व । हा माझा अनुभव आहे त्यासी ।। १२ ।।
तें माझे दास आवडतें अंतरंग । त्यजिला सर्वसंग मजसाठी ।। १३ ।।
देखोनी ते आवडी अभिनव वाटलें । सप्रेमें दाटले सकळ भक्त ।। १४ ।।
परसा भागवत आनंदें नाचत । लोटांगणीं येत गरुडपारीं ।। १५ ।।

ॐ ११२ ॐ

ऐसे सुखरूप दोघे चालताती मार्गी । परी चित्त पांडुरंगी नामयाचे ।। १ ।।
क्षणाक्षणा वास परतोनी पाहे । वियोग न साहे पंढरीचा ।। २ ।।
म्हणे कां गा केशीराजा मोकलिलें मातें । न येसीच सांगातें सांभाळीत ।। ३ ।।
चिंतातुर थोर पाडलों ये परजनीं । न दिसे माझे कोणी जिवलग ।। ४ ।।
फुटोनी हृदय होती दोन्ही भाग । बहु मज उद्वेग वाटताती ।। ५ ।।
तू माझी जननी तू माझा जनिता । तूं बंधु चुलता पंढरीराया ।। ६ ।।
इष्टमित्र तूंचि तूंचि गणगोत । तूंचि कुळदैवत आवडतें ।। ७ ।।
तूंचि माझें व्रत तूंचि माझें तीर्थ । तूंचि धर्म अर्थ काम देवा ।। ८ ।।
तूंचि ज्ञानचक्षु तूंचि माझा लक्षू । तूंचि माझा साक्षु स्वभावासी ।। ९ ।।
साच कीं लटिकें हें माझें बोलणें । तुजवांचुनि जाणें कवण दुजा ।। १० ।।
नामा म्हणे आपुलें अनाथ सांभाळीं । येऊनी हृदयकमळीं राहे माझ्या ।। ११ ।।

११३

ज्ञानदेव

ज्ञानदेव म्हणे परियेसी विष्णुदासा । तूं सुखसंतोषा पात्र होसी ।। १ ।।
प्रेमाचा जिव्हाळा तुझ्या हृदयीं आला । तूं कां वेळोवेळां खंती करिसी ।। २ ।।
विचारी सावध होवोनि भक्तराजा । सुखानंदु तुझा तुजची जवळी ।। ३ ।।

नामदेव

मी नेणें ज्ञानगती नेणें योगयुक्ति । न देखें विश्रांति एकेविण ।। ४ ।।
सर्वभावें मज तेंचि रूप आवडे । जें पुंडलिकापुढें उभें असे ।। ५ ।।
तो माझा विठ्ठल दावा दृष्टी भरी । आस मी न करी आणिकांची ।। ६ ।।

ज्ञानदेव

व्यापकु विठ्ठलु आहे सर्व देशीं । जरी सांडोनियां पाहसी भेदभ्रमु ।। ७ ।।
तो नाहीं ऐसा ठाव उरलासे कवण । सर्वत्र संपूर्ण गगन जैसें ।। ८ ।।

नामदेव

काया वाचा मनें मज तोचि व्हावा । गीतीं गातां जीवा सुख वाटे ।। ९ ।।
ऐकावा श्रवणीं पाहावा तोचि नयनीं । नवजावा जवळोनी दूर कोठें ।। १० ।।

ज्ञानदेव

जें अक्षर अव्यक्त देशकाळरहित । ज्ञानी उपासिक सोहंभावें ।। ११ ।।
सर्वेंद्रियांसहित आवरोनि चित्त । भोगिती अद्वैत नित्य सुख ।। १२ ।।

नामदेव

सर्व सुख मज आहे त्याच्या पायीं । आणिकांच्या वाहीं न पडे कदां ।। १३ ।।
तेथें माझें मन रंगलेंसें भावें । सुख येणें जीवें देखिलें डोळां ।। १४ ।।

ज्ञानदेव

सर्वगत संपूर्ण सर्वकाळ असणें । होणें आणि जाणें नाहीं जयां ।। १५ ।।
तें तुज माझारीं तूं तया भीतरीं । अनुभवी निर्धारीं ठेवुनी मन ।। १६ ।।

नामदेव

मी न मनीं न मनीं लटिकी हे कहाणी । जळधरावांचोनि चातक जैसा ।। १७ ।।
तैसें माझें मन स्मरे रात्रंदिवस । पंढरीनिवास जीवन माझें ।। १८ ।।

ज्ञानदेव

ऐसें ऐकोनि बोलणें म्हणे ज्ञानदेव । धन्य तुझा भाव एकविध ।। १९ ।।

नामा म्हणे माझ्या सुखाचा विसावा । आवडे या जीवा पंढरीरावो ।। २० ।।

११४

ऐसें नित्यानंदभरित क्रमिताती मार्गु । हृदयीं तो अनुरागु आवडीचा ।। १ ।।
प्रेमें वोसंडत करिती स्वहितगोष्टी । दाविती कसोटी अनुभवाची ।। २ ।।
बाप तें सुख वृष्टि होतसे अनिवार । ब्रह्मरसें पूर वोसंडत ।। ३ ।।
ज्ञानदेव म्हणे परियेसी नामया । अद्वैत आत्मया प्रेममूर्ती ।। ४ ।।
भक्तिभाग्य तुवां जोडिलें अविनाश । सांग पां सविलास मार्ग त्याचा ।। ५ ।।
कैसा तो साधावा सांग भजनविधि । कैसी नमनबुद्धि सत्वशील ।। ६ ।।
कैसा निर्विकार ध्यानाचा प्रकार । हा सर्व विचार सांगे मज ।। ७ ।।
कैसें तें श्रवण कैसें तें मनन । कैसें निजध्यासन दृढ होय ।। ८ ।।
कवण तें भक्ति कवण तें धृति । कवण तें विश्रांति दावी मज ।। ९ ।।
बहु उत्कंठित या सुखा कारणें । तें मज पारणें करवीं आजी ।। १० ।।
सांगे हा अनुभवो साधन उपावो । विनवी ज्ञानदेवो नामयासी ।। ११ ।।

११५

परिसुनी ते गोष्टी घाली चरणीं मिठी । दाटलासे कंठीं सद्गदित ।। १ ।।
कृपेचें पोसणें मी पंढरीरायाचें । येवढें भाग्य कैचें मज जाणिवेचें ।। २ ।।
नव्हे बहुश्रुत नव्हे ज्ञानशीळ । दास मी दुर्बळ वैष्णवांचा ।। ३ ।।
नेणतें नेणतें कांहींच मी नेणतें । म्हणोनि देवें तुम्हांतें निरविलें ।। ४ ।।
येतां माझा हात दिधला तुमच्या करीं । घातले आभारीं मायबापे ।। ५ ।।
याचेनि कृपावसें येईल वाचेसरिसें । कळेल कांहीं तैसें निवेदीन ।। ६ ।।
परी भानूसी देखणें करिजे अनुतेजें । तैसें ज्ञान माझें स्वामीप्रती ।। ७ ।।
कल्पतरु याचक कृपणाचे द्वारीं । कां दैन्य भाकी थोरी कामधेनु ।। ८ ।।
तैसी तुमची यांच्या मज दीनाप्रती । नकळे काळगति समर्थाची ।। ९ ।।
मातेचिया स्नेहें बाळक बोबडें । खेळे लाडें कोडें नेणे लाजो ।। १० ।।
नामा म्हणे तैसें तुम्हीं माझें कवतुक । करुनी सुखें सुख वाढवितां ।। ११ ।।

๛ ११६ ๛

ज्ञानदेव म्हणे शंका न धरिजे मनीं । दृष्टि दुजेपणीं न ठेवावी ॥ १ ॥
सुखें सुख घ्यावें अनुभवोनी अनुभवावें । आहे तें आघवें ब्रह्मरूप ॥ २ ॥
तो सुखाचा अनुवाद करी रे सुखरूपा । सुख वस्तुच्या दीपा नामदेवा ॥ ३ ॥
सुखचिये ताटीं सुखची वोगरी । तृप्ती होईल थोरी क्षुधातुरा ॥ ४ ॥
पंढरीरायाचा तूं प्रेमभांडारी । आस पूर्ण करी मज याचकाची ॥ ५ ॥
विश्रांतीसी पात्र तूंचि विष्णुदासा । हा मज भरंवसा आहे तुझा ॥ ६ ॥
म्हणोनि तुझा संग धरिली थोर आस । झणीं होसी उदास भक्तराया ॥ ७ ॥
सिंधुहुनी सखोल सुरस तुझे बोल । आनंदाची वोल नित्य नवी ॥ ८ ॥
ते मज सादर ऐकवी सत्वर । श्रवण क्षुधातुर जाले माझे ॥ ९ ॥
जाणीव शहाणीव तरीच शोभे सर्व । जरी होय आविर्भाव वैराग्याचा ॥ १० ॥
ज्ञानदेव म्हणे तूं भक्त अंतरंग । नलगे तुज पांग बहुज्ञतेचा ॥ ११ ॥

๛ ११७ ๛

ऐसें ऐकोनियां प्रेमा आला पोटीं । म्हणे बोलावी ते गोष्टी अनुभवाची ॥ १ ॥
येर ते कर्मधर्म सर्वही पाल्हाळ । श्रमुचि केवळ जाणिवेचा ॥ २ ॥
ऐसा संत भेटे विरळा भाग्ययोगें । जो आथिला वैराग्यें सप्रेमळू ॥ ३ ॥
सर्वभूतीं दया सर्वभावें करुणा । जेथें मीतूंपणा मावळला ॥ ४ ॥
भजन तयां नांव वाटे मज गोड । येर ते काबाड वायांविण ॥ ५ ॥
नमन ते नम्रता न देखें गुणदोष । अंतरी प्रकाश आनंदाचा ॥ ६ ॥
येर ते दांभिक जाणावे मायावी । विश्वास मी जीवीं न धरी त्यांचा ॥ ७ ॥
ध्यान तया नांव निर्विकार निकें । जें विश्वीं माझ्या देखें विठोबासी ॥ ८ ॥
अखंड हृदयीं तेचि आठवण । साजिरे समचरण विटेवरी ॥ ९ ॥
नादीं लुब्ध जैसें आसक्त हरिण । जाय विसरोन देहभाव ॥ १० ॥
वापरि तल्लीन दृढ राखें मन । या नांवें श्रवण आवडीचें ॥ ११ ॥
व्यवसायीं चित्त ठेवुनी कृपण । लाभाचें चिंतन सर्वकाळ ॥ १२ ॥
यापरि अखंड स्वहित विचारण । करिजे तें मनन सत्वशीळ ॥ १३ ॥
परपुरुषीं जैसी आसक्त व्यभिचारिणी । न लागे तिच्या मनीं कामधाम ॥ १४ ॥

कीटकीं भृंगुटिये जैसें अनुसंधान । निकें निजध्यासन एकविध ॥ १५ ॥
सर्वभावें एक विठ्ठलुचि ध्याये । सर्वांभूतीं पाहे रूप त्याचें ॥ १६ ॥
सर्वांहूनि निराळा रजतमावेगळा । भोगीं प्रेमकळा तेचि भक्ति ॥ १७ ॥
सत्वाचा सुभटु असंग एकटू । वैराग्य उद्‌भटू एकनिष्ठ ॥ १८ ॥
प्रारब्धाचा भोगी नेणें देहस्मृती । अखंड ते धृति निर्विकार ॥ १९ ॥
निर्वासना मन निजलाभें संपूर्ण । नेणें स्वरूपज्ञान विकल्पाचें ॥ २० ॥
अनुरागें गोविंद ध्यायिजे एकांतीं । यापरती विश्रांति आणिक नाहीं ॥ २१ ॥
कायावाचामनें हा माझा अनुभव । सांगितला सर्व आवडीचा ॥ २२ ॥
नामा म्हणे हेंहि बोलविले तेणें । उदार सर्वज्ञें पांडुरंगे ॥ २३ ॥

११८

भक्त भागवत बहुसाल ऐकिले । बहु होऊनि गेले होती पुढें ॥ १ ॥
परि नामयांचें बोलणें नव्हे हें कवित्व । हा रस अद्‌भुत निरूपमु ॥ २ ॥
हे सुखविश्रांति नाहीं हो कल्पांतीं । विचारावें संतीं दूरदृष्टि ॥ ३ ॥
होतू शास्त्रवक्ते व्युत्पत्तीचे माथे । होतू बहु श्रोते बुद्धिवंत ॥ ४ ॥
होतू कर्मनिष्ठ विधीचे उद्‌भट । होतू सर्वश्रेष्ठ पूज्य लोकां ॥ ५ ॥
होतू कलावंत कवित्व कुशल । होतू का वाचाळ चतुरतेचे ॥ ६ ॥
होतू कां पाठक होतू कां साधक । होतू कां वाचक ग्रंथकार ॥ ७ ॥
होतू आत्मज्ञानी होतू निजध्यानीं । होतू वज्रासनीं बैसकेचे ॥ ८ ॥
होतू योगयुक्त होतू जीवन्मुक्त । होतू कां विरक्त सर्व संगीं ॥ ९ ॥
ऐसे होतू का सभाग्य संपन्न सर्वज्ञ । परि मी न मनीं तुजविण विष्णुदासा ॥ १० ॥
हे खूण जाणतां एक पंढरीरावो । रुक्मादेवी नाहो श्रीविठ्ठल ॥ ११ ॥

११९

पश्चिमे प्रभास आदि करोनी द्वारका । पाहिल्या सकळिकां मोक्षपुऱ्या ॥ १ ॥
पंथी पावन तीर्थे करूनि सकळिकें । प्रक्षाळलीं पातकें वासनेचीं ॥ २ ॥
परी पंढरीचें प्रेम नामयाचे जीवीं । माउली आठवी पांडुरंग ॥ ३ ॥
जीवन्मुक्त दोन्हीं भक्त आणि ज्ञानी । परतोनि तेथोनि येती मार्गी ॥ ४ ॥
तृषाकांत वनीं होतसे पीडणी । पडलें चिंतवणीं जीवनालागीं ॥ ५ ॥

तंव दृष्टि एक कूप देखिला अवचिता । उदक तेथें पाहतां न लगे अंतु ।। ६ ।।
कवणेपरी येथें करूं रिघेवणी । प्राण संतर्पणीं वांचवावे ।। ७ ।।
मग त्या नाम्याप्रती बोले ज्ञानदेवो । मज एक उपायो साध्य असे ।। ८ ।।
लघिमेचे लाघव करूनि ते असवरीं । उतरोनि भीतरीं घेतलें उदक ।। ९ ।।
घेऊनि उदक निघाला बाहेरी । मग म्हणे अवधारी नामदेवा ।। १० ।।
आणोनि उदक देईन तुझ्या हातीं । न दिसे अनुगति आणिक कांहीं ।। ११ ।।
पडिल्या संकटीं विचारावें मनीं । सांडावी आयनी अभिमानाची ।। १२ ।।
आत्मा तो विठ्ठल सर्व निरंतरीं । आज्ञा दे झडकरि वेळु जाला ।। १३ ।।
आत्मा तो विठ्ठलु असतां सर्व देहीं । माझी काय नाहीं चिंता त्यासी ।। १४ ।।
नामा म्हणे धीर करावा नावेक । दावीन कवतुक स्वामीजवळी ।। १५ ।।

১২০

मग लावूनियां नेत्र निर्धारु पैं केला । हृदयीं आठविला केशीराज ।। १ ।।
तूं इष्ट मित्र बंधु सोयरा जननी जनकु । नेणें मी आणिकु तुजवांचोनी ।। २ ।।
येईं पंढरीराया मजलागीं धांवतु । झणीं पाहासी अंतू कृपाळुया ।। ३ ।।
तुझिये भेटीची बहु खंती वाटली । आसुवें दाटलीं नेत्रकमळीं ।। ४ ।।
धीर न धरवे जीवा पोकारितो धांवा । ये माझ्या केशवा मायबापा ।। ५ ।।
कायावाचामनें विनटलों चरणासी । तो मी शरण आणिकांसी जाऊं कोणा ।। ६ ।।
जन्मोनी पोसणा तुझाची म्हणती । मोकलितां अंतीं लाज कोणा ।। ७ ।।
अनाथा कैवारी नामाची आयणी । वर्णिजे पुराणीं कीर्ति तुझी ।। ८ ।।
तें काय लटकी वाणी करशील आजी । अजुनी तुज माझी करुणा न ये ।। ९ ।।
गजेंद्राकारणें ज्या वेगीं थांबणें । केलें तंव स्मरणें कळवळोनी ।। १० ।।
द्रौपदीचे आकांतीं येसी सोडविणें । तें मजकारणें विसरलासी ।। ११ ।।
येतां निरविले ज्ञानदेवाप्रती । दिधला त्याचे हातीं हात माझा ।। १२ ।।
तो तूं कैसा मजलागीं करशील उदास । धांव कासावीस थोर जालों ।। १३ ।।
सर्वभावें तूं मजलागीं लोभापर । मी तुझा डिंगर आवडता ।। १४ ।।
नामा म्हणे हांसे जालें पिसुणाचें । न करी मज दीनाचें अव्हेरण ।। १५ ।।

৯ १२१ ০

तंव निजभुवनीं सुखें पंढरीनाथ । नित्य जीवीं आर्त निजभक्तांचें ।। १ ।।
कृपेचा वोरसु होता देवापोटीं । तेचि करी गोष्टी रुक्माईसी ।। २ ।।
क्षेम माझा नामा यावा एक वेळां । मग मी जीवावेगळा जाऊं नेदी ।। ३ ।।
आजि माझा डावा कां लवतो लोचन । करितसे स्फुरण वामबाहू ।। ४ ।।
उद्वेग उपसर्ग वाटती जीवाशीं । कवणा जिवलगाशीं कष्ट होती ।। ५ ।।
वाजतां पैं वारा न लागावा राजसा । माझ्या विष्णुदासा भाविकासी ।। ६ ।।
वाटे तानभूक जाली त्या पीडणी । तरीच माझ्या मनीं ऐशी दशा ।। ७ ।।
तंव ती विश्वमाता विचारी नावेक । अवचिता शोक पडिला कानीं ।। ८ ।।
म्हणे तृषाकांत नामा करितसे थांबा । वेगीं जाऊनि देवा सांभाळावें ।। ९ ।।
तंव तो आर्तबंधु ऐकोनि वचन । मनाचेनि मनें वेगू केला ।। १० ।।
तंव गडगडित कूप उदकें वोसंडला । कल्पांतीं खवळला सिंधु जैसा ।। ११ ।।
ज्ञानदेव म्हणे जालें अभिनव । कैसा ऋणिया देव केला येणें ।। १२ ।।
सावध करोनियां दिलें आलिंगन । जीवें निंबलोण उतरिलें ।। १३ ।।
तो येरें चरणावरी ठेवियेला माथा । म्हणे माझी आहे चिंता विठोबासी ।। १४ ।।
नामा म्हणे माझे बहु लळे पुरविले । कैं देखेन पाउलें विटेवरी ।। १५ ।।

৯ १२२ ০

योगी परम ध्यानीं बैसलिया जाणा । कांहीं या रे मना विश्रांति नुपजे ।। १ ।।
तुजवीण दुसरें कांहींच नाठवे । लागली तुझी सवे विष्णुदासा ।। २ ।।
कवण कुळीं तूं जन्मलासी नामा । केशव परमात्मा तुज जवळी ।। ३ ।।
धेनु वसे वनीं वत्स असे घरीं । चित्त तयावरी ठेवुनी चरे ।। ४ ।।
ते तया देखोनी संतोषली मनीं । तैसा तुझ्या गुणी वोल्हावलों ।। ५ ।।
तीर्थयात्रें जाणें न लगे कांहीं करणें । ऐकोनी तुझें गाणें सुखरूप ।। ६ ।।
वेडावल्या श्रुतिस्मृति आणि पुराणें । योगियांची ध्यानें विसर्जिली ।। ७ ।।
तुझें प्रेम सांडावें आणि मनें कोठें जावें । जावोनिया पाहावें काय कोठें ।। ८ ।।
समाधिसोहळा लय लक्ष वैराग्य । आम्हांलागीं भाग्य आणियेलें ।। ९ ।।
ऋषि गणगंधर्व ब्रह्मादिक सर्व । लक्षिताती ठावो अरूपाचा ।। १० ।।
तो तुवां आम्हां सन्मुख उभा केला । चरणासी लागला ज्ञानदेव ।। ११ ।।

॥ १२३ ॥

तीर्थें करोनी नामा पंढरीये आला । जिवलगा भेटला विठोबासी ।। १ ।।
सद्गदित कंठ वोसंडला नयनीं । घातली लोळणी चरणावरी ।। २ ।।
शिणलों पंढरिराया पाहें कृपादृष्टी । थोर जालों हिंपुटी तुजविण ।। ३ ।।
अज्ञानाचा भाग होता माझे मनीं । हिंडविलें म्हणोनि देशोदेशीं ।। ४ ।।
परि पंढरीचें सुख पाहतां कोटि वाटे । स्वप्नींही परि कोठें न देखेंची ।। ५ ।।
उदंड तीर्थाची ऐकों जाय प्रौढी । परि चित्त माझें वोढी चंद्रभागा ।। ६ ।।
म्हणोनि चरणांची ठाकोनि साउली । आलों मज सांभाळीं मायबापा ।। ७ ।।
तया देवाची वास न पाहती माझे नयन । न करिती पूजन कर त्यांचें ।। ८ ।।
तेणें पंथें माझे न चलती चरण । नाइकती श्रवण कीर्ति त्यांची ।। ९ ।।
कटी तटीं जेणें कर नाही ठेविले । न देखें पाउलें विटेवरी ।। १० ।।
त्यांतें म्हणतां देव लाजे माझें मन । ते कष्ट दारुण कवणा सांगू ।। ११ ।।
जये गांवीं नाहीं वैष्णवांचा मेळु । न देखे सुकाळु हरिकथेचा ।। १२ ।।
कुंचे गरुडटके न देखों पताका । त्या देवाची शंका वाटे थोर ।। १३ ।।
हें जेथें न देखें तेथें खंती वाटे जीवीं । ते वेळीं आठवीं रूप तुझें ।। १४ ।।
इष्ट मित्र बंधु तूं कुळदेवता । नामा म्हणे आवडता प्राण माझा ।। १५ ।।

॥ १२४ ॥

केशव म्हणे नाम्या खंती वाटे माझ्या मनीं । निद्रा न लगे नयनीं पाहतां वाट ।। १ ।।
तुजविण उदासू वाटे ही पंढरी । न पडे क्षणभरी विसरु तुझा ।। २ ।।
डोळियां वेगळा नवजें कोठें दुरी । चित्त मजवरी ठेवुनि राहे ।। ३ ।।
तुज माझी सवे मज तुझी आवडी । गुळासी न सोडी गोडी जैसी ।। ४ ।।
तैसे तुम्ही आम्ही एकमेकांमाजीं । विचारितां सहजीं दुजें नाहीं ।। ५ ।।
येतया जातया पुसे तुझी गोष्टी । म्हणे माझें नामें दृष्टि पडिलें होतें ।। ६ ।।
वाटे तहानभूक पीडिल्या जाणें कोण । एका मजविण गूज त्यांचे ।। ७ ।।
रात्रंदिवस खेद करुनि आपुल्या जीवा । असेल माझा धांवा पोकारीत ।। ८ ।।
मजवीण कोणाचिये साउलीं बैसेल । कोण त्या पूसेल शीणभागु ।। ९ ।।
संतांपासीं सांगे शिणले मजविण । कंठीं धरिला प्राण मजलागीं ।। १० ।।
धरुनी हनुवटी दिधलें आलिंगन । कुरवाळोनी वदन नेत्र पुशी ।। ११ ।।

मग काढोनी कंठीची सुमनतुळशीमाळा । घातलिसे गळां नामयाच्या ॥ १२ ॥
सर्वांगसुंदर पाहे कृपादृष्टी । पुसे जीवींची गोष्टी कृपासिंधू ॥ १३ ॥
निवृत्ति ज्ञानेश्वर सोपान खेचर । नरहरि सोनार आदिकरोनी ॥ १४ ॥
समस्त भक्त मिळोनी लोटांगणीं येती । आलिंगन देती नामयासी ॥ १५ ॥
अनिवार सुमनें वर्षती सुरवर । गगनीं जयजयकार शब्द होती ॥ १६ ॥
ऋषिगण गंधर्व मिळोनि सकळिक । येती दृष्टिसुख घ्यावयासी ॥ १७ ॥
रुक्माई आरती घेऊनी आली वेगें । ओंवाळिले दोघे देवभक्त ॥ १८ ॥
कवतुकें नाम्याची धरिली हनुवटी । पाहे कृपादृष्टी घडिये घडिये ॥ १९ ॥

॥ १२५ ॥

केशव म्हणे नाम्या धन्य तुज फावलें । बरवें तुवां केलें आत्महित ॥ १ ॥
पुण्यपावन तीर्थे पाहिलीं सकळिक । प्रक्षाळिलीं पातकें वासनेचीं ॥ २ ॥
धन्य तुवां केलें जन्मोनि सार्थक । शोक मोह दुःख निवारिलें ॥ ३ ॥
तीर्थयात्रा सफळ व्हावया संपूर्ण । करी का उद्यापन विधियुक्त ॥ ४ ॥
केलिया कष्टाचें होईल सार्थक । सांगेन तें ऐक वचन माझें ॥ ५ ॥
महा मुक्तिक्षेत्र वैकुंठ महीवरी । विख्यात पंढरी भूवैकुंठ ॥ ६ ॥
एक शीत अन्न अर्पे द्विजामुखीं । राहे सदा सुखी कल्पवरी ॥ ७ ॥
क्षेत्रवासी भावें पूजावे ब्राह्मण । षड्रस भोजन द्यावें त्यांसी ॥ ८ ॥
सुगंध चंदन सुमन तुळसीमाळा । समर्पी तांबुला सदक्षिणा ॥ ९ ॥
ऐसें बोलोनियां देवें नामा धरियेला करीं । राउळाभीतरीं घेउनि गेले ॥ १० ॥
मग रुक्माईसी सांगे वैकुंठीचा राणा । आजी आराधना नामयाची ॥ ११ ॥

॥ १२६ ॥

तंव ते जगन्माता म्हणे जी कृपावंता । कर्ता करविता कोण याचा ॥ १ ॥
हा तुमचा दास आहे अंतरंग । काय या उद्वेग करणें असे ॥ २ ॥
सर्व भार याचा लागे चालवणें । ऋणवई केलें येणें जन्मोजन्मीं ॥ ३ ॥
तुम्हांपरते यासी जिवलग सोयरे । कोण आहेत दुसरे लोभापर ॥ ४ ॥
दृढ चरण धरोनि राहिला अंतरीं । जालासे अधिकारी सर्वस्वाचा ॥ ५ ॥
जन्मोनियां येणें जोडिलें जें कांहीं । तितुकें तुमच्या पायीं निक्षेपिलें ॥ ६ ॥

म्हणोनि याचें कोड करावें परिपूर्ण । व्हावें पैं उत्तीर्ण ऋणियाचें ॥ ७ ॥
मायबापें याची सखी जिवलग । सांडोनि तुमचा संग धरिला सुखें ॥ ८ ॥
म्हणोनि याचें हित लागे विचारावें । उचित करावें देवराया ॥ ९ ॥
आपुल्या दासाचा संभ्रम सोहळा । करणें हे गोपाळा ब्रीद तुमचें ॥ १० ॥
रुक्माई म्हणें हा भाग्यवंत नामा । न कळे याचा प्रेमा नित्य नवा ॥ ११ ॥

१२७

आतां जावें वेगीं नामया घेऊनि । सांगावीं आवंतणी ब्राह्मणांसी ॥ १ ॥
सकळकाम पूर्ण असती तुमच्या पायीं । विचारावें कांहीं न लगे देवा ॥ २ ॥
काय काय न लभे तुमचे कृपादृष्टी । सदा सुखवृष्टी हरिच्या दासां ॥ ३ ॥
नामयाचा हात धरोनि पंढरीनाथ । निघाले अक्षत द्यावयासी ॥ ४ ॥
निवृत्ति ज्ञानेश्वर जनमित्र सोपान । सांवता जाल्हण घेऊनि सरिसे ॥ ५ ॥
चोखामेळा बंका काठीकर पुढें । दोन्हीं बाहीं देव्हडे सनकादिक ॥ ६ ॥
नामयाचे पाठीं चाले केशीराज । लागावया रज चरणींचे ॥ ७ ॥
आपुल्या दासाचा सिद्धि न्यावा पणु । म्हणोनि यजमानु जाला देव ॥ ८ ॥
तेणें मिसें करितसे क्षेत्रप्रदक्षिणा । प्रार्थित ब्राह्मणां परम प्रीति ॥ ९ ॥
ऐसा अनाथांचा नाथ दीनाचा गोसावी । आवडी नित्य नवी सेवकाची ॥ १० ॥
तो या नामयाचा सुखाचा शृंगारु । रुक्मादेविवरु श्रीविठ्ठल ॥ ११ ॥

१२८

तंव आध्यात्मिक पंडित अग्निहोत्री । एक म्हणविती श्रोत्री सदाचार ॥ १ ॥
आम्हांसी तें नाहीं तुमचें स्वरुपज्ञान । अपूर्व दर्शन देखिलें आजी ॥ २ ॥
सुखाचें पारणें करविलें या रूपें । तेणें त्रिविधताप निवारले ॥ ३ ॥
कवण वृत्ति काय चालविजे व्यापार । योजिलें बिढार कवणें ठायीं ॥ ४ ॥
आजिचें निमित्त काय उपस्थित । ऐकोनि पंढरीनाथ बोलते जाले ॥ ५ ॥
माझी कुळवृत्ति हरिदासां ठाउकी । मज यासी ओळखी निकट असे ॥ ६ ॥
मज असंगा संगु सर्वकाळीं याचा । अनंत जन्मांचा ऋणानुबंध ॥ ७ ॥
साक्ष तुमचे चरणा करुनि बोले वाचा । मी मैत्र नामयाचा अंतरंगु ॥ ८ ॥

करोनियां स्नानविधी यावें शीघ्रवत । करावें सनाथ कृपादृष्टीं ।। ९ ।।
बिढार तरी असे राउळाभीतरीं । नांव सांगों तरी अनंत जाणा ।। १० ।।
जीवींचें गुजगौप्य संतांसीं पुसावें । निःसंदेश यावें भोजनासी ।। ११ ।।
ऐसी ते अमृतवाणी ऐकोनि श्रवणीं । आनंदले मनीं भूदेव ते ।। १२ ।।
आज्ञा देती देवा जावें निजमंदिरा । शीघ्रवत करा पाकसिद्धी ।। १३ ।।
मग रुक्माईसी सांगे सकळ विवंचना । प्रार्थिले ब्राह्मणां सकळिकांसी ।। १४ ।।
कर्मठ अभिमानी नोळखती मज । देखोनियां चोज वाटे त्यांसीं ।। १५ ।।
कुळवृत्ति नाम पुशिलें मज तिहीं । सांगितलें म्यांही सर्व त्यांसी ।। १६ ।।
सांगाती संतांचा मी मैत्र नामयाचा । अनंत जन्मांचा निकट म्हणोनी ।। १७ ।।
बिढार तरी असे राउळाभीतरीं । सांगे खूण परी न कळे त्यांसी ।। १८ ।।
नाम तरी अनंत दाविला संकेत । परी नेघे त्यांचें चित्त आठवण ।। १९ ।।
तंव ते विश्वमाता म्हणजे जी कृपानिधी । सदा भेदबुद्धि त्यांचे ठायी ।। २० ।।
विद्या वयसा जाती कुळाचा अभिमान । त्या कैचे चरण प्राप्त तुमचे ।। २१ ।।
उदार चक्रवर्ती भक्तांचा विसावा । त्याच्या निजभावा वेळाईतु ।। २२ ।।
तो भाग्यें जोडला वैकुंठीचा ठेवा । उजरीं जाली दैवा नामयाच्या ।। २३ ।।

९२९

तंव अणिमादि सिद्धि उभ्या महाद्वारीं । तिहीं सर्व सामोग्री सिद्ध केली ।। १ ।।
सडासंमार्जनें गुढिया तोरणें । शृंगारिलीं भुवनें परिचारिकीं ।। २ ।।
म्हणती काय पुण्य केलें येणें विष्णुदासें । देवा लोभ पिसें लावियेलें ।। ३ ।।
द्वारीं दिपावळी चौकरंग माळा । अभिनव सोहळा आरंभिला ।। ४ ।।
हरुषें मंगळ तुरे वाजती विनोदें । भक्त जयजय शब्दें गर्जताती ।। ५ ।।
मंगळ मार्जन नामयातें करविलें । मग तें आरंभिलें पुण्याहवाचन ।। ६ ।।
देवें अंगवस्त्रें आपुलेनी हातें । वाहिलीं अनंतें विष्णुदासा ।। ७ ।।
सत्यभामा राही रुक्माई जननी । वेगीं अक्षवाणी घेऊनि येती ।। ८ ।।
आनंदें नरनारी कवतुक पाहती । जीवें ओवाळिती नामयासी ।। ९ ।।
आपुलिया दासाचा करी समारंभु । दीनानाथ प्रभु कृपासिंधु ।। १० ।।
धन्य हा नामा म्हणती सकळ लोक । नेणती याचें सुख ब्रह्मादिक ।। ११ ।।

ॐ १३० ॐ

मग जाला स्वयंपाक स्नानविधि सारा । सकळां हांकारा जाणविला ॥ १ ॥
आले महाद्वारीं दिधलीं आसनें । पूजा नारायणें आरंभिली ॥ २ ॥
तंव ठकलों म्हणती देव पहा हो कैसें जालें । सर्व सुख नेलें इहीं भक्तीं ॥ ३ ॥
रत्नजडित पाट सत्वरीं आणिले । वरी द्विज बैसविले पृथक्कारें ॥ ४ ॥
प्रक्षाळोनि चरण पुसिले पीतांबरें । मस्तकीं आदरें तीर्थ वंदी ॥ ५ ॥
कस्तुरीचे टिळे दिव्य चंदन उटी । घातलिया कंठीं तुळशीमाळा ॥ ६ ॥
दशांग धूप रत्नाचा दीपक । ओवाळी नायक वैकुंठींचा ॥ ७ ॥
दोही बाही पंक्ति मांडिल्या देव्हडी । राही रुक्माई परवडी वाढितसे ॥ ८ ॥
चतुर्विध अन्नें आथिलीं बहुगुणें । षड्रस पक्वान्नें सर्वांठायीं ॥ ९ ॥
मग संकल्प सोडिला नामयाचे करें । भक्त जयजयकारें गर्जिन्नले ॥ १० ॥
भोक्ता नारायण लक्ष्मीचा पती । म्हणोनि प्राणाहुती घेतल्या वेगीं ॥ ११ ॥
भर्ता भोक्ता कर्ता करविता आपण । सहज तेथें पूर्ण सकळ काम ॥ १२ ॥
विश्वंभर कृपादृष्टि न्याहाळीत । प्रार्थना करीत ब्राह्मणांची ॥ १३ ॥
देखोनि तें समृद्धि हरिखले द्विज । जाले नवल चोज पहा कैसें ॥ १४ ॥
कोण हा गृहस्थु केव्हडा भाग्यवंतु । नेणवे अद्भुतु महिमा याचा ॥ १५ ॥
ऐसे जेविले आनंदें धाले परमानंदें । मुखशुद्धि गोविंदें दिधली करीं ॥ १६ ॥
कपूरेंसहित समर्पिले विडे । कर जोडोनी पुढें विनवीतले ॥ १७ ॥
ऐसा भक्तजन कृपाळु दीनाचा दयाळु । आनंदें गोपाळु उभा असे ॥ १८ ॥
तया नामदेवें भुलविलें लोभें । वेडावले उभे चिदानंद ॥ १९ ॥

ॐ १३१ ॐ

सकळिकां नमस्कार करुनी यादवरावो । सांगे जीवींचा भावो तयांप्रती ॥ १ ॥
तुमचे कृपादृष्टि करावें भोजन । येणे होईल संपूर्ण व्रतसिद्धी ॥ २ ॥
हेचि आवडी आहे बहु माझ्या जीवीं । ते आजी गोसावी पूर्ण कीजे ॥ ३ ॥
क्षण एक बैसावें स्वस्थ अंतःकरणेंः । संकल्पिलें नारायणें तुळसीदळ ॥ ४ ॥
संतुष्ट मानसें यातें अंगिकारा । मग निजमंदिरा जावें स्वामी ॥ ५ ॥
आजि तुमचा लाभु जाला भाग्य योगें । नामयाच्या प्रसंगें घडली सेवा ॥ ६ ॥
तुम्ही ब्रह्मबीज ब्रह्मादिकां पूज्य । सांभाळिलें मज कृपादृष्टी ॥ ७ ॥

मज निरालंबासी करोनी अवलंबन । निष्कामासी पूर्ण केलें काम ।। ८ ।।
अकर्ता असंगु तुमचेनि कृतार्थ । जालों पैं यथार्थ वचन माझें ।। ९ ।।
मग ते चतुर्विधा महामंत्रस्वरें । द्विज जयजयकार करिताती ।। १० ।।
विजय सर्वकाळ व्हावें पुढतो पुढतीं । आशिर्वाद देती मंत्राक्षता ।। ११ ।।
पितांबराचे अचळीं घेउनी मंत्राक्षता । घांलितसे माथा नामयाच्या ।। १२ ।।
हेंचि तुझे प्रेम राहो हे चिरंतन । मुखी नाम ध्यान हृदयीं सदा ।। १३ ।।
तंव म्हणती धरामर तुम्ही श्रमलेति थोर । लागला उशीर भोजनासी ।। १४ ।।
सर्वा ठाई तुम्ही सर्वच होउनी एक । कारण सार्थक केलें निकें ।। १५ ।।
स्वामीचा आदर सांगतां अभिनव । नम्रता गौरव निरूपम ।। १६ ।।
अकल्प आयुष्य चिरंजीव व्हावें । आम्हां सांभाळावें पुढतापुढतीं ।। १७ ।।
आंतां संतांचिया पंक्तीं सारावें भोजन । करावें परिपूर्ण जीवींचें कोड ।। १८ ।।
उच्छिष्ट प्रसाद द्यावा नामयातें । आस करूनि पाहात वास तुमची ।। १९ ।।

ॐ १३२ ॐ

सुवर्णाचे ताट वोगरूनी परिकर । रुक्माईनें सत्वर आणियेलें ।। १ ।।
कनक कळस घेऊनि सत्यभामा आली । आपोशन घाली देवराया ।। २ ।।
सुखाचा सुरतरू भक्त चिंतामणी । पुरवितो आयणी निजभक्ताची ।। ३ ।।
तेथें उद्धव अक्रुर नारद तुंबर । आणिक अपार भक्त येती ।। ४ ।।
महाद्वारीं होतां उभा नामा ठेला । तो जवळी बोलाविला केशिराजें ।। ५ ।।
देवाचा वोरसु देखोनी गौरव । देहीं देहभाव विसरला ।। ६ ।।
निजबोध निवृत्ति राहिली निवांत । हृदयीं वोसंडित प्रेमरसें ।। ७ ।।
देखोनि पंढरीनाथ धाविन्नला वेगीं । जैसी वत्सालागीं तान्हें धेनू ।। ८ ।।
उचलोनि चहूंभुजीं दिलें आलिंगन । आणिलें उमजून देहावरी ।। ९ ।।
धरोनि बाहुवटीं बैसविला ताटीं । स्फुंदतां हिंपुटी होत असे ।। १० ।।
कुर्वाळोनि माथा घास घाली मुखीं । तंव तो परलक्षी तन्मय होतु ।। ११ ।।
अंतरींचें गुज बोले कृपासिंधु । करूनि सावधु नामयासी ।। १२ ।।
म्हणे जिवलगा बोलें सुख गोष्टी । आर्त आहे पोटीं बहु दिवसांचें ।। १३ ।।
अंतरींचें सुख बाहेरी तूं पाहे । गगना काय आहे पाठीमोट ।। १४ ।।
तैसा तूं आनंदु आहे पैं निर्मळ । चिद्रूप केवळ सदोदित ।। १५ ।।

तुझें तेंचिं माझें माझें तेंचि तुझें । आहे सहजीं सहजें एकविध ॥ १६ ॥
परतोनियां दृष्टि घाली मजवरी । मी तो निरंतरीं तूंचि होसी ॥ १७ ॥
हा तुझा सोहळा पाहें उघडा डोळां । मी आहे तुज जवळां ज्ञानदीपू ॥ १८ ॥
आर्त तुझिये भेटी आले भक्तराणे । सुखाचें पारणे करवी त्यांसी ॥ १९ ॥
परमानंद मूर्ति धन्य हा निवृत्ति । सुखाचा सांगाती ज्ञानदेव ॥ २० ॥
पवित्र हा सोपान परलोकींचें तारूं । करी याचा आदरू भाग्यवंता ॥ २१ ॥
म्हणोनि पंढरीनाथें आश्वासिलें करें । मिठी दिली येरें चरणकमळीं ॥ २२ ॥
नामा म्हणे तुझे कृपेचा वोल्हावा । विश्रांति या जिवा जाली असे ॥ २३ ॥

ॐ १३३ ॐ

नामयाचे मुखीं घालुनी कवळु । पुसतसे गोपाळु शिणभागु ॥ १ ॥
जें करकमळ सनकादिकां शिरीं । नामा तिहीं करीं कुरवाळिला ॥ २ ॥
म्हणे सांडी सर्व खंती जीवींची काजळी । विश्रांति मजजवळी आहे तुज ॥ ३ ॥
वियोगाचेनि शोकें शिणलासी मार्गी । देह मजलागीं वाळविला ॥ ४ ॥
कोमाईलें वदन निडारला नयनीं । नेणें कोणी तुझी तानभूक ॥ ५ ॥
गेलासी जवळुनी ज्या दिवसापासोनी । न दिसे माझें कोणी आवडतें ॥ ६ ॥
धीर न धरवे जीवा पाहें दाही दिशा । माझा विष्णुदास येईल केव्हां ॥ ७ ॥
तुज पाहे गरूडपारीं पाहे महाद्वारीं । पाहे भीमातीरीं चंद्रभागे ॥ ८ ॥
पाहे पद्मतीर्थी पाहे वेणूनादीं । नलगे तुझी शुद्धी खंत वाटे ॥ ९ ॥
अनुदिनीं भोजन करितां उदकपान । तेव्हां आठवण होय तुझी ॥ १० ॥
मी म्हणे धांवत येसी न धरत । प्रसादाचें आर्त बहु तुज ॥ ११ ॥
धांवोनियां येसी आलिंगन देसी । पुसेन सांगसी सुख गोष्टी ॥ १२ ॥
तेणें हर्षे निघती डोळियासी दोदें । हृदय माझें कोदे करुणारसें ॥ १३ ॥
आवडतें आळुकें जननियेचें बाळ । जाण तें कृपाळ भूक त्याची ॥ १४ ॥
तैसा पंढरीनाथ मोहें वोसरला । नाम्यातें पाजिला प्रेमपान्हा ॥ १५ ॥

ॐ १३४ ॐ

ऐसी ते जेवणीं ब्रह्मरसधणी । पुरविली आयणी निजभक्तांची ॥ १ ॥
नाम्याचें उच्छिष्ट स्वीकारिलें देवे । कवतुक अवघें पाहती द्विज ॥ २ ॥

म्हणती आम्हां येणें कैसी केली माव । बुडविलें सर्व क्रियाकर्म ॥ ३ ॥
नेणवे हा कोण दिसे सुलक्षण । नव्हे क्षत्रिय ब्राह्मण वैश्य शूद्र ॥ ४ ॥
चहूंवर्णा वेगळी दिसे याची लीला । विस्मृति सकळां पडली कैसी ॥ ५ ॥
निर्धारें नाम्याचा होय मायबापु । सोडविलें संकल्पू त्याच्या हातीं ॥ ६ ॥
कायावाचामनें लोभ याचेवरी । घातलिया शिरीं मंत्राक्षता ॥ ७ ॥
एक म्हणती जाले होते ते निर्माण । आतां आपुलें आपण गौप्य करा ॥ ८ ॥
लौकिकीं ही मात प्रकट करा झणीं । न बोलावी कोणी कोणापाशीं ॥ ९ ॥
एक म्हणती आतां यासीच वाळावें । आपुलें टाळावें लोकनिंद्य ॥ १० ॥
अज्ञानासी दोष नाहीं प्रत्यवाय । शास्त्रीं हा उपाय सिद्ध असे ॥ ११ ॥
आत्मशुद्धिलागीं करा विचारणा । करा मंत्रस्नाना त्रिपदा जप ॥ १२ ॥
म्हणोनि सत्वर चालिले अवघे । प्रार्थुनियां देवें बोलाविलें ॥ १३ ॥
संकोचित मनें दिसती कवण्यागुणें । कोमाईलीं वदनें सकळिकांची ॥ १४ ॥
काय शंका वाटे तुमच्या मनीं स्वामी । ते कृपा करूनि सांगा मज ॥ १५ ॥
मनाचें मवाळ तुम्ही ब्रह्मबीज । गौप्य नये गुज करूं कांहीं ॥ १६ ॥
मी तुम्हां सकळांचें असे कृपापात्र । सांगा जीवीचें आर्त करीन पूर्ण ॥ १७ ॥
मग समर्पोनि दक्षिणासहित तुळशीदळ । वरी त्या पुण्यजळ प्रोक्षूनियां ॥ १८ ॥
चरणावरी नामा घालोनि निरवी । म्हणे कृपा असों द्यावी याजवरी ॥ १९ ॥

१३५

जातीचे हे शिंपी विश्व जाणे यातें । प्रत्यक्ष सांगाते जेवविलें ॥ १ ॥
उच्छिष्ट निजमुखी स्वीकारिलें याचें । उरलें तें तुम्हां कैचें क्रियाकर्म ॥ २ ॥
न कळे हा निर्धार भ्रांति वाटे आम्हां । काय तुमचा नामा अंगभूत ॥ ३ ॥
नवल हे आवडी लौकिका वेगळी । बुडविले सकळीं समूळ धर्म ॥ ४ ॥
कोणा लोभें तुम्हां लावियेला चाळा । कृपेचा कळवळा निरोपमु ॥ ५ ॥
विचारितां तुम्ही आहां वेषधारी । लीला वोडंबरी दिले तुमची ॥ ६ ॥
वर्णाश्रमधर्म न दिसे तुमच्या ठायीं । निर्धारुचि कांहीं न कळे आम्हां ॥ ७ ॥
वंद्य निंद्य तुम्हां न दिसेचि कोणी । दृष्टी दुजेपणीं न पडे तुमची ॥ ८ ॥
विश्व आपरूप दिसे तुम्हां सर्व । नेणवे हे भाव ब्रह्मादिका ॥ ९ ॥
आम्हीं विश्वासलों वरवेषा तुमच्या । परी भाव अंतरींचा न कळे कांहीं ॥ १० ॥

आपुलें स्वहित देखोनि आपण । पाप अथवा पुण्य विचारावें ।। ११ ।।
सर्वभावें करुनि विधीतें पाळावें । सर्वी सांभाळावें वेदवचन ।। १२ ।।
वर्णाश्रमपरत्वें बोलिले जे धर्म। तें तें विहितकर्म आचरावें ।। १३ ।।
स्वामींचे वचन स्वामींनीं पाळावें । यश मिरवावें उभयलोकीं ।। १४ ।।
तरी हा तुमचा जिवलग नामा । निर्धारितां आम्हां कळों आलें ।। १५ ।।

ॐ १३६ ॐ

नामयातें आम्हीं जेवविलें सागातें । हा दोष आम्हांतें ठेवा झणीं ।। १ ।।
सर्वत्र चाळक एकचि चैतन्य । वंद्य निंद्य कोण म्हणे स्वामी ।। २ ।।
पुण्यपाप बाधा आम्हां नाहीं कदा । असो शुद्धबुद्धा निरंतर ।। ३ ।।
देह म्हणाल जरी वोडवर पांचांचें । अंबरीं आभासाचें अभ्र जेवीं ।। ४ ।।
नामा ऐसें नाम कवणिया अवयवां । सांगा तुम्हीं देवा साच करोनी ।। ५ ।।
तेजीं की जीवनीं गगनीं कीं पवनीं । कीं दोष धरणीमाजीं होता ।। ६ ।।
तो तुम्हांसी गोचरू जाला कवणें युक्ती । हे खूण निरूती सांगा मज ।। ७ ।।
तुम्हीं वेदवक्ते सर्वशास्त्र द्रष्टे । परि नाहीं आत्मनिष्ठे पावलेती ।। ८ ।।
भेदभ्रम तुमचा नाहीं मावळला । भ्रमुची उरला संदेहेसी ।। ९ ।।
जेवेळीं संकल्प सोडिला पैं येणें । तुम्ही आपोशनें घेतलीं कैसीं ।। १० ।।
जे वेळीं नाहीं केली ही विचारणा । अधिकार अन्ना आहे कीं नाहीं ।। ११ ।।
याचिलागी तुम्हां प्रार्थुनी खूण सांगे । नामयाच्या प्रसंगें घडली सेवा ।। १२ ।।
आशिर्वाद तुम्हीं दिल्या मंत्राक्षता । त्या त्याचे माथा टाकियेल्या ।। १३ ।।
मज निरालंबासी तुम्हीं करोनि अवलंबन । निष्कामासी पूर्ण केलें काम ।। १४ ।।
हें माझें बोलणें तुम्हीं ऐकोनि सकळिकीं । परी अझुनी ओळखी न धरा माझी ।। १५ ।।
निःसंदेह भोजन केलें आधि तुम्हीं । उरलें शेष आम्ही स्वीकारिलें ।। १६ ।।
यासी विधियुक्त कोण प्रायाश्चित्त । सांगा कोण ग्रंथ साच करूनी ।। १७ ।।
या हरिदासाचे रज आणि तुमचें चरणतीर्थ । तेणेंचि पुनीत तनु माझी ।। १८ ।।
येरु तुमचा भावो तोचि फळला तुम्हां । नामा तरी आम्हां निष्कलंकु ।। १९ ।।

௵ १३७ ௸

मग केशव म्हणे माझें परिसा वचन । गुज मी सांगेन अंतरीचें ॥ १ ॥
व्रत तप दान सकळ कर्मक्रिया । एक भूतदया असे जेथें ॥ २ ॥
तोचि सत्य मानी भक्त आणि ज्ञानी । न विसंबे निर्वाणीं जीवें त्यासी ॥ ३ ॥
ज्ञानाचें सौभाग्य भक्ति आणि वैराग्य । तयाचें आरोग्य प्रेमरस ॥ ४ ॥
त्यासी संजीवनु सदा संत संगू । त्यावरी अनुरागू वज्रकवच ॥ ५ ॥
धर्मअर्थकाममोक्ष दृष्टि नाणी । वोळगती आंगणीं मुक्ति चारी ॥ ६ ॥
अनुहात गजरू होतसे नामाचा । दीप अलक्षाचा पाजळितु ॥ ७ ॥
इंद्रपदादिकें नाशिवंत होती । म्हणोनि आसक्ती न धरावी त्यांची ॥ ८ ॥
हे जाणोनि साच न धरावी त्यांची आस । अखंड माझा वास हृदयीं त्यांच्या ॥ ९ ॥
कामक्रोध वैरी दुराविले दुरी । मज हृदयमंदिरीं सांठविलें ॥ १० ॥
तेणें त्याच्या उच्छिष्टा जालोंसे अधिकारी । ब्रह्मरसा सरी न पवी जेथें ॥ ११ ॥
म्हणोनि ये संसारीं धन्य एक नामा । जेणें माझा प्रेमा अनुभविला ॥ १२ ॥

௵ १३८ ௸

महा मुक्ति क्षेत्र तीर्थाचें तारक । उपमेसि आणीक नाहीं दुजें ॥ १ ॥
तें हें पंढरपूर प्रेमाचें भांडार । नामें निरंतर गर्जतसे ॥ २ ॥
येवढें तीर्थ जवळी असतां पैं समर्थ । कोण भाग्यहत दैन्य भाकी ॥ ३ ॥
जीवन्मुक्त ज्ञानी येथें पुंडलिक मुनि । बैसलासे ध्यानीं परलक्षी ॥ ४ ॥
योग्यांचे हृदयींचें निजध्यान नेटकें । तें जयाचेनि सुखें वेडावलें ॥ ५ ॥
पुण्यपावन भीमा दक्षिणवाहिनी । अमृत संजीवनी पुण्यराशी ॥ ६ ॥
आनंदरसकुपिका प्रत्यक्ष चंद्रभागा । दर्शनें न या गा गर्भवासा ॥ ७ ॥
स्वर्गीं मंदाकिनी लाजोनि राहिली । पाताळीं प्रवेशली भोगावती ॥ ८ ॥
सहस्रभाग भेणें होउनी भागीरथी । सागरा मिळती जाली वेगीं ॥ ९ ॥
भक्तजन भाग्याची कीं सुख आरोग्याची । जें कां वैराग्याची जन्मभूमी ॥ १० ॥
तेथें हरिखे निर्भर नामा संतांचें संगतीं । गीतीं गाय कीर्ति विठोबाची ॥ ११ ॥

ॐ १३९ ॐ

सकाम निष्काम वाचे जपे नाम । तो माझा परम प्राणसखा ।। १ ।।
जीवाहूनि आवडता न करी जीवापरता । पूजी परम देवता भावें त्यासी ।। २ ।।
हे माझी प्रसिद्धि जगीं ब्रीदावळी । हरिदासाचे कुळीं वोळंगे सदा ।। ३ ।।
जन्मोनि ज्याचे कुळीं एक हरिदास । धन्य त्याचा वंश पुण्यशीळ ।। ४ ।।
काया वाचा मनें न विसंबे त्यासी । ते माझ्या देवासी दैव जाले ।। ५ ।।
नामधारकाचें उच्छिष्ट जेथें पडे । उभा राहोनि पुढें झेली मुखें ।। ६ ।।
तें मज गोमटें सेवितां सुख वाटे । म्हणोनि धाटें मोठें शरीर माझें ।। ७ ।।
बहु कांति पुष्टि यश कीर्ति प्रभा । नित्य नवी शोभा होय तेणें ।। ८ ।।
ते संत सोयरे भेटती जे वेळीं । ते माझी दिवाळी दसरा सण ।। ९ ।।
म्हणोनी नामयातें जेवविलें सांगातें । बहु दिवस होतें आर्त पोटीं ।। १० ।।
जालें तें सर्वथा नोहे पैं अन्यथा । पुढतीं सांगा आतां काय करणें ।। ११ ।।

ॐ १४० ॐ

तंव म्हणती द्विज परियेसी गुणनिधी । प्रतिपादिले वेदीं जे जे मर्म ।। १ ।।
ते ते आचरावे विहित क्रियाकर्म । जें जें वर्णाश्रमें आलें जया ।। २ ।।
तेचि एक धन्य जगीं देहधारी । असतां संसारीं जीवन्मुक्त ।। ३ ।।
आचार प्रथम ब्राह्मणांचा धर्म । शौच नित्यनेम सत्यवाणी ।। ४ ।।
तप शम दम भूतदया पूर्ण । अखंड अनुसंधान स्वस्वरूपीं ।। ५ ।।
स्नानसंध्या जप होम अध्ययन विधि। देवतार्चन सिद्धि करुनी भावें ।। ६ ।।
वैश्वदेव आणि अतिथीपूजन । नववें ब्रह्मयज्ञ आवश्यक ।। ७ ।।
संपादुनि हे विधि सारावें भोजन । त्यावरी श्रवण पुराणांचें ।। ८ ।।
सर्व काळ व्हावें संतुष्ट मानस । असावा विश्वास वेदवचनीं ।। ९ ।।
तुम्हीं तंव सर्वज्ञ संपन्न चतुर । देखावा विचार विशुद्धीचा ।। १० ।।
सांडुनि अभिमान व्हावें शुद्धमती । जोडावी ते कीर्ति उभय लोकीं ।। ११ ।।
जावें चंद्रभागे करावें मंत्रस्नान । द्यावें हेमदान सत्वशुद्धी ।। १२ ।।
पुण्यजना एकी क्षेत्रप्रदक्षिणा । करावी पावन उभयकुळें ।। १३ ।।
ऐकोनि पंढरिरावो बोलते जाले वाचा । आज्ञा ते शिरसा स्वामियांची ।। १४ ।।
परी काया वाचा मनें मागेन तें द्यावें । माझ्या सांभाळावें नामयासी ।। १५ ।।

ॐ १४१ ॐ

तुम्ही सदाचार महंत ब्रह्मवादी । तुमची वाग्नदी ब्रह्मरूप ।। १ ।।
सत्य वचन जळ पवित्र तें निर्मळ । कृतार्थ तेणें केवळ जालोंसे मी ।। २ ।।
हा तुमचा विश्वास दृढ आहे मज । तुम्ही माझे पूज्य परम देव ।। ३ ।।
स्नानाचा प्रकार आहे पंचविध । सांगेन विद्गद भाव त्याचा ।। ४ ।।
अर्थी ठेवुनी दृष्टी विवेक घ्यावा पोटीं । प्रत्यया येईल गोष्टी अनुभवाची ।। ५ ।।
उत्तमाहुनी उत्तम सत्य वाग्स्नान । यापरतें पावन आणिक नाहीं ।। ६ ।।
काया वाचा मनें हें दृढ धरिजे । हेळाची तरिजे भवसागरू ।। ७ ।।
बाहेरू भीतरीं शुद्ध सर्वकाळ । हें दुजें निर्मळ शुद्धस्नान ।। ८ ।।
हें जया सदैवा घडे भाग्ययोगें । मग तया न लगे साधन कांहीं ।। ९ ।।
सकळ इंद्रियांचा करोनि निग्रहो । दंडावा विग्रहो वासनेचा ।। १० ।।
हें तिजें निर्मळ घडे जया स्नान । न लगे अनुष्ठान करणें त्यासी ।। ११ ।।
सर्वांभूतीं करुणा हेंचि पैं चवथें स्नान । साधितो सज्जन विरळा कोणी ।। १२ ।।
त्याचेनि दर्शनें जळती पापराशी । तो सर्वां तीर्थांसी तीर्थरूप ।। १३ ।।
पांचवें स्नान काया प्रक्षाळावी जळीं । करणें ते आंघोळी लौकिकाची ।। १४ ।।
काम क्रोध लोभ दंभ मद मत्सर । हे दोष दुर्धर देहामाजीं ।। १५ ।।
विवेक वैराग्य धरावें मानसीं । रहावें संगतीसी संतांचिया ।। १६ ।।
अनंत जन्माचें हेंचि प्रायश्चित्त । ज्याचे वाचे नित्य रामकृष्ण ।। १७ ।।
शांति क्षमा दया निजबोध निवृत्ती । अखंड खेळती जयापाशीं ।। १८ ।।
तो एक संसारीं धन्य शिंपी नामा । आवडता आम्हां जीवाहोनी ।। १९ ।।

ॐ १४२ ॐ

प्रार्थूनि सकळां बोले देवरावो । फेडावा संदेहो वासनेचा ।। १ ।।
स्नानविधीलागीं जावें चंद्रभागे । संताचेनि संगें आम्ही तुम्ही ।। २ ।।
बाप भक्तप्रिय कैवारिया मुरारी । लीला वोडंबरी खेळ खेळूं ।। ३ ।।
नामयाचा हात धरोनि करकमळीं । चाले वनमाळी समारंभें ।। ४ ।।
नरनारी कवतुक पाहती सकळिक । स्वर्गीं ब्रह्मादिक ठकले ठेले ।। ५ ।।
सकल संतमेळासहित शारंगधरु । पाठी दळभारू ब्राह्मणांचा ।। ६ ।।
आले चंद्रभागे हरिनाम गर्जत । केला प्रणिपात पुंडलिकासी ।। ७ ।।

प्रक्षाळोनि चरण केले प्राणायाम । बाप सकळ धर्म जनिता स्वयें ॥ ८ ॥
समस्त द्विजकुळां करोनी प्रदक्षिणा । आरंभिले स्नानविधि देवें ॥ ९ ॥
चाचर कुरळ केश रुळती पाठीवरी । पितांबरधारी शामतनू ॥ १० ॥
सुंदर कमळनयन मुख प्रभाराशी । तें ध्यान मानसीं सनकादिकां ॥ ११ ॥
गोमयमृत्तिका आणोनियां देखा । प्रक्षाळुनी उदका वेदमंत्रें ॥ १२ ॥
करुनि प्रयोग सारियेलें स्नान । केला परिधान सोनसळा ॥ १३ ॥
ब्राह्मणाचें तीर्थ मस्तकीं वंदिलें । अभिवंदन केलें हरिच्या दासा ॥ १४ ॥
सारोनियां संध्या नित्य नेम सर्व । पुजिले भूदेव दिधलीं दानें ॥ १५ ॥
म्हणे कृपादृष्टीं मज केलें सनाथ । पुरविलें आर्त हृदयींचें ॥ १६ ॥
येथुनी संशयो न धरावा मानसीं । मानावें आम्हांसी आत्मरूप ॥ १७ ॥
चालिले सत्वर आले महाद्वारां । आज्ञा द्विजवरां दिधली देवें ॥ १८ ॥
तेथें हरिखे निर्भर नामा निजबोधें । नाचतो आनंदें गरुडपारीं ॥ १९ ॥

१४३

समस्त भक्तमंडळीसहित वनमाळी । प्रवेशले राउळीं परमानंदें ॥ १ ॥
राही रखुमाई सत्यभामा वेगीं । देवातें अष्टांगी नमस्कारिती ॥ २ ॥
बाप सुखसिंधु स्वामी आर्तबंधु । प्रीति परमानंदु निजभक्तां ॥ ३ ॥
सत्यभामेनें केलें प्रक्षाळण चरणां । रुक्माई विंजना जाणविती ॥ ४ ॥
विडा देती राही उभी उजव्या बाही । दृष्टी ठेवुनि पायीं कवळी मनें ॥ ५ ॥
शुक सनकादिक नारद तुंबर । करती जयजयकार नामघोषें ॥ ६ ॥
आले बंदीजन पढती ब्रीदावळी । ध्यान हृदयकमळीं चंद्रचूडा ॥ ७ ॥
निवृत्ति ज्ञानदेव सोपान सांवता । जवळी त्या जनमित्रा बोलाविलें ॥ ८ ॥
सकळिक संतां परमानंदें तृप्ती । सारोनि श्रीपति आरोगणा ॥ ९ ॥
बैसोनि एकांतीं पंढरीचा राणा । करितसे विचारणा निजभक्तांसी ॥ १० ॥
सकळिक ब्राह्मण आणावे भोजना । निरसावी वासना संदेहाची ॥ ११ ॥
उठोनि प्रातःकाळीं यावें शीघ्रवत । द्यावया अक्षत ब्राह्मणांसी ॥ १२ ॥
निजबोधें आनंदें हर्षे खेळेमेळें । भोगावे सोहळे स्वानंदाचे ॥ १३ ॥
फेडवी तयांची भेदभ्रमदृष्टी । द्यावी तयां भेटी निजरूपाची ॥ १४ ॥
संतसंगतीचा प्रगट व्हावा महिमा । द्यावा भक्तिप्रेमा नामयासी ॥ १५ ॥

॥ १४४ ॥

सुख सेजेवरि देव विश्रांति पहुडले । विश्रांतीसी गेले सकळ भक्त ॥ १ ॥
ब्रह्मवीणा करीं घेऊनि ब्रह्मसुत । जाणवी एकांत नारदमुनी ॥ २ ॥
बाप पंढरीनाथ सुखाचा सुखसिंधु । नित्य नवा आनंदु सोहळा करी ॥ ३ ॥
विश्रांति विसांवा जें विश्वमंगळ । तें नाम निर्मळ विठोबाचें ॥ ४ ॥
तो भक्तशिरोमणी वैराग्य पुतळा । गातो प्रेमकळा धरुनी कंठीं ॥ ५ ॥
तेणें श्रवणामृतें हृदय कोंदाटलें । प्रेमाचे सुटले पाझर नयनीं ॥ ६ ॥
हर्षे निर्भर दोनी देव नारदमुनी । प्रीति आलिंगनीं एकमेकां ॥ ७ ॥
जाती चंपक सुमनें माजीं तुळसीमिश्रित । दिधल्या त्या उचित कंठी माळा ॥ ८ ॥
नमस्कार करूनि केलें विसर्जन । भरले त्रिभुवन ब्रह्मरसें ॥ ९ ॥
मग चालिले तेथोनि ऋषी नारदमुनी । हृदयीं संजीवनी कृष्णनाम ॥ १० ॥
तेणें त्या विश्रांती नित्य तृप्ती मनीं । नामा जीवें चरणीं विनटला ॥ ११ ॥

॥ १४५ ॥

जीवींचें गुज राही रुक्माईसी पुसे । न धरवे मज हांसे नवल वाटे ॥ १ ॥
काय अभिश्राप आला देवराया । केली आपणया आत्मशुद्धी ॥ २ ॥
हें मज वाई सत्य सांगा वाणी । कवणें चक्रपाणि भुलविलें ॥ ३ ॥
सूर्य आणि अंधारू वर्ते एके ठायीं । हें भूतभविष्य नाहीं वर्तमान ॥ ४ ॥
ऐसें हें अघटित जरी घडेल प्रसंगीं । तरीच दोष संसर्गी देवराया ॥ ५ ॥
अग्निमाजीं बीजें पाल्हेजती सुरवाडें । कीं बुडालें सांपडे लवण जळीं ॥ ६ ॥
ऐसें हें अभिनव जरी घडेल प्रसंगीं । तरीच संसर्गी पडती देवो ॥ ७ ॥
ज्योतीसी अळूमाळु मिळाल्या कर्पुरी । पुढती त्यासी उरीं उरे जरी ॥ ८ ॥
ऐसें होय जरी या त्रिभुवनामाझारीं । तरीच केशिराजीं वसती दोष ॥ ९ ॥
तरी हें न कळे माते सांगावें साचार । सर्वज्ञ चतुर वडील तुम्ही ॥ १० ॥
रुक्माई म्हणे या नामयाचे चाडे । अनंत पवाडे केले देवें ॥ ११ ॥

ॐ १४६ ॐ

रुक्माई म्हणे परियेसी वो आरजे । सांगेन सकळ जें वर्म तुज ॥ १ ॥
अनाथा माहेर एक चक्रपाणि । बहु दिनालागोनी लोभापर ॥ २ ॥
म्हणोनि भुलला देव नाम्याचेनि लोभें । कर्मे शुभाशुभें अंगिकारी ॥ ३ ॥
आवडीचा वोरसु न करी कायकाय । हा प्रसिद्ध अनुभव आहे लोकां ॥ ४ ॥
विषम विषयसुख विषयाचें गळालें । तयाचे सोहळे करिती लोक ॥ ५ ॥
आंधळे पांगुळे मुके अनर्गळ । परी जीवापरिस बाळ पढियें मातें ॥ ६ ॥
अंतरीच्या कळवळें खेळवी लाडेंकोंडें । परि विलासाचे नावडे चोख चांग ॥ ७ ॥
प्रीतीच्या पडिभरें नेघे पैं विकृती । देखोनि विश्रांति थोर मानी ॥ ८ ॥
म्हणे माझे आळीकर दिठावेल झणीं । इडापीडा घेउनी वदन चुंबी ॥ ९ ॥
स्नेहाच्या संभ्रमें नेणे लोकलाज । उचलोनि भुज घाली कंठी ॥ १० ॥
तनुमनप्राणांची करूनी ओंवाळणी । जावें हें माझेनि म्हणे जीवें ॥ ११ ॥
तैसीच परी आहे या विठ्ठलाच्या ठायीं । चित्त याच्या पायीं ठेविलें जेणें ॥ १२ ॥
न पाहे तयाचें जाती कुळ कर्म । वर्णाश्रमधर्म शुद्ध वाणी ॥ १३ ॥
अनंत जन्मांचा कायामनेंवाचा । आहे या दोघांचा ऋणानुबंधु ॥ १४ ॥
तो नकळे न सुटे कोणिये कल्पांतीं । जिवलग सांगाती जाला नामा ॥ १५ ॥

ॐ १४७ ॐ

मग नारदातें पुसे सत्यभामा देवी । विस्मयो माझ्या जीवीं अति वाटे ॥ १ ॥
सांडोनियां थोरी देव मुगुटमणी । नाचतो कीर्तनीं संतांपुढें ॥ २ ॥
तरी कोणिये जन्माचें काय काय याचें । घेतलें नाम्याचें ऋण देवें ॥ ३ ॥
एका पुंडलिकाचेनि पांगें येणें हो श्रीरंगें । अठ्ठावीस युगें उभ्या गेलीं ॥ ४ ॥
न पाहे परतोनी अझुनी पाठिमोरा । न बोले निष्ठुरा वचन कांहीं ॥ ५ ॥
तरी कोण प्रीति देवा कोण्या ऋणानुबंधें । राखितो आनंदें बळिचें द्वार ॥ ६ ॥
विकिला पायिक कायामनें वाचा । जाला पांडवांचा वेळाइतु ॥ ७ ॥
जें जें जया आवडे तें तें घरोनी रूप । पाववी संकल्प सिद्धी त्यांचे ॥ ८ ॥
एकला एकटु एकलेनि जीवें । भक्तांचें करावें सकळ काज ॥ ९ ॥
ऐसे भक्त अपार आहेत भूमंडळीं । किती लागावळी असेल त्यांची ॥ १० ॥
म्हणोनि माझ्या जिवीं वाटे थोर खंती । स्वामीतें शिणविती युगायुगीं ॥ ११ ॥

भक्तांचे आवडी त्यजिलें वैकुंठभुवन । चित्तीं अमृतपान न वाटे गोड ॥ १२ ॥
अखंड आवडे संतांची संगती । बैसोनि एकांतीं घेती सुख ॥ १३ ॥
ऐसी इहीं चाळविलें वैष्णवीं । आमुचें घर गोसावीं भुलविलें ॥ १४ ॥
त्यां सकळांहुनि पढियंता देवा एकु नामा । भक्तिभावें प्रेमा दिधला त्यासी ॥ १५ ॥

ॐ १४८ ॐ

तंव म्हणती नारदमुनि परियेसी वो माते । सांगेन मी तूतें सत्य मानी ॥ १ ॥
हा निर्विकल्प देव येतसे रूपा । करावया कृपा भक्तजनां ॥ २ ॥
हा शरणागता वत्सलु अनाथा कृपाळु । मिरवी दीनदयाळु ब्रीद जगीं ॥ ३ ॥
जो शब्दब्रह्मजनिता सकळ विधिकर्ता । धर्माचा पाळिता पक्षपाती ॥ ४ ॥
म्हणोनि जन्मकर्मे असंख्यात जगीं । केलीं पाचलागीं नारायणें ॥ ५ ॥
अंबऋषीचें येणें सोसले गर्भवास । राखितो उदास बळिचें द्वार ॥ ६ ॥
विकिला पाइकु कायामनें वाचा । जाला पांडवांचा मोलेंविण ॥ ७ ॥
गोकुळीं नंदाचीं राखिलीं गोधनें । प्रीति उच्छिष्ट खाणें गौळियांचें ॥ ८ ॥
विघ्न पडे तेथें आपणां वोडवी । संकटीं सोडवी माझीं म्हणोनी ॥ ९ ॥
सांडोनि अभिमान न्यून कामें करी । जालासे अधिकारी दास त्याचा ॥ १० ॥
आज्ञा वाहे शिरीं जीवीं जतन करी । मानिलीं सोयरीं जिवलगें ॥ ११ ॥
एके अपमानिती दावेवरी बांधिती । उपहास करिती हर्ष मानी ॥ १२ ॥
केले अपराध नेघे अपुले चित्तीं । दुणावितो प्रीति नित्य नवी ॥ १३ ॥
ऐसे ब्रह्मांडनायकु देवा मुगुटमणी । हे त्याची करणी ख्याती जगीं ॥ १४ ॥
आम्ही सकळ भक्त याचे पूर्ण अंशु । चरणीचा सौरसु नामयासी ॥ १५ ॥

ॐ १४९ ॐ

निज गुज रुक्माई पुसे पंढरीनाथा । ठेवुनियां माथा चरणावरी ॥ १ ॥
सर्वांहुनि पढियंते काय स्वामियातें । तें मज निरुतें सांगा स्वामी ॥ २ ॥
हे माझ्या जीवींचि फेडावी आशंका । ब्रह्मांडनायका कृपाळुवा ॥ ३ ॥
न रिगे तुमचें चित्त योगियांचे ध्यानीं । वैकुंठभुवनीं प्रीति नाहीं ॥ ४ ॥
तेथिंचे सुखभोग सकळ विलास । नावडती उदास कवण्या गुणें ॥ ५ ॥
सायोज्यता मुक्ति आपुली देऊनीं । ज्ञानी ते निर्गुणीं बुडविले ॥ ६ ॥

त्याहुनि जिवलग कोण तुमचे सखे । जे त्याचेनि पैं सुखें वेडावलेली ।। ७ ।।
चतुरानना ऐसा स्तविंता चतुरपणें । अठराही पुराणें वेद चारी ।। ८ ।।
परि तेही उबगलीं म्हणती नेती नेती । शिणलीं वेवादती साहीजणें ।। ९ ।।
ऐकुनि पंढरीनाथ बोले रुक्माईसी । तूं कां वो नेणसी गुज माझें ।। १० ।।
कायावाचामनें सर्व निरंतरी । आहे नाम्यावरी लोभ माझा ।। ११ ।।

१५०

जीवींचें गुजगौप्य सांगेन वो तूतें । ऐक एकचित्तें मनोधर्मे ।। १ ।।
आवडते हे माझे भक्त परम सखे । जे सबाह्य सारिखे सप्रेमळ ।। २ ।।
त्यापरिस थोर नाहीं मन दुजें । मज त्याचेनि काजें नांवरूप ।। ३ ।।
भक्त सर्वांहोनि पढियंते माझिया हो जीवा । भक्त हा विसावा ज्ञानियांचा ।। ४ ।।
भक्त योगियांच्या सुखाचा शृंगारु । भक्त अलंकारु वैराग्याचा ।। ५ ।।
भक्त वो माझिया जीवींचें निजध्येय । भक्त परमप्रिय कुळदैवत ।। ६ ।।
भक्तसंगेंसुखें विश्रांति विसांवा । भक्त माझा ठेवा सर्व धन ।। ७ ।।
भक्त हे माझिया भाग्याचें भूषण । भक्त ते निधान निक्षेपीचें ।। ८ ।।
भक्त यश कीर्ति भक्त सुख मूर्ति । भेटे तरी पुरती सकळ काम ।। ९ ।।
भक्त माझ्या सर्व सुखाचा अधिकारी । भक्ताचिया घरीं वस्ती माझी ।। १० ।।
मज आणि भक्तां नाहीं वेगळिक । घ्यावें सर्व सुख भक्तें माझें ।। ११ ।।
भक्तें नाम घ्यावें भक्तें रूप घ्यावें । भक्तें मुख पहावें घडिये घडिये ।। १२ ।।
भक्तें हृदयीं माझे चिंतावे चरण । भक्तें आलिंगन द्यावें मज ।। १३ ।।
धर्मअर्थकाममोक्ष मुक्ति चारी । देतां न धरी करीं भक्त माझा ।। १४ ।।
भक्त न मागे कांहीं न घाली मज भार । मजहुनि उदार भक्त माझा ।। १५ ।।
पत्रपुष्प फळ जळ तें सर्वभावें । भक्ताचें मज व्हावें भलतैसें ।। १६ ।।
आस करुनी वास पाहे घडिये घडिये । भक्ताचें तें पढिये सर्व मज ।। १७ ।।
तरी मी भक्तांचा कीं भक्त आमुचे । सोईरे निजाचे एकमेक ।। १८ ।।
म्हणोनि नामयाचे आर्त थोर जीवा । जवळोनि नवजावा दूर कोठें ।। १९ ।।

ॐ १५१ ॐ

तंव ते सकळ भक्त आले शीघ्रवत । आनंदें गर्जत नामघोषें ॥ १ ॥
प्रेमें उचंबळत अंतरीं बोधले । सप्रेमें लोटले चरणांवरी ॥ २ ॥
त्या सुखाचा आनंदु न वर्णवे वाचे । एवढें भाग्य कैचें बोलावया ॥ ३ ॥
आलिंगोनि देवें धरिलें हृदयकमळीं । सादर सांभाळी कृपादृष्टी ॥ ४ ॥
श्रीमुखाची वास पाहती वेळोवेळा । जाला एकवळा आनंदाचा ॥ ५ ॥
मग उदार चक्रवर्ति सर्वज्ञाचा रावो । सांगें जीवींचा भावो रुक्माईसी ॥ ६ ॥
केला चंद्रभागें संकल्प संपूर्ण । तो व्हावा उत्तीर्ण सर्वभावें ॥ ७ ॥
क्षेत्रवासी द्विज सुशील सदाचार । जे पुण्यसागर भूदैवत ॥ ८ ॥
ज्यांचेनि दर्शनें पाप ताप जाय । यशकीर्ति होय चरणतीर्थें ॥ ९ ॥
तरी ते प्रार्थुनियां आजी आणावे त्रिभुवना । द्यावें त्या भोजना भक्तिभावें ॥ १० ॥
तेणें सकळ काम होतील परिपूर्ण । घ्यावें आशीर्वचन ब्राह्मणांचें ॥ ११ ॥
तंव म्हणे रुक्माई ब्रह्मांडनायका । अक्षत सकळिकां द्यावी देवा ॥ १२ ॥
सकळहि सिद्धि असती सदोदित । कर जोडुनि तिष्ठत सकळ काम ॥ १३ ॥
हांसोनि पंढरीनाथ बोले कवतुकें । जिवलगा आईके विष्णुदासा ॥ १४ ॥
पुढती कवतुक करणें तुजलागीं । नामयासी वेगीं कळली खूण ॥ १५ ॥

ॐ १५२ ॐ

केशव म्हणे नाम्या सुखाच्या निधाना । दे रे आलिंगना आवडत्या ॥ १ ॥
जिवलगा जवळोनि नवजे कोठें दुरी । वाटे तुज अंतरीं घालावासी ॥ २ ॥
न पुरे माझें आर्त घेतां तुझें सुख । मज नित्य तृप्ति भूक वाटे थोरी ॥ ३ ॥
उत्कंठित चित्त अखंड तुजकारणें । तुज देखिल्या पारणें होय नयना ॥ ४ ॥
अनंत जन्माचा हा ऋणानुबंधू । तरीच प्रीतिवादु न तुटे तुझा ॥ ५ ॥
तुवां मजलागोनि देह कर्वतीं दिधले । उग्र तप साधिलें जन्मोजन्मीं ॥ ६ ॥
त्यजोनि सर्व माया चित्त निरोधिलें । हृदयीं मज बांधिले वश्य करोनी ॥ ७ ॥
तुज काय देईजे उतराई होईजे । ऐसें न देखिजे त्रिभुवनीं ॥ ८ ॥
शरीर प्राणाचें त्वां देऊनि बळिदान । केलें पैं निर्वाण भक्तराया ॥ ९ ॥
करावें म्यां दास्यत्व आपुलेंनि अंगें । तुज तरी कांहीं नलगें देणें घेणें ॥ १० ॥
नामा म्हणे देवा तूं दीनाचा कैवारी । म्हणोनि मजवरी करिसी मोहो ॥ ११ ॥

॥ १५३ ॥

भक्तजनवत्सल सुखसिंधुराशी । निर्भर मानसीं परमानंदें ॥ १ ॥
सरिसे सकळ भक्त घेउनि पंढरिनाथ । चालिले अक्षत द्यावयासी ॥ २ ॥
बाप तो कवतुकीं अनाथाचा नाथ । भोगिया श्रीमंत खेळू खेळे॥ ३ ॥
तंव ते उदित भाग्य भाग्यवंत । दर्शनाचें आर्त होतें ल्यासी ॥ ४ ॥
सकळही मिळोनी गेले कुंडलतीर्थी । तंव आले कमळापति दर्शनासी ॥ ५ ॥
तेथे देखोनियां सकळांचा मेळा । केला द्विजां सकळां प्रणिपातू ॥ ६ ॥
सांडोनि देहबुद्धि निःसंदेह व्हावें । कृपा करोनि यावें भोजनासी ॥ ७ ॥
पाळावें आपुल्या दिधल्या सत्यवचना । करावी वासना तृप्त माझी ॥ ८ ॥
स्नानसंध्या विधि सारोनि समस्त । यावें शीघ्रवत नैवेद्यासी ॥ ९ ॥
ते निवाले दर्शनें तृप्त जाले मनें । परिसोनि वचनें अमृतोपम ॥ १० ॥
आम्ही तरी आश्रित हेंचि जाणा सत्य । आशिर्वाद नित्य देतों तुम्हां ॥ ११ ॥
सर्वभावें आमुचा करावा सांभाळ । स्वामी दीनदयाळ विश्व बोले ॥ १२ ॥
तुम्ही महाराज राजराजेश्वर । पाहावें निरंतर कृपादृष्टी ॥ १३ ॥
तुमचा हा आदर निरुपम सर्वथा । दिधलीसे मान्यता वेदवचना ॥ १४ ॥
तें भाष्ट आपुलें जतन सर्वभावें । साक्ष करुनी द्यावें प्रेम नाम्या ॥ १५ ॥

॥ १५४ ॥

बाप आर्तबंधु सकळ जीवनकंदू । भक्तांचा सुखसिंधु पंढरिरावो ॥ १ ॥
हवें निर्भर चित्ती आले निजभुवना । सांगे विवंचना रुक्माईसी ॥ २ ॥
धन्य दिवस जाला आजि सोनियाचा । सोहळा भक्तांचा आरंभिला ॥ ३ ॥
प्रार्थिलें ब्राह्मणां भोजनालागुनी । येताती सारोनि स्नानविधी ॥ ४ ॥
आजीचें कवतुक पाहावें अभिन्न । हांसोनियां देव बोलते जाले ॥ ५ ॥
तंव म्हणे रुक्माई अहो जी पूर्णकामा । स्वामी मेघश्यामा कृपानिधी ॥ ६ ॥
त्यांचें पूर्व पुण्य आजि आलें फळा । देखिले गोपाळा चरण तुमचे ॥ ७ ॥
तंव ते नित्य नेम सारोनि आपुले । वेगी द्विज आले राउळांगणां ॥ ८ ॥
नमस्कारुनि देवें बैसविलें आसनीं । पूजा चक्रपाणि आरंभिली ॥ ९ ॥
चरण प्रक्षाळुनि गंध तुळसीमाळा । घातलिया गळां ब्राह्मणांच्या ॥ १० ॥
उजळोनि दीपक ओंवळिले प्रीति । मग ते पात्रपंक्ति मांडियेल्या ॥ ११ ॥

रत्नजडित सकळां सुवर्णाची ताटें । षड्रस बरवंटे तयामाजीं ॥ १२ ॥
विस्तारोनि वेगीं ओगरिलीं चांगें । संकल्प श्रीरंगे सोडियेला ॥ १३ ॥
देउनि आपोशन अमरचूडामणी । प्रार्थितो जोडोनी करकमल ॥ १४ ॥
कवळोकवळीं घ्यावे नाम अव्यक्ताचें । भोजन भक्ताचें सुखरूप ॥ १५ ॥
ऐसे जेविले आनंदें धाले परमानंदें । मुखशुद्धि गोविंदें समर्पिली ॥ १६ ॥
रत्नाचे दीपक उजाळोनि आरती । साष्टांग श्रीपति नमस्कारिलें ॥ १७ ॥
जोडोनि दोन्ही कर विनवितो श्रीरंग । आजीचा प्रसंग पुण्यकाळ ॥ १८ ॥
आम्हां तुम्हां भेटी जाल्या सुखगोष्टी । भरली सकळ सृष्टी परमानंदें ॥ १९ ॥
अवघे संतजन आमुचे सांगाती । जेवूं एकापांती सरिसे आम्ही ॥ २० ॥
म्हणोनि सकळिकां पाचारिलें देवें । कवतुक अवघे पाहाती द्विज ॥ २१ ॥
ब्रह्मादिक देव तिष्ठत पाहाती व्योमीं । वंचलों रे आम्ही भक्ति सुखा ॥ २२ ॥
सर्वप्रेम देउनि निवविला नामा । ऐसें भाग्य आम्हां कैचें आतां ॥ २३ ॥

॥ १५५ ॥

निवृत्ति ज्ञानेश्वर सोपान सांवता । जनमित्र पढियंता जिवलगू ॥ १ ॥
आसंद सुदामा विसोबा खेचर । नरहरी सोनार आदिकरुनि ॥ २ ॥
बाप आर्तबंधु कृपाळू दीनाचा । अभिमान भक्तांचा न संडी कदा ॥ ३ ॥
चोखामेळा बंका भक्तवत्सल लाडका । तो बोलविला देखा आरोगणें ॥ ४ ॥
वैराग्याचा मेरु तो गोरा कुंभारु । आवडता डिंगरु केशवाचा ॥ ५ ॥
ऐसें थोरसानें सकळ भक्त राणें । देवें आरोगणें बोलावले ॥ ६ ॥
सधूप आणि दीप तुळशीच्या माळा । पूजिलें सकळां देवरायें ॥ ७ ॥
तंव राही रखुमाबाई सत्यभामा सती । विस्तारोनि आणिती विविध बोणी ॥ ८ ॥
भोंवती भक्तमंडळी मध्यें वनमाळी । शोभे नभमंडळी चंद्र जैसा ॥ ९ ॥
सकळांमुखीं कवळ देतसे निजकरे । उच्छिष्ट पितांबरें सांवरितो ॥ १० ॥
त्या सुखाचा पारु देखोनी वैकुंठीं । होती लूलूमिठि सुखराशी ॥ ११ ॥
ऐसें तें भोजन जालें खेळेंमेळें । ब्रह्मरसें धाले सकळ भक्त ॥ १२ ॥
तंव विमानें आकाशीं दाटले सकळ । करिती कल्लोळ पुष्पवृष्टी ॥ १३ ॥
तें देखोनी द्विजवर पडिले चिंतवणी । म्हणती पैं जाली हानी जीवित्वाची ॥ १४ ॥
नव्हे हा ज्ञानमार्ग नव्हे हें वैराग्य । नवल भक्तिभाग्य आवडीचें ॥ १५ ॥

एक म्हणती हा पांडुरंग होय साचें । येव्हढें भाग्य कैचें मानवियां ।। १६ ।।
हा नव्हे गुणिवंतु क्रियाकर्मातीतु । यासी प्रायःश्चितु काय घडे ।। १७ ।।
नाहीं यासी आप नाहीं यासी पर । नाहीं या आचार जातिकूळ ।। १८ ।।
षड्मार्ग संबंध नाहीं याच्या ठायीं । विकल्पाचें नाहीं वळण कदां ।। १९ ।।
कृपेचा कोंवळा सोयरा दीनांचा । उदार मनाचा लोभापर ।। २० ।।
अनुसरे त्याचें मायाजाळ तोडी । बैसणें तो मोडी संसाराचें ।। २१ ।।
या नामयाची माता आम्हां तुम्हां देखतां । शिणली वेवादतां नानापरी ।। २२ ।।
नेदी तिच्या हातीं घातिला पाठीसी । धरिला जीवेंसी माझा म्हणुनी ।। २३ ।।
देहाचा विसरु याच्या रुपाच्या दर्शनें । चरणाचेनि स्मरणें चित्त निवे ।। २४ ।।
सुख गोष्टी यासी केलिया एकांत । तेणें पुरतसे आर्त जन्ममरणा ।। २५ ।।
ऐसें त्याचें बोलणें ऐकोनि पंढरिनाथें । दिलें सकळिकांतें अभयदान ।। २६ ।।
मग निजरूप दाविता जाला तयावेळीं । नामा हृदयकमळीं आलिंगिला ।। २७ ।।

ॐ १५६ ॐ

तंव दिव्य रत्नमणि मस्तकीं किरीटी । मळवट लल्लाटीं कस्तुरीचा ।। १ ।।
माथां मोरपिसावेठीं कुंडलें गोमटीं । पाहात कृपादृष्टी निजभक्तां ।। २ ।।
तो पुंडलिकाचा ठेवा पूर्वपुण्यराशी । वैकुंठनिवासी देवरावो ।। ३ ।।
वदन निर्मळ भाव सुस्मित वेल्हाळ । दर्शनीं रत्नकीळ तेज फांके ।। ४ ।।
त्या सुखाचे अधिकारी भक्त सप्रेमळ । हृदयीं सर्वकाळ हरिचें ध्यान ।। ५ ।।
कौस्तुभ वैजयंती पदक हृदयावरी । शोभत साजिरी तुळसीमाळा ।। ६ ।।
श्रीवत्सलांछन प्रीतीचे भूषण । चर्चिला चंदन श्यामतनु ।। ७ ।।
शंखचक्र करीं ते कर कटावरी । पितांबरधारी जलदनील ।। ८ ।।
समचरण स्वयंभ उभा विटेवरी । रुळती तोडरीं दानव दैत्य ।। ९ ।।
तेणें दिव्य तेजें ब्रह्मांड धवळलें । प्रकाशें लोपलें दिग्मंडळ ।। १० ।।
सकळ संत द्विज देखती चतुर्भुज । शंख चक्रांबुज गदापाणि ।। ११ ।।
कीटकपक्षी पशुपाषाण तरुवर । देखंती द्विजवर विठ्ठलरूप ।। १२ ।।
परमानंद बोधें निवाले आनंदें । भेदाभेद द्वंद्वें विसरोनि गेलीं ।। १३ ।।
एकाविण दुजें तेथें न दिसे पैं आन । नाहीं आठवण देहभावा ।। १४ ।।
सबाह्य कोंदली अवघी विठ्ठलमूर्ति । सुखाची विश्रांति योगियांच्या ।। १५ ।।

प्रेमें वोसंडत सकळ भक्तजन । देती आलिंगन एकमेकां ।। १६ ।।
हर्षे निर्भर चित्तीं आनंदें गर्जती । पावले विश्रांति सकळ द्विज ।। १७ ।।
ऐसा ब्रह्मानंद सोहळा भोगवी सकळां । आपुल्या प्रेमळा निजदासा ।। १८ ।।
करोनि सावध वैकुंठींचा राणा । नामा घाली चरणावरी त्यांच्या ।। १९ ।।

॥ १५७ ॥

बाप भक्तप्रिय पाहे कृपादृष्टी । करितसे सुखगोष्टी ब्राह्मणांसी ।। १ ।।
सर्वभावें शरण सर्वकाळी मज । ते हे भक्तराज सखे माझे ।। २ ।।
याचेनि उपकारें दाटलों संपूर्ण । भक्तपराधीन जालों तेणे ।। ३ ।।
निवृत्ति ज्ञानेश्वर आणि हा सोपान । हे मुगुटमणी जाण सत्वमूर्ति ।। ४ ।।
सर्वभूतीं भजती सर्वभावें सर्वथा । केला पैं अपैता त्याचे बुद्धी ।। ५ ।।
हा जनमित्र जिवलग आमचा सोयरा । सांडिला संसारा ओवाळुनी ।। ६ ।।
माझे नामीं दृढ धरोनि विश्वास । अखंड उदास देहभावीं ।। ७ ।।
जिवाहोनी पढियंता हा भक्त सांवता । निर्धार सांगतां नवलाव याचा ।। ८ ।।
हृदय विदारोनि आपुलेनि हातें । ठाव दिला मातें लपावया ।। ९ ।।
बारा दिवसांचा हा भक्तवत्सला । माये सांडियेला वेणुनादीं ।। १० ।।
म्हणती वो माझा त्या दिवसापासोनि । नेणें मजवांचून आणिक कांहीं ।। ११ ।।
हा विसोबा खेचर आणि नरहरि सोनार । हा गोरा कुंभार अंतर्निष्ठ ।। १२ ।।
समाधिस्थ सदा निवालें पैं चित्त । सबाह्य देखत मजलागीं ।। १३ ।।
सुखाचा सुजाण आसंद सुदामा । हा माझा आत्मा आवडता ।। १४ ।।
घरदार संसार त्यजिला मजकारणें । तोडिलें पैं येणें मायाजाळ ।। १५ ।।
चोखामेळा बंका भक्त परमसखा । विसोबा हा देखा प्राण माझा ।। १६ ।।
त्यजुनि सर्व संग एकविध भावें । अनुसरले जिवें माझे ठायीं ।। १७ ।।
ऐसें या भक्तांचे सांगतों उपकार । आहेत बहुत फार कल्पकोडी ।। १८ ।।
त्या सकळांच्या चरणींचा रजरेणु माझा नामा । भक्तिभाव प्रेमा दिधला त्यासी ।। १९ ।।

॥ १५८ ॥

तंव ते भाग्याचे सागर विनविती द्विजवर । म्हणती तूं माहेर जोडलासी ।। १ ।।
चरणींचा वियोग न व्हावा सर्वथा । तोडावी ममता प्रपंचाची ।। २ ।।

नलगे मोक्षमुक्ति नलगे धनसंपत्ती । देई सत्संगती जन्मोजन्मीं ।। ३ ।।
वेदशास्त्रपठणें बहिर्मुखवनें । केली अभिमानें छळणबुद्धी ।। ४ ।।
धिक् तें जाणपण धिक् तो सन्मान । नाहीं प्रेमखूण कळली तुझी ।। ५ ।।
कुळाचेनि अभिमानें अंतरलों गा तेणें । पूर्ण देहाभिमानें भुलोनियां ।। ६ ।।
हें सकळ तुझी माया भुललों पंढरिराया । म्हणोनि जन्म वायां गेलें होतें ।। ७ ।।
अपराधांच्या कोडी घडल्या पैं आमुतें । निषेधिलें तूतें मायबापा ।। ८ ।।
परी त्वां दीनानाथें ब्रीद सत्य केलें । आम्हां तारियेलें पतितांसी ।। ९ ।।
नकळे काय होतें संचित आमुचें । अनंत जन्माचें पूर्वपुण्य ।। १० ।।
तें आजि फळलें तुझिया कृपादृष्टी । भाग्यें जाली भेटी संतजनां ।। ११ ।।
दुर्जय तोडिले माया मोहपाश । केला पैं सौरस आपुल्या रूपीं ।। १२ ।।
तापत्रय वणवा विझविला अवचिता । दिलें प्रेमामृता जीवन आम्हां ।। १३ ।।
आतां सर्वकाळ अविट हे दृष्टी । यासाठीं संतभेटी निरंतर ।। १४ ।।
प्रेमाचा जिव्हाळा नामाची आवडी । मग होत कल्पकोडी गर्भवास ।। १५ ।।
करता करविता तूंचि पैं एक । ब्रह्मांडनायक सर्वगत ।। १६ ।।
आमुचे अवगुण न धरावे मानसीं । निरवावें संतांसी माझे म्हणुनी ।। १७ ।।
तुझिया दासाचें द्यावें पैं दास्यत्व । तयाची वंदावी चरणधुळी ।। १८ ।।
हेंचि व्रततीर्थ क्रियाकर्म आम्हां । द्यावा नित्य प्रेमा नामयासी ।। १९ ।।

१५१

कृपेच्या सागरें भक्तकरुणाघनें । देऊन आलिंगनें निवविलें तयातें ।। १ ।।
सर्वज्ञाचा रावो आत्मा ज्ञानदेवो सांगेल अनुभवो तुम्हांप्रती ।। २ ।।
ते खूण अंतरीं धरा सर्वभावें । दृढ धरोनि जीवें जतन करा ।। ३ ।।
न लगे तीर्थाटन काया क्लेश जाण । न लगे अनुष्ठान करणें बहू ।। ४ ।।
न लगती सायास करणें उपवास । धरावा विश्वास संतसंगें ।। ५ ।।
न लगे वज्रासनीं बैसावें नेहटीं । न लगे गिरिकपाटीं करणें वास ।। ६ ।।
न लगे उग्रतप नानामंत्र जप । भेणें जाय पाप संतसंगें ।। ७ ।।
न लगे भस्म उधळणें वाहणें जटाभार । न घालावा पसार लोकाचारीं ।। ८ ।।
सर्वभूतीं करुणा जिव्हे नामस्मृती । मन येईल निवृत्ती आपेंआप ।। ९ ।।
क्रियाकर्मधर्म प्रेमेंविण खटपटा । करितां आला वीट दीर्घ दोषाचा ।। १० ।।

साधनावांचुनी मार्ग सोपा जाण । करावें कीर्तन रामकृष्ण ॥ ११ ॥
सर्वकाळ कथा संतांची संगती । वाचे नाम कीर्ति सर्वकाळ ॥ १२ ॥
तो हा राजमार्ग सर्वांहोनी चांग । सदा संतसंग वाचें नाम ॥ १३ ॥
संकल्प विकल्प न धरावे मानसीं । मनोभावें संतांसीं शरण जावें ॥ १४ ॥
ज्ञानदेव म्हणे पुढती ऐका एक । सांगेन प्रत्यक्ष अनुभव सिद्ध ॥ १५ ॥

९६०

परमामृत सागरु मथुनियां पुरता । काढिला तत्त्वतां ज्ञानबोधु ॥ १ ॥
या सुखाचा पारू जाणते विरळे । घेताती गळाळे संतजन ॥ २ ॥
प्रेमाचिये तार्टीं वोगरू सुखामृत । हें सुख त्वरित सेवा आधीं ॥ ३ ॥
हें सुख सेवितां परमानंद धणी । कृपा संतजनीं केली पूर्ण ॥ ४ ॥
ज्ञानाचें अंजन लेईले संतजन । जनीं जनार्दन देखती सदा ॥ ५ ॥
नाहीं भिन्न भेद सर्व ब्रह्म एक । ब्रह्मांडनायक अनंत कोटी ॥ ६ ॥
दीपांचा दीपक हृदय आत्मज्योती । विश्वीं विठ्ठलमूर्ती देखती सदा ॥ ७ ॥
हें सुख दिधलें भक्तांसी विश्रांति । नामाची हे ख्याती परमानंद ॥ ८ ॥
पढतां नाम मंत्र ब्रह्मचि अवघे । पाहतां अनुभवें वेदमतें ॥ ९ ॥
तें हें विठ्ठलनाम वेदाचें गव्हार । जाणती साचार संतजन ॥ १० ॥
युगें अठ्ठाविस विठ्ठलनामें जपतु । हा पुंडलीक भक्तु महामुनी ॥ ११ ॥
उघडली मांदूस भक्तिभाव तारूं । विठ्ठल उद्धारू कलियुगीं ॥ १२ ॥
न लगती सायास करणें उपवास । विठ्ठलनामें पाश तुटती जाणा ॥ १३ ॥
आदि ब्रह्म जुनाट जपती सिद्ध मुनी । तें दिलें मंथोनि पुंडलिकें ॥ १४ ॥
केशवनाम मंत्र नामया सांगितले । विस्तारोनि केलें मंथन ऐसें ॥ १५ ॥

९६१

वेदाचें हें सार वैराग्याचें जीवन । चिदाकाशींची खूण परम गुज ॥ १ ॥
जें शुद्धज्ञान गुहा मोक्षमुक्ति बीज । सकळ मंत्रराज मंगलनिधी ॥ २ ॥
तें या नामयाचें होतें हृदयकमळीं । कथा भूमंडळीं प्रकट केली ॥ ३ ॥
तें हें विठ्ठलनाम साराचें पैं सार । कलियुगीं उद्धार सकळ जनां ॥ ४ ॥
जें श्रवणाचें श्रवण मननाचें मनन । जें निजध्यासन निजध्यासाचें ॥ ५ ॥

जें विचाराचें सार वृत्तीचा निर्धार । स्वरूप साक्षात्कार उघडा केला ॥ ६ ॥
जें भक्तीचें सौभाग्य ज्ञानाचें आरोग्य । शास्त्राचें तें चांग मथित नाम ॥ ७ ॥
नामापरतें थोर नाहीं पैं आणिक । जनांसि तारक हेंचि एक ॥ ८ ॥
जें सकळ धर्म जनक पवित्राचें पावन । जें कां अधिष्ठान आनंदाचें ॥ ९ ॥
जें योगसिद्धीचें जीवन पीयुष । जेणें पूर्ण आयुष्य कामनेचें ॥ १० ॥
पुण्यपावन देवा भक्तांचे सोहळे । प्रत्यक्ष गळाळे आनंदाचे ॥ ११ ॥
भक्तिभावें याचें करितां श्रवण । मग नाहीं दर्शन गर्भवासा ॥ १२ ॥
म्हणोनि कीर्तन करावें आवडी । घ्यावी अर्थगोडी अनुभवें ॥ १३ ॥
नव्हें हें प्राकृत पाठांतर कवित्व । हा उपनिषद मथितार्थ ब्रह्मरस ॥ १४ ॥
जाणीव शहाणीव न करावी सर्वथा । न पहावी योग्यता व्युत्पत्तीची ॥ १५ ॥
हें सात्विकाचें धन भोक्ते संतजन । नामदेवें पूर्ण ग्रंथ केला ॥ १६ ॥

൭ १६२ ൫

ज्ञानदेव आले काशी । विश्वेश्वर आडवे येती ।। १ ।।
रामनगरा वेशीपाशीं । भेटी जाल्या उभयतांसी ।। २ ।।
परस्परें आलिंगन । नामा वंदी उभयचरण ।। ३ ।।

൭ १६३ ൫

पुढें उभे वेशीपाशीं । त्याला लोटांगण काशी ।। १ ।।
स्वर्गी देवा जाल्या भेटी । भोंवत्या पताकांच्या थाटी ।। २ ।।
नामा म्हणे विठ्ठल बोला । ज्ञानोबासी म्हणे चला ।। ३ ।।

൭ १६४ ൫

ज्ञानोबाचा हात । प्रेमें धरी विश्वनाथ ।। १ ।।
ऐसें बोलत चालत । दोघे आले गंगे आंत ।। २ ।।
ज्ञानोबाचे पायीं । मिठी घाली गंगाबाई ।। ३ ।।
नामा म्हणे सोडा बाई । ज्ञानदेव सर्वांठायीं ।। ४ ।।

समाधी

समाधि चरित्र केले यथामति

'आदि', 'तीर्थावळी' आणि 'समाधी' या तीनपैकी एकाही चरित्र-प्रकरणाचा कर्ता ज्ञानेश्वरांना समकालीन असणारे नामदेव नाहीत, असा निष्कर्ष कानडे व नगरकर यांच्या चिकित्सेतून निघतो. एका बाजूला स्वत: ज्ञानदेवांच्या ग्रंथात आणि अभंगांत नामदेवांचा उल्लेख सापडत नाही; तसेच ज्या चरित्र-प्रकरणांच्या आधारे हे दोन संत समकालीन होते असे मानणे शक्य आहे, ती कथित ज्ञानदेवकालीन नामदेवांची नाहीत. कानडे-नगरकरांनी चिकित्सापद्धती आणखी पुढे नेली तर तिच्या आधारे ज्ञानदेव-नामदेवांचे समकालीनत्व सूचित करणारे स्वत: नामदेव आणि इतर संतांचे अभंगही उत्तरकालीन प्रक्षेप आहेत, असे सिद्ध करणे विद्वानांसाठी अशक्य नाही. मग या साऱ्या प्रक्रियेचा अर्थ असा होईल, ज्ञानदेवांच्या काळात कोणीएक नामदेव नावाचे कोणी संत होऊनच गेले नाहीत. ज्ञानदेवांच्या काळानंतर केव्हातरी नामदेव होऊन गेले असावेत व त्यानंतर ते ज्ञानदेवांच्या समकालीन होते अशा प्रकारचे मिथक (कानडे-नगरकरांच्या भाषेत दंतकथा) निर्माण झाले असावे.

चरित्र-प्रकरणे लिहिणारे नामदेव ज्ञानदेवांच्या काळातील नव्हेत; हे कानडे-नगरकरांचे मत मान्य केले तर ती ज्यांनी लिहिली त्या उत्तरकालीन नामदेवांविषयी तपशिलाची जिज्ञासा आपोआपच जागृत होणार. संपादकद्वयीच्या लेखनावरून असेही निष्पन्न होते की, उपरोक्त तिन्ही प्रकरणे ज्ञानदेवोत्तर काळातील एकाच नामदेवांनी रचली नसून त्या तिघांचे कर्ते भिन्न होते. 'आदि' हे प्रकरण लिहिणारे नामदेव 'निवेदनवजा नीरस शैली'चे कवी होते. 'तीर्थावळी'कर नामदेव 'भागवत पुराणाचे अभ्यासक पंडित' होते आणि 'समाधी'चा लेखक नामदेव मात्र 'कविमनाचा जाणता चरित्रकार असला पाहिजे' (*सार्थ चिकित्सक गाथा*, पृ. ८३).

या तर्कशास्त्राने उपरोक्त प्रकरणांमधील नामदेवांच्या तृतीय पुरुषी उल्लेखांवरून तर असेही म्हणता येईल की, त्यांच्यापैकी एक अथवा दोन किंवा कदाचित तीनही प्रकरणांच्या कर्त्याचे नाव नामदेव नसून तो दुसराच कोणीतरी असला पाहिजे. त्याने आद्य नामदेवांच्या नावाने चरित्रे लिहिण्याचा घाट घातला खरा; पण मध्येच कोठेतरी बेसावध क्षणी तो अवधान सुटून, त्याने नामदेवांचा उल्लेख तृतीय पुरुषी करून बसला.

मग प्रश्न असा उपस्थित होतो की, त्यांना असे करण्यास कोणत्या परिस्थितीने प्रवृत्त केले असावे. या प्रकाराचे श्रेय त्यांना मिळून त्यांची कीर्ती होण्याचे अजिबात संभवनीय नव्हते. बरे, अशा प्रकारची परिस्थिती वारकरी संप्रदायाच्या किंवा महाराष्ट्राच्या इतिहासात कधी अस्तित्वात असल्याचे ऐकिवात नाही. योगायोगाने त्या व्यक्तीचे स्वत:चेच नाव नामदेव असेल तर गोष्ट वेगळी; तसे नसेल तर मात्र हा प्रश्न अधिकच बिकट बनतो. पण अगोदरच्या शक्यतेत निदान 'तीर्थावळी' आणि 'समाधी' या प्रकरणांमध्ये एक महत्त्वाचे पात्र नामदेव आणि त्यांचे लेखन करणारेही नामदेव असा एक विलक्षण योगायोग गृहीत धरावा लागतो. 'आदि'मध्ये नामदेवांचे नावच नसल्याने तेथे हा प्रश्न उद्‌भवत नाही.

या सर्व विवेचनाचा अर्थ असा घ्यायचा, की कानडे-नगरकर आणि त्यांचे पूर्वसूरी यांनी केलेला अभ्यास व परिश्रम तसेच त्यांची चिकित्सा यांचे काहीच महत्त्व नाही? या प्रश्नाचे सरळ आणि स्पष्ट उत्तर 'आहे' हेच आहे. कानडे-नगरकरांसह त्यांच्या अगोदरचे अनेक विद्वान अध्ययन-संशोधनाला आपले जीवन समर्पित केलेले महाभाग होते. त्यांनी पुढील पिढ्यांवर करून ठेवलेले उपकार न फिटण्यासारखे आहेत. त्यांनी उपस्थित केलेल्या शंका व घेतलेले आक्षेप अभ्यासाला चालना देणारेच आहेत. नामदेवांच्या एखाद्या अभंगात जेव्हा उत्तरकालीन संतांचा उल्लेख आढळतो तेव्हा तो अभंग आद्य नामदेवांचाच आहे, असा आग्रह धरता येतच नाही. ज्यांनी अशा प्रकारच्या शंका उपस्थित केल्या व आक्षेप घेतले त्यांच्या खांद्यावर उभे राहूनच पुढील क्षितिजे पाहता येतात. त्यांनी ज्ञानेश्वर-नामदेवांसारख्या भक्तीचे आणि कीर्तीचे वलय लाभलेल्या महापुरुषांसंबंधी प्रश्न उपस्थित करण्याचे धाडस केले. म्हणूनच, त्यांच्याकडून प्रेरणा व स्फूर्ती घेऊनच माझ्यासारखा पुढच्या पिढीतील अभ्यासक त्यांच्या संशोधनाविषयी प्रश्न विचारू शकतो, आक्षेप घेऊ शकतो. संशोधनाच्या क्षेत्रात काही वेळा बरोबर असलेला सिद्धान्त हा अगोदरच्या चुकीच्या सिद्धान्ताला दिला गेलेला प्रतिसाद असू शकतो. याला अगदी सरळसरळ जन्यजनकभाव म्हणता आले नाही तरी अगोदरचा चुकीचा सिद्धान्त मांडला गेला नसता तर नंतरचा बरोबर ठरलेला सिद्धान्तही पुढे आला नसता.

'आदि' हे खरोखर एक परिपूर्ण चरित्र आहे. ज्ञानदेवांच्या आजोबा-आजींपासून ते चांगदेवाच्या गर्वहरणापर्यंतच्या घटना या चरित्रात समाविष्ट आहेत. तसा प्रकार 'तीर्थावळी' आणि 'समाधी' या प्रकरणांचा नाही. 'तीर्थावळी' प्रकरण ज्ञानदेवांनी नामदेवांना तीर्थयात्रेसाठी प्रवृत्त करणे, दोघांनी तीर्थयात्रेला जाणे आणि परत आल्यावर पंढरपूर येथे नामदेवांनी यात्रेचे मावंदे घालून ती सुफळ संपूर्ण करणे या प्रक्रियेकडे एकच घटना म्हणून पाहते. म्हणजेच एका घटनेचे कथन हेच तीर्थावळीचे उद्दिष्ट आहे. त्यानुसारच तिची रचनाही करण्यात आली आहे. खरे तर घटनेच्या कथनापेक्षा घटनेचे निमित्त करून नामदेवांकरवी वारकरी संप्रदायाला अभिप्रेत असलेले भक्तीचे तत्त्वज्ञान स्पष्ट करणे हे 'तीर्थावळी'चे वैशिष्ट्य आहे. 'समाधी' हेसुद्धा पूर्ण चरित्र नसून चरित्रातील शेवटच्या प्रसंगाचे— म्हणजे एकाच घटनेचे कथन आहे.

आक्षिप्त, प्रक्षिप्त, पाठभेद इत्यादी बाबींची चर्चा करत असता त्यासाठी वेगवेगळे निकष सिद्ध करून त्यांचे प्रत्यक्ष उपयोजन करत असता एकूण रचनेच्या निर्मितिप्रक्रियेचे यथायोग्य आकलन झालेले असणे महत्त्वाचे आहे. या संदर्भात महाभारताचे उदाहरण प्रस्तुत ठरते. त्याची चर्चा यापूर्वीच केलेली आहे.

व्यासांनी महाभारत लिहिले असे सर्वच जण मानतात. पण त्याचा अर्थ महाभारतामधील प्रत्येक शब्द, प्रत्येक श्लोक, प्रत्येक अध्याय व्यासांनी लिहिला असा होत नाही. तसे असते तर महाभारत घडून गेल्यानंतरच्या गोष्टींचे उल्लेख महाभारतात आले नसते. तरीही, अशा गोष्टी असल्यामुळे महाभारताच्या व्यासनिर्मातृत्वाला काही बाधा येत नाही. महाभारताचे मुख्य कथानक, त्याचा आराखडा, त्यातील निर्णायक महत्त्वाचे प्रसंग, त्यांच्यातील कार्यकारणभावाची साखळी या गोष्टी व्यासांनीच सिद्ध केल्या आहेत. उत्तरकालीन त्यात भर घालत गेले. अशी भर टाकताना आपण काही गैरकृत्य करत आहोत, असे ना त्यांना वाटत होते, ना त्या काळच्या समाजाला! हा तुमच्या संस्कृतीचा मान्य झालेला, प्रतिष्ठा पावलेला भाग असतो. अशी भर टाकताना ती मूळच्या कथानकाला पूरक असेल, मूळ कर्त्याच्या धारणांशी सुसंगत असेल अशी खबरदारी त्यांनी आपापल्या समजुतीने व परीने घेतलेली असते. उत्तरकालीनांना त्यातील विसंगती जाणवू लागतात. कारण ते तो काळ ओलांडून पुढे गेलेले असतात. आजही, उदाहरणार्थ, जर कोणी ऐतिहासिक कादंबरी लिहिली तर तिच्यात तो कल्पित प्रसंग समाविष्ट करतो. जर ते मूळ ऐतिहासिक कथनाला छेद देणारे नसतील तर आपण त्याचा कलात्मक सत्य म्हणून गौरवही करतो. कलात्मक

सत्याने मूळच्या सर्वमान्य वास्तवावर मात करू नये, दोघांमध्ये तार्किक सुसंगती असावी, एवढी अपेक्षा आपण ठेवलेली असते.

ज्या काळात महाभारत लिहिले जात होते, काळात नामदेवांची चरित्र-प्रकरणे निर्मिली जात होती, त्या काळात पुराण, इतिहास, चरित्र यांच्यामधील सीमारेषा आजच्याप्रमाणे सुस्पष्ट नव्हत्या. एका प्रांतातून दुसऱ्या प्रांतात पाऊल टाकणे स्वाभाविक मानले जात होते. या प्रांतांच्या सरमिसळीबद्दल कोणाची तक्रार नव्हती. म्हणून तर महाभारताच्या भांडारकर आवृत्तीचे संपादक व्ही. एस. सुखथनकर यांनी महाभारताला वटवृक्षाची उपमा दिली आहे. वडाचे झाड वाढत जाते तसे त्याला पारंब्या फुटतात, त्या पारंब्यांची वाढ जमिनीच्या दिशेने होऊन त्या जमिनीत रुततात व रुजतात. त्यांना धुमारे फुटून त्यांची नव्या वृक्षासारखी वाढ होते. पुढे एक काळ असा येतो, की मूळचा वृक्ष कोणता, त्याच्या फांद्या कोणत्या, पारंब्या कोणत्या याचा अंदाजही करता येऊ नये. असा अंदाज लावणे कदाचित वनस्पतिशास्त्राच्या दृष्टीने आवश्यक असेलही; परंतु सर्वसामान्यांना असा छाया करणारा विस्तीर्ण पसरलेला भव्य वृक्षच हवा असतो.

अशा प्रकारची सरमिसळ आपल्याला संतसाहित्याच्या निर्मितीच्या काळातच काय; परंतु अगदी मराठेशाहीमध्ये बखरवाङ्मयाची निर्मिती चालू असतानाही आढळून येते. शिवाजी महाराजांसारख्या विभूतींचा संबंध पुराणकाळाशी लावताना 'पूर्वजन्मात महाराजांनी सात्त्विक तप केले व औरंगजेबाने तामस तप केले' असे म्हणताना कोणाला खटकल्यासारखे वाटत नाही.

नामदेवकृत चरित्र-प्रकरणांच्या बाबतीत असे म्हणता येते की, 'आदि', 'तीर्थावळी' आणि 'समाधी' ही तीनही प्रकरणे ज्ञानदेवांच्या समकालीन, ज्ञानदेवांचे स्नेही, सहकारी असलेल्या आद्य नामदेवांनी लिहिली. त्यातील पहिल्या म्हणजे 'आदि' या प्रकरणात विस्ताराला फारसा वाव नसल्यामुळे त्यात कोणी काही लक्षणीय म्हणता येईल अशी भर टाकली नाही. 'तीर्थावळी' आणि 'समाधी' या प्रकरणांची आज जी संहिता आपल्याला उपलब्ध आहे, ती बऱ्यापैकी परिवर्धित आवृत्ती म्हणावी लागते. मूळ संहितेत जी भर घालण्यात आली तीसुद्धा अगदीच काल्पनिक होती, असे समजायचे कारण नाही. तशा प्रकारच्या कथा, तसे समज वातावरणात जणू तरळत असणार. त्यांचा आधार घेऊनच परिवर्धन होत गेले.

उदाहरण घ्यायचे झाले तर 'समाधी' प्रकरणाचे घेता येईल. 'समाधी'मधील नमनासारखा भाग अभ्यासक म्हणतात त्याप्रमाणे नंतर टाकलेली भर असेल. पण 'समाधी'मध्ये आळंदीपासून त्र्यंबकेश्वरपर्यंतच्या प्रवासात कोणत्या संताने कोठे समाधी

घेतली, जाताना कोणत्या ठिकाणी किती दिवस वास्तव्य झाले, इत्यादी गोष्टींच्या तिथीसह नोंदी काल्पनिक असायचे कारण नाही. त्या मूळ संहितेचाच भाग असणार!

याशिवाय, या तिन्ही प्रकरणांची रचना आणि कथनउद्दिष्टे यांच्यातील भेदही समजून घ्यायला हवा. 'आदि' हे खरोखर एक परिपूर्ण चरित्र आहे. ज्ञानदेवांच्या आजोबा-आजींपासून ते चांगदेवाच्या गर्वहरणापर्यंतच्या घटना या चरित्रात समाविष्ट आहेत. तसा प्रकार 'तीर्थावळी' आणि 'समाधी' या प्रकरणांचा नाही. 'तीर्थावळी' हे प्रकरण ज्ञानदेवांनी नामदेवांना तीर्थयात्रेसाठी प्रवृत्त करणे, दोघांनी तीर्थयात्रेला जाणे आणि परत आल्यावर पंढरपूर येथे नामदेवांनी यात्रेचे मावंदे घालून ती सुफळ संपूर्ण करणे या प्रक्रियेकडे एकच घटना म्हणून पाहते. म्हणजेच एका घटनेचे कथन हेच तीर्थावळीचे उद्दिष्ट आहे. त्यानुसारच तिची रचनाही करण्यात आली आहे. खरे तर घटनेच्या कथनापेक्षा घटनेचे निमित्त करून नामदेवांकरवी वारकरी संप्रदायाला अभिप्रेत असलेले भक्तीचे तत्त्वज्ञान स्पष्ट करणे हे 'तीर्थावळी'चे वैशिष्ट्य आहे.

याच पद्धतीने 'समाधी' प्रकरणाचे परीक्षण केले तर काय दिसते? 'समाधी' हेसुद्धा पूर्ण चरित्र नसून चरित्रातील शेवटच्या प्रसंगाचे– म्हणजे एकाच घटनेचे कथन आहे. चार भावंडांनी वेगवेगळ्या ठिकाणी समाधी घेणे यांना तुम्ही खरे तर चार प्रसंग (वटेश्वर आणि चांगदेव यांना समाविष्ट केले तर सहा) म्हणू शकता. तरीही, ते 'समाधी' या एका प्रकरणात मोडतात.

साहजिकच, 'आदि' नावाचे एक 'युनिट' म्हणता येईल अशा एका परिपूर्ण चरित्रात भर टाकायला तसा कमी वाव आहे. उलट, 'तीर्थावळी' आणि 'समाधी' ही प्रकरणे एकेका घटनेची कथने असल्यामुळे त्यांचा विस्तार होऊ शकतो. किंबहुना, तशा विस्ताराशिवाय एकाच घटनेला भव्यपणा प्राप्त होणार नाही, असे वाटल्याने त्यांच्यात भर पडत गेली. 'आदि' जवळपास intact म्हणता येईल अशी राहिली.

महिपती आणि निरंजन माधव यांचा काळ वेगळ्या प्रकारचा होता. मराठीमध्ये ऐतिहासिक पुरुषांची चरित्रे 'बखर' या नव्या फॉर्ममध्ये लिहिण्याचा प्रघात रूढ होत होता. तेव्हा अशा प्रकारे संतांची चरित्रेही नव्याने लिहायला हवीत असे तेव्हाच्या धुरिणांना वाटणे स्वाभाविक होते. महिपती किंवा निरंजन यापूर्वी झाले असते तर त्यांना ज्ञानेश्वरांची स्वतंत्र चरित्रे लिहिण्यापेक्षा नामदेवांच्या तीन चरित्र-प्रकरणांत भर टाकून त्यांचा विस्तार करणे अधिक मानवले असते. याउलट, या प्रकरणात भर टाकणारे महिपती-निरंजनांचे पूर्वसूरी उत्तरकाळात झाले असते तर त्यांनी कदाचित वेगळी चरित्रे रचली असती.

नामदेवांनी लिहिलेल्या चरित्र-प्रकरणांनंतर महिपती, निरंजन माधव इत्यादींचा उदय होईपर्यंतच्या काळात महाराष्ट्रात स्वतंत्र ज्ञानदेवचरित्रे लिहिली गेली नाहीत, याचे एक उत्तर असे आहे. नामदेवांनी जे सांगितले त्यापेक्षा वेगळे; पण नामदेवांकडून सुटलेले व नामदेवांशी सुसंगत वाटणारे असे जर काही आपल्याकडे असेल तर ते नामदेवांनी लिहिलेल्या चरित्र प्रकरणांत सामावले, संपादले जाऊ शकते, अशी तत्कालीनांची समजूत असल्यामुळे हे घडत गेले. नामदेवांनी आखून दिलेल्या चरित्रगोलाच्या अक्षांश-रेखांशांना व 'कंटूर्स'ना धक्का न लावता त्यात नव्याने गवसलेल्या स्थळांचा समावेश करणे हे या मंडळींचे उद्दिष्ट होते; त्या रेषा अस्ताव्यस्त करून अराजक माजवणे, हे नव्हे.

'समाधी' प्रकरणातील अभंग क्रमांक ९६५ ते १०२५ या गटाला 'ज्ञानेश्वरसमाधी महिमा' असे नाव देण्यात आलेले आहे. साहजिकच, या अभंगांमध्ये समाधी घेण्याच्या प्रत्यक्ष प्रक्रियेचे किंवा सोहळ्याचे वर्णन येत नसून समाधी घेण्यामागची पार्श्वभूमी किंवा भूमिका स्पष्ट केली आहे, पूर्व वृत्तान्त सांगितला आहे.

हा मुद्दा पुढे नेण्यापूर्वी एक गोष्ट समजून घेतली पाहिजे; ज्याला ज्ञानेश्वरचरित्र म्हणायचे – जे महापुरुषाच्या आयुष्यात घडणाऱ्या घटनांचा परामर्श घेते, 'आदि'मध्ये सांगून झाले आहे. येथे 'घटना' हा शब्द प्रयुक्त केला असला तरी त्या मानवी जीवनामधील घटना असल्यामुळे मानवी अभिकर्त्याने (Human agent) केलेल्या कृतीही असतात. या कृती संबंधित कर्त्याने जाणीवपूर्वक केलेल्या असून त्या प्रयोजनलक्ष्यी असतात. त्यांच्या माध्यमातून अथवा साहाय्याने परिस्थितीत (किंवा स्वत:तही) ईप्सित बदल घडवून व्यक्ती कृती करते म्हणजे नेमके काय करते? आपल्या भोवतालच्या भौतिक व सामाजिक पर्यावरणाशी तिची आंतरक्रिया (interaction) होत असते. काही वेळा हे पर्यावरण त्याला अनुकूल असते, तर काही वेळा प्रतिकूलसुद्धा! ज्ञानेश्वरचरित्राचेच उदाहरण घ्यायचे झाले तर तेव्हाची जातिव्यवस्था ही एकाच वेळी, उत्पादन व्यवस्था असल्यामुळे भौतिक व्यवस्था होती, आणि व्यक्तीचे सामाजिक स्थान निश्चित करण्यात तिची महत्त्वाची भूमिका असल्यामुळे ती सामाजिक व्यवस्थाही होती. या व्यवस्थेला धर्मशास्त्रांनी उचलून धरल्यामुळे तिला एक प्रकारचे दैवी अधिष्ठान म्हणा, वलय म्हणा, प्राप्त झाले होते. या एकूण पर्यावरणाशी आंतरक्रिया करतच ज्ञानेश्वरांच्या कृती घडत होत्या.

ज्ञानेश्वरचरित्राचा अशा प्रकारचा अन्वयार्थ लावण्याचे हे स्थळ नव्हे. तथापि, अशा क्रियांचा व आंतरक्रियांचा परामर्श घेत चरित्र घडत असते, हे सांगायला ज्ञानेश्वरांचेच उदाहरण घेतले. अशा कृतींना इतिहास 'घटना' या नात्याने आपला अभ्यासविषय बनवतो.

ज्ञानेश्वरचरित्रातील महत्त्वाच्या घटनांचा उल्लेख 'आदि'मध्ये येऊन गेला आहे. या घटनांनंतर ज्ञानेश्वरचरित्रात काही विशेष वेगळी घटना घडल्याचे म्हणजेच त्यांनी अशी काही कृती केल्याचे दिसून येत नाही. समाधीच्या प्रसंगापर्यंतच्या काळात ते एकदा नामदेवांना बरोबर घेऊन तीर्थयात्रेला गेले होते, हा वृत्तान्त 'तीर्थावळी'च्या माध्यमातून उपलब्ध होतो. पण, या तीर्थयात्रेत मुख्य भूमिका ही ज्ञानदेवांची नसून नामदेवांची आहे.

नेवासा येथे केलेले *ज्ञानेश्वरी* आणि *अमृतानुभव* या दोन ग्रंथांचे लेखन आणि आळंदीला परत आल्यावर चांगदेवांची गाठ पडल्यावर त्यांच्यासाठी 'पासष्टी'ची निर्मितीनंतरच्या काळात ज्ञानेश्वरांची अभंगरचना चालूच असणार. ज्ञानेश्वरीच्या माध्यमातून गीतेचे मराठीत निरूपण / विवरण / प्रवचन, कीर्तन, भजन, पंढरीची वारी असा त्यांचा नंतरच्या पाच-सहा वर्षांमधील आयुष्यक्रम दिसतो. भगवान कृष्णाचे जे काही चरित्र घडले ते अर्जुनाला गीतेचा उपदेश करेपर्यंत. गीतेचा उपदेश करून अर्जुनाला युद्धप्रवृत्त करणे आणि युद्धात पांडवांना विजय मिळवून देणे हा कृष्णचरित्राचा उत्कर्षबिंदू होय. तसाच काहीसा हा प्रकार होय. ज्ञानेश्वरी - अमृतानुभव - पासष्टी लेखन ते तीर्थयात्रा आणि तीर्थयात्रा ते समाधी या दोन टप्प्यांमध्ये ज्ञानेश्वरांनी आणखी नेमकी कोणती कृत्ये केली याचा तपशील कोणालाच माहीत नाही. अर्थात, भजन-कीर्तनाच्या माध्यमातून जनजागृती ही काही कमी महत्त्वाची गोष्ट आहे, असे नव्हे. पण, एकतर त्याचा तपशील ज्ञात नाही आणि दुसरे म्हणजे एक विशिष्ट कृती किंवा घटना असे त्याचे वर्णन करता येत नाही. ते नेमके काय होते हे कळण्यासाठी 'समाधी' प्रकरणातील सूचक वचनांचाच आधार घ्यावा लागतो. ते कार्य आद्य नामदेवांचे नसून उत्तरकालीन एखाद्या रसाळ कवीचे आहे, असे म्हणत त्याचे महत्त्व कमी केले तर ज्ञानेश्वरांच्या कार्याचे महत्त्व कमी होते. 'आदि'मध्ये ज्ञानेश्वरचरित्राची रूपरेषा आहे; तर 'समाधी'मध्ये ओघाओघानेच या चरित्राचा अन्वयार्थ व मूल्यमापन आहे.

तात्पर्य, तेराव्या शतकातील गुंतागुंतीचे सामाजिक, राजकीय वातावरण लक्षात घेऊन ज्ञानदेवांच्या आणि नामदेवांच्या बहुआयामी व्यक्तिमत्त्वांचे जीवाश्मिकरण न करता, तसेच आपले वर्तमानकालीन पूर्वग्रह बाजूला ठेवूनच या महापुरुषांच्या चरित्राचे व कार्याचे सम्यक आकलन शक्य होईल.

समाधिप्रक्रियेच्या अगोदर येणाऱ्या समाधी महिम्यामध्ये सुरुवातीलाच स्पष्ट केले आहे की, स्वतः ज्ञानदेवांनीच विठ्ठलाकडे समाधीची मागणी केली (*नामदेव गाथा*, शासकीय प्रत, अ.क्र. ९६५). विशेष म्हणजे या प्रसंगाला स्वतः नामदेव साक्षी होते. त्यांच्या उपस्थितीतच हा संवाद झाला. येथे ही गोष्टही स्पष्ट करण्यात आली आहे की,

ज्ञानदेवांना मुक्ती मिळणे हे अगदीच स्वाभाविक व त्यांच्या स्वतःच्या अधिकारानुरूप होते. तरीही, ते स्वतःच आपल्याला मुक्ती नको असल्याचे सांगतात. *न लगे मज मुक्ती । न लगे मज मुक्ती । तुझ्या चरणी आर्ती । थोर आथी ।।* त्याऐवजी *समाधी हे तुजपाशी घेईन देवा ।।* असे ते मागतात. तेथे उपस्थित असलेल्या नामदेवांची प्रतिक्रिया स्वाभाविक; व म्हणून अपेक्षितही आहे. *नामा उभा असे सन्मुख । ऐकता थोर खेद दुःख । म्हणे ज्ञानांजन महासुख । समाधी घेतसे ।।* (अ.क्र. ९६५)

वारकरी संतांच्या चरित्रांचा अभ्यास करताना एका गोष्टीचे सतत अनुसंधान ठेवले पाहिजे की, हा संप्रदाय मुक्ती नाकारणारा संप्रदाय आहे. *सायुज्जता मुक्ती देऊनि आपुली । ज्ञानी ते निर्गुणी बुडविले ।।* असे नामदेवांनी म्हटले आहे. भक्तिसुख अनुभवण्यासाठी वारंवार इहलोकी जन्म घेणे त्यांना अधिक वांछनीय वाटते. ज्ञानदेवांनी समाधीचा एक वेगळा पर्याय काढला. *त्रयोदशी* लेखसंग्रहात आणि *चार भावंडे* या चरित्रग्रंथात या पर्यायाची मी सविस्तर चर्चा केली आहे. वारकरी श्रद्धेनुसार ज्ञानेश्वरांची जिवंत समाधी नसून संजीवन समाधी आहे. जिवंत समाधी याचा अर्थ जिवंत असतानाच 'समाधी' नावाच्या रचनेत (structure) प्रवेश करून तेथे यौगिक प्रक्रियेची ध्यानसाधना करत असताना मृत्यूला सामोरे जाणे. अशा प्रकारे जिवंत समाधी घेणारे अनेक सिद्ध व साधक पूर्वी होऊन गेले आहेत. संजीवन समाधी ही अशा प्रकारची समाधी नाही. संजीवन समाधीची कल्पना ज्ञानदेवांनी हरिपाठाचा समारोप करताना मांडली आहे. त्यातील 'समाधी संजीवन हरिपाठ' याचा अर्थ भजन-कीर्तन करणारी, चालतीबोलती समाधी. *ज्ञानदेवी घेतले दान । हृदयी धरोनिया ध्यान । समाधी बैसला निर्वाण । कथाकीर्तन करीतु ।। बाळछंदे बावीस जन्मे । तुटली भवाब्धीची कर्मे । चंद्रार्क तारांगणे । रश्मी दान घेतला हरी ।।* 'यावश्चंद्र दिवाकरौ' या पारंपरिक शब्दकळेत तारांगणाची भर टाकून येथे अमरत्वाचे सूचन करण्यात आले आहे.

नामदेवांच्या 'समाधी' प्रकरणातही या ज्ञानदेवोक्तीचे प्रतिबिंब पडलेले दिसते :

देव म्हणजे ज्ञानेश्वरा । चंद्रसूर्य जव दिनकरा । तव तुझी समाधी स्थिरा । राहो रे निरंतर ।। तसेच *म्हणे विठोजी जववरी धरा । तववरी समाधी स्थिरा । हरिकीर्तन करित सैरा । वंशपरंपरा उद्धरील ।।*

या संदर्भात वारकरी वर्तुळात प्रचलित असलेली कथा येथे उद्धृत आहे :

ज्ञानेश्वरी लिहिणे हेच ज्ञानदेवांचे अवतारकार्य होते. ते त्यांनी वयाच्या सोळाव्या वर्षी पार पाडले. साहजिकच, त्यानंतर यमराजांची स्वारी त्यांच्याकडे आली. ज्ञानदेवांनी निवृत्तिनाथांकडे पाहिले. निवृत्तिनाथांनी यमाला दोन बोटे दाखवली. त्या संकेताचा अर्थ (आणखी) दोन वर्षे असा घेऊन यम निघून गेले. दोन वर्षांनी परत आले तेव्हा परत

निवृत्तिनाथांनी दोन बोटे दाखवली. माघारी जाऊन यमराज परत दोन वर्षांनी आले. तेव्हाही तोच प्रकार. कंटाळून त्यांनी निवृत्तिनाथांना 'नेमके काय ते एकदाचे सांगून टाक' असे विनवले. तेव्हा निवृत्तिनाथांनी दोन याचा अर्थ दोन वर्षे नसून चंद्र-सूर्य असेपर्यंत म्हणजे जगाच्या अंतापर्यंत असा असल्याचे स्पष्ट केले. या कथेला आधारभूत असलेले एक कडवे समाधी-महिम्यात आहे :

यम न पाहे तयाकडे । काळ नमस्कारी वाडेकोडे।
म्हणती पाहा हो केवढे । भाग्य या ज्ञानदेवाचे ।। (९९९.५)

समाधी महिम्यातही *नामा म्हणे ऐसे अंतरंग । कैसा बोळला पांडुरंग । ज्ञानदेवा समाधी सांग । हरिपाठ कीर्तने ।।* असा उल्लेख आहे. त्याचा अर्थ उपरोक्त वचनांच्या अनुषंगानेच लावला पाहिजे.

याशिवाय, संप्रदायात 'विठोबा रखुमाई' हे भजनही प्रचलित आहे. त्याच्या उगमाची कथा ज्ञानेश्वरांच्या समाधीशी जोडली गेली आहे.

या कथेनुसार वारकरी श्रद्धा अशी आहे, की ज्ञानेश्वर संजीवन समाधी अवस्थेमध्ये भजनात दंग आहेत. या समजुतीला या कथेचा विचार करावा लागतो. 'रामकृष्णहरी' हा वारकरी संप्रदायाचा मुख्य मंत्र आहे. बाबाजी चैतन्यांनी हाच मंत्र तुकोबांना दिला असल्याचे तुकोबांनीच म्हटले आहे. वारकरी या मंत्राचे भजन करत असतात. कीर्तनाची सुरुवातही याच भजनाने होते.

एकदा वारकरी संप्रदायातील एक धुरिण रात्री उशिरा समाधीच्या दर्शनाला गेले असता त्यांना 'विठोबा रखुमाई' असा ध्वनी ऐकू आला. एकतर हे भजन नवे, पूर्वी न ऐकलेले होते आणि विशेष म्हणजे हे भजन करणारी कोणी व्यक्ती आसपास नव्हती. मग त्यांनी समाधीला कान लावून कानोसा घेतला तेव्हा हा आवाज समाधीतून येतो आहे म्हणजे ज्ञानेश्वर महाराज भजन करत आहेत, असे त्यांच्या लक्षात आले व त्यांनी हे भजन वारकरी संप्रदायात दाखल केले.

असो. ज्ञानदेवांनी विठ्ठलाकडे समाधीची 'आळ' (अ.क्र. ९६५) घेतल्यावर ती विठ्ठलाने स्वीकारली; पण समाधी पंढरीला न घेता आळंदीमध्ये घ्यावी असे सुचवत 'प्रस्थान' करायला सांगितले. अर्थात, समाधीनंतरच्या काळातही ज्ञानदेवांना विठ्ठलाला भेटण्यासाठी पूर्ववत वारीच्या माध्यमातून पंढरीला यावे-जावे असेही त्याने सांगितले (अ.क्र. ९६६). याशिवाय, आपण स्वत: कार्तिक वद्य एकादशीच्या दिवशी आळंदीला

येऊ, असे आश्वासनही विठ्ठलाने दिले (अ.क्र. ९६७). पुढे १०६६व्या अभंगात 'पुरविली आळी ज्ञानोबाची' असे म्हणताना कथेचे अनुसंधान स्पष्ट दिसून येते.

दरम्यान नामदेवपुत्र नारा आळंदीक्षेत्राचा महिमा जमलेल्या संतमंडळींना विचारतो व तो सांगायची प्रार्थना नामदेव स्वतः विठ्ठलालाच करतात, असाही एक प्रसंग आहे (अ.क्र. ९७०-९७१). संवादाच्या ओघात नामदेव ज्ञानदेवांसंबंधी *पव्हे घालुनी ज्ञानदेवे । जग तारिले कीर्तने ।।* असे विधान करतात. त्याचा संबंध ज्ञानेश्वरांच्या ज्ञानेश्वरी रचनेनंतरच्या कारकिर्दीशी लावता येतो (९७१.२).

त्यानुसार ९७२, ९७३ आणि ९७८ या अभंगांमधून आळंदी माहात्म्यच सांगितले गेले आहे. ही गोष्ट औचित्याला धरून यासाठी आहे की, जर ज्ञानदेव पंढरीमध्ये विठ्ठलाच्या चरणांशी समाधी मागत असताना विठ्ठल आळंदी स्थळाची सूचना करतात, तर पंढरीच्या तुलनेत आळंदी कमी नाही, हे पटवून द्यायची जबाबदारी विठ्ठलावर येते. आळंदी हे शैवशास्त्रानुसार जुनाट शिवपीठ असल्याचा खुलासा विठ्ठलाकडून होतो. इतकेच नव्हे; तर येथे ब्रह्मदेवांनी तप केले, पंचक्रोशीतील इंदोरी या गावी इंद्रायणी तीरी इंद्राने यज्ञयाग केले. आणि मुख्य म्हणजे *पंढरीहून हे सोपे । जनाची हरावया पापे । कळिकाळ कोपलिया कोपे । त्याचे न चले आलंकापुरीसी ।।* (अ.क्र. ९७८). आळंदी माहात्म्याचा विषय यानंतरही पुनरावृत्त झालेला आहे (९८७-९९०).

समाधी महिम्यामधील ९७९वा अभंग अत्यंत महत्त्वाचा आहे. 'आदि'मध्ये नामदेवांनी ज्ञानदेवांनी केलेल्या ग्रंथनिर्मितीचा परामर्श घेतलेला आहे. ही भावंडे अवतारी असल्याचे सांगितले आहे. शिवाय, *गीता* आणि *ज्ञानेश्वरी* यांची थोरवीही सांगितली आहे. तेथे ज्ञानदेवादिकांच्या एकूण कार्याचे आणि योगदानाचे स्पष्टीकरण वा मूल्यमापन करण्यास अवसरच नव्हता. ज्ञानदेवांनी ग्रंथ लिहून लोकांच्या हाती दिले खरे; पण त्यांचा, शिवाय ज्ञानदेवांच्या हरिकीर्तनाचा समाजावर नेमका काय परिणाम झाला हे 'आदि'त सांगितले नव्हते. 'तीर्थावळी'चा तर विषय वेगळा होता. प्रस्तुत अभंगात रखुमादेवींच्या जिज्ञासेला प्रतिसाद देताना विठ्ठल पौराणिक धाटणीत पूर्वकाळाच्या पार्श्वभूमीवर या भावंडांचे कार्य समजावून सांगतो, या कथनाला ऐतिहासिक कालगणनेच्या कसोट्या लावणे हीच एक अनैतिहासिकता आहे.

चार भावंडे ही शिव, विष्णू, ब्रह्मा आणि आदिमाया यांचे अवतार आहेत. त्यांचे इहलोकी अवतरण का झाले, हे सांगताना कलियुग या प्रचलित व प्रसिद्ध सिद्धान्ताचा उपयोग येथे करण्यात आला. कलियुगामध्ये लोकांच्या दोषांचा प्रादुर्भाव होणार आहे, हे व्यासांनी महाभारतात सांगितले आहे, असा हवाला देऊन पुढे काय झाले याचे विवेचन

९७९व्या अभंगात आले आहे. युधिष्ठिर शक, विक्रम शक आणि शालिवाहन शक या पारंपरिक कालगणनांच्या आधारे त्या-त्या राजांचे चांगुलपण सूचित करून शालिवाहन शकात भोज राजा चांगला होता, असेही सांगितले आहे. 'राजा कालस्य कारणं' या समजुतीनुसार करण्यात आलेल्या या विवेचनात पुढे राजसत्तेच्याच संदर्भात चार भावंडांच्या अवतारकार्याचे वर्णन आहे :

राजे यवन भ्रष्ट झाले । ठायीठायी दोष घडले ।
मग इही अवतार घेतले । कली दोष हरावया ।। (९७९.१२)

नामा म्हणे पुढे हे जन । यवनसंसगे कठीण ।
होता, गाता हरीचे गुण । ते उद्धरती सर्वथा। (९७९.१४)

अशाच प्रकारचा उल्लेख पुढे ९९९व्या अभंगात आला आहे :

निवृत्ति सोपान ज्ञानदेवो । त्रिमूर्ति तिन्ही देवो ।
धर्मरक्षणार्थ पाहा हो । मनुष्यरूपे अवतरले ।। (९९९.५)

'समाधी'मधील या विचारांचा ज्ञानेश्वरीच्या समारोपाच्या ओव्यांशी सरळ संबंध लावता येतो. 'कली कलितु भुता आला' हे पाहून गहिनीनाथांनी निवृत्तिनाथांना आज्ञा दिली :

तेणे कली कलितु भूतां । आला, देखोनि निरुता । ते आज्ञा श्री निवृत्तिनाथा । दिधली ऐसी ।। ना आदिगुरू शंकरु । लागोनि शिष्यपरंपरा । बोधाचा हा संसारा । जाला जो आमुते ।। तो हा तू घेऊनि आघवा । कली गिळतया जीवा । सर्व प्रकारे धावा । करी पां वेगी ।। आधीच तव तो कृपाळू । वरी गुरुआज्ञेचा बोलू । जाला जैसा वर्षाकाळू । खवळणे मेघां । मग आर्तांचेनि वोरसे । गीतार्थग्रंथनमिसे । वर्षला शांतरसे । तो हा ग्रंथु ।। (*ज्ञानेश्वरी*, १८.१७५७-१७६१)

प्रसिद्ध इतिहासकार कै. न. र. फाटक यांनी 'कलि कलितु भूता' या शब्दांतून ज्ञानेश्वरांनी सांकेतिकरीत्या यावनी आक्रमणाचे व सत्तेचे सूचन केले असल्याचे प्रतिपादन केले आहे (*ज्ञानेश्वर आणि ज्ञानेश्वरी*, धरित्री प्रकाशन, मुंबई). नामदेवांनी फाटकांचाच मुद्दा स्पष्ट करून सांगितला आहे, असे म्हणण्यात काही अतिशयोक्ती नसावी. विक्रमादित्य, शालिवाहन आणि भोज हे पूर्वीचे सत्ताधीश इथल्याच संस्कृतीचे प्रतिनिधी होते आणि त्यांनी याच संस्कृतीमधील मूल्यांच्या आधारे राज्यशकट चालवला. त्या परिप्रेक्ष्यातून पाहिले असता इसवी सनाच्या अकराव्या शतकापासून भारतात येऊन सत्ता काबीज

करणाऱ्या इस्लामी आक्रमकांची संस्कृती, धर्म, मूल्यव्यवस्था येथील परंपरेपेक्षा वेगळी होती, असे म्हणण्याने कोणाचाही अधिक्षेप होत नाही. ज्ञानेश्वरीची निर्मिती होत असताना महाराष्ट्रात रामदेवराव यादवाचे राज्य होते व दक्षिणेतही हिंदू राजांचीच राज्ये होती. तथापि, उत्तरेत आधीपासून इस्लामी अंमल स्थापन झाला होता. या काळात दिल्लीच्या तख्तावर खिलजी घराण्याचे सत्ताधीश आरूढ झाले होते. उत्तरेतील या घडामोडींविषयी महाराष्ट्र एकदम बेखबर होता, असे कोणताही समंजस माणूस म्हणणार नाही. समाधी प्रसंगानंतर अल्पकाळातच अल्लाउद्दीन खिलजीची स्वारी आली आणि यादवांचे राज्य लयाला गेले. दक्षिणेतील होयसळादी सत्तांचीही वाट लागली. ही प्रक्रिया सुरू झाली तेव्हा महानुभाव पंथाचे अधिकरणगुरू नामदेवाचार्यांनी 'हे तो हातवणी जेवण तो उरलेचि असे' असे उद्गार काढल्याचे *स्मृतिस्थळ* ग्रंथात नमूद आहे.

नागदेवाचार्य यादवांचा पराभव प्रत्यक्ष पाहून बोलले होते. चक्रधरस्वामींनी तर त्याही अगोदर तशाच प्रकारची भविष्यवाणी केल्याची नोंद महानुभावीय साधनांत, प्रत्यक्ष *लीळाचरित्रा*तही आहे. चक्रधर सांगतात की, ते स्वतः उत्तरेकडे प्रयाण करतील, त्यानंतर त्यांच्या अनुयायांनी ऋद्धिपूर येथे जावे. तेथे त्यांचा सांभाळ खुद्द चक्रधरांनाही गुरुस्थानी असलेले गोविंदप्रभू करतील. गोविंदप्रभूंच्या पश्चात उत्तरेकडून इस्लामी आक्रमण येईल. ते लोक यादवांचा पराभव करून यादवांचे राज्य हिरावून घेतील व आपली सत्ता स्थापन करतील. 'मग काळे करौनी या राष्ट्राची समुळची विनश्यंती होईल.'

चक्रधरांच्या या भाकितावर नागदेवाचार्यांना राजसत्तेत पालट झाल्यावर राष्ट्राचा विनाश कसा होईल ते कळेना. त्यावर चक्रधरांनी खुलासा केला की, *'म्लेंच्छ बंद धरतील, तेणे लोक देशांतरा जातील, जे येथ असतील ते दुःकाळे मरतील. या परि येथीच्या लोकांची विनश्यंती होईल. मग मागौनी देशांतरीची माणुसे येती, का गेली तिये कवणी येती, मग येकाचे गाव येका, येकाचे वृत्ती एका, ऐसे होइल गा.'*

चक्रधरांना एक प्रकारचे सामाजिक अराजक अभिप्रेत आहे. प्रत्यक्ष तसे घडलेही, हे वेगळे सांगायची गरज नाही. या अव्यवस्थेत, सक्तीच्या धर्मांतराच्या काळात महाराष्ट्रातील लोकांनी स्वधर्माचे, स्वभाषेचे व स्वसंस्कृतीचे रक्षण केले ते ज्ञानेश्वरादी संतांच्या शिकवणुकीच्या आधारे! यासाठी नामदेवांनी उभी केलेली वारकऱ्यांची यंत्रणा उपयोगी पडली हे उघड आहे. या सर्व गुंतागुंतीच्या प्रकरणासाठी 'समाधी'मध्ये 'धर्मरक्षण' हा शब्दप्रयोग करण्यात आलेला आहे. जवळपास तीन शतके स्वत्वाचे रक्षण करण्यात महाराष्ट्रात यशस्वी झाला. त्यानंतर शिवाजी महाराजांना स्वराज्याची निर्मिती करता आली. ज्ञानेश्वर-नामदेवांनी केलेल्या मांडणीच्या अनुषंगानेच न्या. म. गो. रानडे यांनी मराठी

सत्तेच्या उदयाची मीमांसा केली आहे. या प्रक्रियेची सविस्तर चर्चा *गर्जा महाराष्ट्र* (सकाळ प्रकाशन) या ग्रंथातून मी केलेली आहे.

ज्ञानदेव समाधिस्थ होणार या कल्पनेने नामदेव कसे कासावीस झाले याचे हृद्य वर्णन समाधी-महिमामध्ये ९८०-९८५ या अभंगांमध्ये आलेले आहे. आपल्या अवस्थेचे वर्णन नामदेव स्वत: विठ्ठलाकडेच करतात. विठ्ठलानेही नामदेवांचे समाधान करायचा प्रयत्न केला. त्यातील त्याने ज्ञानदेव व नामदेव यांच्यासाठी वापरलेले 'पुण्यशील भागवत' हे विशेषण महत्त्वाचे आहे (अ.क्र. ९८४).

९९१वा अभंग वारकरी संप्रदायाच्या भक्तिशास्त्राच्या दृष्टीने अत्यंत महत्त्वाचा आहे. ज्ञानदेव-नामदेवांना विठ्ठल किती जिव्हाळ्याने वागवत आहे, हे लक्षात आल्यावर रुक्मिणी विठ्ठलाला, नामदेवांना वैकुंठात न्यायला सांगते. वैकुंठाचा वास म्हणजे सलोकता मुक्ती होय. त्यावर विठ्ठलाने काही म्हणण्याच्या आधीच नामदेव सांगतात की, *नामा म्हणे नेघे मुक्ती । मज पंढरीची आर्ती । विठ्ठलनामे करीन कीर्ती । नित्यकाळ जीवन्मुक्त ।। मज नित्यमुक्ता जन्म नाही । केशवासी माते पुसोनि पाही । युगानुयुगी अवतार दाही । याचेनि संगे मज घडती ।। तिही त्रिभुवनी उदार । मुक्ति तुम्हापाशी साचार । परि भक्तिविण मुक्ति असार । कोण पामर इच्छिल ।। मुक्ति फलकट नैश्वर । फळ एक विठ्ठल सार । विष्णुभक्तीसी ज्याचा निर्धार । त्याचे चरण वंदीन माथा ।। विष्णुविन कीर्तन न करी । भक्तिविण नसे क्षणभरी । कीर्तन करीन गजरी । रामकृष्णगोविंद ।। मज नामाचे अमृत । माझे मुक्ति दास्य करी।* (अ.क्र. ९९१)

विशेष म्हणजे ज्ञानदेवही लगोलग नामदेवांच्या या मताला अनुमोदन देतात. *ऐसी त्रिभुवनी ज्याची थोरी । तो मुकुटमणी हा हा श्रीहरी । त्याते सोडिलिया मुक्ति चारी । काय आम्हा तारिती?* (९९२.५) ९९३व्या अभंगात निवृत्तिनाथांनी व सोपानदेवांनी समाधी घ्यावी, याचे सूतोवाच झालेले दिसते.

*ज्ञानेश्वरी*मध्ये नवव्या अध्यायातील 'सततं कीर्तयन्तो माम्' या गीतापदांवर भाष्य करताना ज्ञानदेवांनी *कै एकधेनि वैकुंठा जावे । तै तिही वैकुंठचि केले आघवे । ऐसे नामशेष गौरवे । धवळिले विश्व ।।* असे लिहिले आहे. या ओळीचा पडसाद तुकोबांच्या 'तुका म्हणे त्यांनी। केली वैकुंठ मेदिनी।।' या ओळीत ऐकायला मिळतो. समाधी महिम्याच्या ९९४ ते ९९८ या अभंगांमध्ये ईश्वरी लीलेने वैकुंठच आळंदी क्षेत्रात इंद्रायणीतिरी अवतरले असे वर्णन आहे. 'भूमी उतरले वैकुंठ' असे थोडक्यात म्हणता येईल (९९८.५).

पुढील कथाभागात विठ्ठल पुन्हा एकदा ज्ञानदेवांच्या मागण्याप्रमाणे *मग पुंडलिकासी सांगितले । कृष्णपक्षी येथे पाहिजे आले । येरू म्हणे स्वामीने सांगितले । ते शिरसा वंदीन ।।*

देव म्हणे आम्ही तुम्ही । पंढरीहूनि समागमी । येवो अलंकापुरा ग्रामी । सकळ तीर्थांसहित ॥ (१००१-३, ४) अशी रुजवात करून देतो. अनुषंगाने परत एकदा आळंदीमाहात्म्य अधोरेखित करण्यात आले.

समाधी महिमा समारोपिताना ज्ञानेश्वरांनी विठ्ठलाला नमन केले आहे, ते दीर्घ आहे. ते ज्ञानेश्वरांनी केलेले असल्यामुळे त्याचा शेवटही 'बापरखुमादेवीवरु' या ज्ञानदेवांच्या अभंगमुद्रेने झाला आहे (अ.क्र. १००७). त्यातील एक चरण अत्यंत महत्त्वाचे आहे :

तू विश्वरूपाची घडी । तारक ब्रह्मचि उघडी । मिया निज दृष्टीने चोखडी । तुझी मूर्ति न्याहाळिली ॥ (१००७.८३) या कडव्यात ज्ञानेश्वरीच्या अकराव्या अध्यायातील *कां जे कृष्णाकृतीचिये मोडी । होती विश्वरूपपटाची घडी । ते अर्जुनाचिये आवडी । उकलून दाखविली ॥* (११.६५१) या ओळीचे प्रतिबिंब उमटले आहे. कृष्ण आणि विठ्ठल यांच्यातील ऐक्य प्रतिपादन करणारे हे प्रतिपादन आहे, हे सहज लक्षात यावे. त्याला तेथे उपस्थित असलेल्या उद्धवाने कशी दाद दिली हेही पाहण्यासारखे आहे. उद्धव म्हणे, *ज्ञानेश्वरा । आम्ही जाणो कृष्णावतारा । परि पांडुरंगमूर्ति निर्धारा । तू आणि पुंडलिक जाणसी ॥* (१००९.९)

पुंडलिक आणि ज्ञानदेव यांच्यातील अनुबंधाकडे कोणाचे नीट लक्ष गेलेले दिसत नाही. द्वारकेच्या कृष्णाला पुंडलिकाने पंढरीमध्ये विठ्ठलाच्या रूपात आणून प्रतिष्ठित केले. दरम्यानच्या काळात या विठ्ठलाची स्वतंत्र उपासनापद्धती म्हणजे वारी रूढ होऊन वारकरी संप्रदायाची निर्मिती झाली. परंतु तरीही, या संप्रदायाला स्वतःचा असा पवित्र प्रमाणग्रंथ नसल्यामुळे त्याला धर्माची प्रतिष्ठा (किंवा दर्जा) लाभली नव्हती. गीतेवर मराठीत भाष्य लिहून ज्ञानदेवांनी संप्रदायाला धर्माचा दर्जा प्राप्त करून दिला. वेगळ्या शब्दांत सांगायचे म्हणजे गीतेवरील हा ग्रंथ वारकरी संप्रदायाने स्वीकारल्यामुळे विठ्ठल म्हणजेच कृष्ण या परिचयावर एक प्रकारचे शिक्कामोर्तब झाले. अशा प्रकारे पुंडलिक ते ज्ञानदेव हा वारकरी संप्रदायाचा पूर्वेतिहास (Prehistory) असून ज्ञानदेवांपासून त्याच्या इतिहासाला (History) सुरुवात होते.

उद्धवाने दिलेल्या पावतीवर विठ्ठलाने आपली मोहोर उमटवणे अपेक्षित होते. विठ्ठल पुंडलिकाला म्हणतो – *विठोजी म्हणे ऐक जी भक्ता । तपोनिधी महंत तू सर्वथा । ज्ञानदेवासारिखा वक्ता । मज आवडता न दिसे ॥ तुम्ही दोघे असा या सृष्टी । जग उद्धारी पाटोवाटी । कीर्तन करिता उठाउठी । तो वैकुंठी पावावे ॥* (१०१४.६-७)

ज्ञानदेवांनंतर निवृत्तिनाथांनीही नमन केले (अ.क्र. १०१५). नमनानंतर त्यांनी विठ्ठलाला उद्देशून सांगितलेली एक बाब वारकरी संप्रदायाच्या दृष्टीने फार महत्त्वाची आहे :

आमुचा तपे समर्थे । तुवा सिद्धी पावाविले जगन्नाथे । सरते करूनिया आम्हाते । विष्णुमार्गे लाविले ॥ (१०१६.६)

संप्रदायामध्ये अशी समजूत आहे की, ज्ञानेश्वर परंपरेतील गुरू-शिष्य आलटूनपालटून शिव आणि विष्णू यांची रूपे आहेत. आदिगुरू शंकराचे शिष्य मच्छिंद्रनाथ हे विष्णूचे अवतार, गोरक्षनाथ म्हणजे शिव, गहिनीनाथ विष्णू. गहिनीनाथांनी निवृत्तिनाथांना उपदेश केला. त्यांच्या उपदेशांमध्ये गीतोक्त तत्त्वज्ञानाचा म्हणजेच विष्णूच्या विचारांचा समावेश होता. त्यांनीच आम्हांला वैष्णव धर्माकडे वळवले, असे निवृत्तिनाथांना म्हणायचे आहे.

निवृत्तिनाथांनंतर सोपानदेवांनी स्तुती केली. त्या स्तुतीनंतर विठ्ठलाने पुन्हा या भावंडांच्या अवतारित्वाची ग्वाही दिली : *सकळ हे तुझे व्यापक । चराचर हे त्रैलोक्य । अधर्म झालीया चाळक । अवतार घेती तिघे ॥* (अ.क्र. १०१७.८) सोपानदेवांनंतर मुक्ताईंनीही भगवंतांची स्तुती केली.

निवृत्तिनाथांच्या म्हणण्याची स्वीकृती १०२३व्या अभंगातून परत एकदा विठ्ठलाकडून दिली गेली आहे. *निवृत्ति तुम्हा नाही भिन्नता । त्याचा आत्मा तुम्ही हो आनेला । शिव विष्णु आइक्यता । असे स्वभावता मुळीच ॥* (१०२३.१०) समाधिमहिम्याच्या समारोपाच्या अभंगांमध्ये मुक्ताईंच्या भवितव्याविषयीही सूचना मिळते. तसेच मुख्य म्हणजे चार भावंडांचे मूल्यमापन तर अत्यंत मार्मिकपणे केले असल्याचे आढळून येते : *तरी ज्ञानदेव हा पायाळ जाण । निवृत्तिदेव तोचि अंजन । सोपान तो नयन । तेथिचे सुखप्राप्ती ॥ ऐसे करूनि साधन । साधिले श्रीविठ्ठलविधान । तेथिचे विभागी ज्याचे भाग्य पूर्ण । तीही प्रत्यक्ष देखिले ॥ या निधानासी कुरवंडी । मुक्ताबाई देहभावाची सांडी । मग उभविली गुढी । आनंदाची सर्वकाळ ॥* (१०२४.१०-१२)

द्वारकेच्या कृष्णाला पुंडलिकाने पंढरीमध्ये विठ्ठलाच्या रूपात आणून प्रतिष्ठित केले. दरम्यानच्या काळात या विठ्ठलाची स्वतंत्र उपासनापद्धती म्हणजे वारी रूढ होऊन वारकरी संप्रदायाची निर्मिती झाली. परंतु तरीही, या संप्रदायाला स्वतःचा असा पवित्र प्रमाणग्रंथ नसल्यामुळे त्याला धर्माची प्रतिष्ठा (किंवा दर्जा) लाभली नव्हती. गीतेवर मराठीत भाष्य लिहून ज्ञानदेवांनी संप्रदायाला धर्माचा दर्जा प्राप्त करून दिला. वेगळ्या शब्दांत सांगायचे म्हणजे गीतेवरील ग्रंथ वारकरी संप्रदायाने स्वीकारल्यामुळे विठ्ठल म्हणजेच कृष्ण या परिचयावर एक प्रकारचे शिक्कामोर्तब झाले.

येथपर्यंत श्रीज्ञानेश्वरमहिमा या प्रकरणाची चर्चा केली. ज्याला श्रीज्ञानेश्वर समाधी म्हणण्यात येते. ते प्रकरण महिम्यानंतर येते. याच्यासह इतरांच्या समाधींची वर्णने मिळून विषयाचे जे एकक (unit) तयार होते नामदेवांनीच 'समाधिचरित्र' असे नाव दिले आहे (अ.क्र. १२०७). समाधिमहिमा आणि (विशेषतः ज्ञानेश्वर) समाधिचरित्र यांच्यात नेमका काय संबंध आहे? शं. दा. पेंडसे यांच्या मते तर 'तीर्थावळी'चा कर्ताच 'ज्ञानेश्वर समाधिमहिम्या'चा कर्ता असावा' (ज्ञानदेव व ज्ञानदेव, पृ. ३६१). हे मत मांडून कानडे-नगरकरांनी अर्थातच पेंडसे यांच्या सुरात सूर मिळवला आहे. पेंडसे यांच्या मतानुसार 'तीर्थावळी' ही कादंबरीच असल्यामुळे 'समाधिमहिमा'सुद्धा कादंबरीच ठरणार, हे उघड आहे. ते स्पष्टपणे म्हणायला हवे असे नाही.

या संदर्भात *ज्ञानदीप लावू जगी* या नामदेवचरित्राचे लेखक डॉ. नि. ना. रेळेकर काय म्हणतात ते महत्त्वाचे आहे. 'पूर्वनिर्दिष्ट 'आदि'च्या अभंगात्मक प्रकरणानंतर संत नामदेवांनी ६० अभंगसंख्या असलेले 'श्री ज्ञानेश्वरसमाधी महिमा' हे पहिले अभंग प्रकरण आणि ७० अभंगसंख्या असलेले 'श्री ज्ञानेश्वरांची समाधी' हे दुसरे अभंग प्रकरण लिहिल्याचे आढळते. बाह्यतः ही दोन वेगवेगळी अभंग प्रकरणे वाटत असली तरी या दोन्ही प्रकरणांच्या अंतरंगाचा विषय 'श्रीज्ञानेश्वर महाराजांची संजीवन समाधी' हाच एकमेव असल्याने, त्यांचे एकत्र समालोचन करणे आवश्यक आहे. ज्ञानोबारायांच्या समाधीनंतर एका वेगळ्या भावावस्थेत नामदेवरायांनी ती अभंगनिर्मिती केली असावी. त्यातील जे १३० अभंग आजघडीला उपलब्ध आहेत, त्यामध्ये बऱ्याच प्रमाणात पुनरुक्ती आहे. कदाचित असेही घडले असेल की, संत नामदेवांनी सलगपणे लिहिलेल्या या अभंगांचे पुढे नकलाकारांनी दोन उपप्रकरणांमध्ये विभाजन केले असेल. यातील वास्तव काहीही असले तरी त्याबद्दलची अधिक चर्चा न करता, या दोन्ही अभंग-प्रकरणातील विषय-आशयाचा एकत्रित विचार करणे, आपल्या दृष्टीने उपकारक ठरणारे आहे.' (पृ. १८५)

दोन्ही अभंग-प्रकरणांचा एकत्रित विचार करणे उपकारक असल्याचे रेळेकरांचे मत बरोबरच आहे. त्याचप्रमाणे या प्रकरणांच्या परस्परसंबंधांविषयी त्यांनी सुचवलेले दोन पर्यायदेखील लक्षणीय आहेत. तिसरा पर्याय नामदेवांनी सिद्ध केलेल्या मूळ समाधी प्रकरणात त्यातील रिक्त जागा भरू शकणाऱ्या वा पूरक ठरणाऱ्या मजकुराची भर पडत गेली असा असू शकतो. या प्रकारच्या भरीची चर्चा आपण आधीच केली आहे. ही भर म्हणजे मूळ संहितेचा जैविक - सेंद्रिय विकास होय. जसे, शरीरावरील अंतःत्वचा आधी तयार होते नंतर तिच्यावरील आच्छादनाची दृश्य बाह्य त्वचा वाढते. अर्थात, या प्रक्रियेत काही त्रुटी राहिल्या असतील, काही गफलती नकलाकारांच्याही असू शकतात. पण या

दोन्ही उपप्रकरणांची विचारपूर्वक फेरमांडणी करता येते का, हे पाहावे लागेल. पूर्वीच्या वाचकांना कदाचित तसे करण्याची गरज वाटत नसेल. हा त्या-त्या काळातील वाङ्मयीन व चरित्रविषयक धारणांचा भाग आहे. आजच्या काळातील वाचकांच्या बदललेल्या धारणांचे त्यामुळे समाधान होणार नसेल तर तसाही प्रयत्न व्हायला हरकत नाही.

'श्री ज्ञानेश्वर समाधी' हे प्रकरणही महिम्याप्रमाणे पौराणिक धाटणीने लिहिले आहे.

निश्चित झाल्याप्रमाणे पंढरीनगरीतून साधुसंत आळंदीत येऊन दाखल झाले. वारकऱ्यांच्या दिंड्यांमधील केवळ ध्वजा-पताकांनाच वर्ण्य विषय करून केलेले त्यांचे काव्यात्मक वर्णन किती उच्च दर्जाचे आहे, ते कोणालाही समजू शकेल :

अल्याडपल्याड पताकांचे भार । मध्ये मनोहर इंद्रायणी ।। पिवळ्या, पारव्या आणि हिरव्या । नीलवर्ण साऱ्या लखलखित ।। जरी जर्तारी झाल्या रानभरी । विजा त्यावरी खेळताती ।। सर्पाकार दंड तारांगणावाणी । पताका तिकोनी दाटताती ।। नामा म्हणे तेथे पताकांचे भार । केव्हडे भाग्य थोर ज्ञानोबाचे ।। (अ.क्र. १०३४)

आळंदीमधील समाधी प्रक्रियेच्या तयारीत नामदेवांच्या किशोरवयीन मुलांनी सक्रिय भाग घेतला होता, असेही सांगण्यात आले आहे (अ.क्र. १०३८, १०४१). दरम्यान, नामदेव मात्र ज्ञानदेवांचे गुणगान करण्यात मग्न आहेत. हे गुणगानही ज्ञानदेवांनी नेमके काय केले, त्यांचे योगदान काय स्वरूपाचे होते या गोष्टी अधिक स्पष्ट करणारे आहे. त्यातील काही ओळी येथे उद्धृत आहेत :

नामा म्हणे यांनी तारिले पतित । भक्ति केली ख्यात ज्ञानदेवे ।। (१०४७.४)

अनुभव सागर गुह्य आणि ब्रह्म । उघडे अध्यात्म बोलियेले ।।
करणे न करणे सांगितला पंथ । तिही लोकी कीर्त वाढविली ।। (१०४८.१, ४)

दृश्यादृश्याच्या दूर केल्या गोष्टी । उघडिली दृष्टी ज्ञानदेवे ।।
गीतेवरी टीका ग्रंथ केला सार । केवळ ईश्वर ज्ञानाचा हा ।। (१०५१.२, ३)

पापी उद्धरिले पतित तारिले । जड पावविले मोक्षपंथी ।। (१०५७.३)

या प्रसंगी स्वतः नामदेवच 'विकळ' आहेत (१०५६.३). तीन भावंडांची काय अवस्था होती, ती ज्ञानदेवांच्या लीला कशी आठवत होती हे सांगताना नामदेव ज्ञानदेवांचे चरित्रच सार-संक्षेप पद्धतीने सादर करतात –

फार आठवते निवृत्तीचे चित्ती । सोपान स्फुंदती मुक्ताबाई ।। आम्हा मातापिता नित्य ज्ञानेश्वर । नाही आता थार विश्रांतीसी ।। छळिले ब्राह्मणे प्रतिष्ठानी जाता । रेड्यामुखी वेदांता बोलविले ।। आला चांगदेव व्याघ्रवाहन घेऊन । नेला अभिमान ज्ञानदेवे ।। नाना प्रकारचे आठविले शब्द । नामा म्हणे बोध भाविकाला ।। (अ.क्र. १०५९)

या तीन भावंडांची समजूत घालायचे काम तात्त्विक पातळीवरून स्वतः देवालाच करावे लागले (अ.क्र. १०६१, ६३).

वैष्णवांच्या महामेळ्याच्या साक्षीने संपन्न होणाऱ्या या समाधी-सोहळ्याचे वर्णन करताना नामदेवांच्या प्रतिभेला जणू उधाण आले आहे –

आणिक वाद्ये तेथे वाजताती अपार । उठावले भार वैष्णवांचे ।। चिद्रत्नमंडप दिसला कल्लोळ । जैसे दीपमाळ दीप ठेले ।। नक्षत्रे गोंधळ उसळती भारी । चक्रे त्याजवरी उल्लाळती ।। मोतिये तोरणे लाविली अपार । झळकती तारे विभु ऐसे ।। नामा म्हणे देवा नवल केले गहन । पुंजाळले गगन ज्ञानदेवे ।। (अ.क्र. १०६४)

उपस्थित देवऋषीगणांचे पूजन ज्ञानेश्वरांनी केले तेव्हा 'नामयाचे हाती गंध अक्षता' होती. (१०६५.६) वैष्णवांनी केलेल्या गर्दीमुळे 'पिपिलिकेसी मार्ग जावया न मिळे।।' (१०६६)

१०७१ क्रमांकाच्या अभंगात या प्रसंगी उपस्थित असणाऱ्या काही संतांची नावेही देण्यात आली आहेत. त्यात परिसा भागवत आणि 'विसोबा खेचर, चांगा वटेश्वर । सावता कुंभार एके ठायी।।' (१०७१.२, ४)

समाधीस्थळ प्राचीन शिवमंदिराच्या परिसरात असून त्याच्या विवरावर शिळा ठेवून शंकरापुढील नंदीची स्थापना करण्यात आलेली होती. त्या नंदीला बाजूला करून विवर उघडले गेले (अ.क्र. १०६८). नामदेवपुत्रांनी समाधीच्या जागेची झाडलोट करून ती स्वच्छ केली (अ.क्र. १०६९). त्यानंतर *धुवट वस्त्राची घडी ते अमोल । तुलसी आणि बोल आंथरिले ।। दुर्वा दर्भ वरी टाकिले मोकळे । पुष्पे ती सकळे समर्पिली ।। नामा म्हणे तेथे छाया निरंतर । सुखी ज्ञानेश्वर सुखावला ।।* (अ.क्र. १०७६)

ज्ञानदेवांनी निवृत्तिनाथांचा आशीर्वाद व भावंडांचा निरोप घेताना त्यांच्याविषयीच्या भावना व्यक्त केल्या (अ.क्र. १०८०). वास्तविक श्रीगुरू निवृत्तिनाथांविषयीचा आपला आदरभाव व्यक्त करण्याची एकही संधी ज्ञानदेव दवडत नसतात, हे ज्ञानेश्वरांच्या अभ्यासकांना माहीत आहे. अभंगांमधूनही त्याची वारंवार प्रचिती येते. पण आता येथे निवृत्तिनाथांच्या दृष्टिकोनातून ज्ञानदेवांचे वर्णन येते ते महत्त्वाचे आहे :

वोसंडोनि निवृत्ति आलिंगो लागला । आणिकांच्या डोळा अश्रु येती ।।
अमर्यादा कधी केली नाही येणे । शिष्यगुरुपण सिद्धी नेले ।।
गीतार्थाचा अवघा घेतला सोहळा । गुह्यगौप्यमाला लेवविल्या ।।
फेडिली डोळ्यांची अत्यंत पारणी । आता ऐसे कोणी सखे नाही ।।
काढोनिया गुह्य वेद केले फोल । आठवती बोल मनामाजी ।।
नामा म्हणे संत कासावीस सारे । लाविती पदर डोळियांसी ।। (अ.क्र. १०८१)

निवृत्तिनाथांनी मुक्ताबाईंबद्दल काढलेले उद्‌गार अत्यंत भावपूर्ण आहेत :

त्रिवेणीचा ओघ जैसा एके ठायी । तैसी मुक्ताबाई आम्हांमध्ये ।। ब्रह्माविष्णुहर जैसे एके ठायी । तैसी मुक्ताबाई आम्हांमध्ये ।। रज तम गुण सत्व गुण ठायी । तैसी मुक्ताबाई आम्हांमध्ये ।। (अ.क्र. १०८४) याच अभंगात सर्वांच्या समाधीस्थळांची निश्चिती स्पष्टपणे एकाच ठिकाणी करण्यात आली आहे : *प्रथम ज्ञानेश्वरे काढियेली वाट । धरियेले वैकुंठ अलंकापुरी ।। इंद्रनील पर्वत नेमिला सोपाना । निवृत्तीसी जाणा त्र्यंबकेश्वर ।। चौथी मुक्ताबाई नेमियेली तापी । नामा म्हणजे ख्याती केली यांनी ।।* (अ.क्र. १०८४)

निवृत्तिनाथ वयाने ज्येष्ठ आणि अधिकाराने गुरू असतानाही त्यांना आपला शोक आवरता आला नाही. तो पकडताना नामदेवांनी केलेला हा अभंग म्हणजे समाधी प्रकरणाचा उत्कर्षबिंदूच मानावा लागतो :

निवृत्तिदेव म्हणे करिता समाधान । काही केल्या मन राहत नाही ।। बांधल्या तळ्याचा फुटलासे पाट । वोघ बारा वाट मुरडताती ।। बांधल्या पेंढीचा सुटलासे आळा । तृण रानोमाळा पांगलेसे ।। हरिणीविण खोपी पडियेली वोस । दशदिशा पाडसे भ्रमताती ।। मायबापे आम्हा त्यागियेले जेव्हा । ऐसे संकट तेव्हा आले नाही ।। नामा म्हणे देवा पेटला हुताशन । करा समाधान निवृत्तीचे ।। (अ.क्र. १०८५)

देवाने केलेले समाधान अर्थातच तात्त्विक पातळीवरील आहे (अ.क्र. १०८६).

शेवटी तो क्षण आलाच. सर्वांचा निरोप घेऊन ज्ञानदेवांनी समाधीत प्रवेश केला :

देव निवृत्ति यांनी धरिले दोन्ही कर । जातो ज्ञानेश्वर समाधीसी ।।
नदीचिया माशा घातले माजवण । तैसे जनवन कालवले ।।
दाही दिशा धुंद उदयास्ताविण । तैसेची गगन कालवले ।।
जाऊनि ज्ञानेश्वर बैसले आसनावरी । पुढे ज्ञानेश्वरी ठेवियेली ।।
ज्ञानदेव म्हणे सुखी केले देवा । पादपद्मी ठेवा निरंतर ।।
तीन वेळा जेव्हा जोडिले करकमळ । झाकियेले डोळे ज्ञानदेवे ।।

भीममुद्रा डोळा निरंजनी लीन । जाले परिपूर्ण ज्ञानदेव ।।

नामा म्हणजे आता लोपला दिनकर । बाप ज्ञानेश्वर समाधिस्थ ।। (अ.क्र. १०९२)

ज्ञानदेव या अवस्थेत असताना त्यांचा निरोप घेऊन निवृत्तिनाथ विवरातून बाहेर आले आणि त्यावर शिळा ठेवून तिजवर पूर्ववत नंदीची स्थापना केली. जमलेल्या वैष्णवांनी त्यावर फुले वाहिली. स्वत: *नामदेवे भावे केली असे पूजा । बाप ज्ञानराजा पुण्यपुरुषा ।।* (१०९२)

ज्ञानेश्वरांनी सर्वात अगोदर समाधी घेतल्यामुळे त्यांच्या समाधी-सोहळ्याचे वर्णन समाधी-चरित्रात सर्वात अगोदर येणे साहजिकच होते. हे सर्व संत एकाच परिवारातील असल्यामुळे समाधीमागची त्यांची भूमिकाही एकच होती. त्यामुळे या वर्णनांमध्ये साम्य दिसून येते. सर्व समाधींचा 'पॅटर्न' एकच दिसून येतो. अर्थात, याचा अर्थ त्या कमी महत्त्वाच्या आहेत किंवा त्यांच्याकडे दुर्लक्ष केले तरी चालेल असे मात्र नाही. या वर्णनांमध्ये संतचरित्रांचे व या संतांच्या कार्याचे आकलनाचे अनेक धागे विखुरलेले आढळून येतात. त्यातील काही पुनरुक्त असतीलही; पण काही वेगळी माहितीही त्यांच्या माध्यमातून मिळू शकते.

याआधीच स्पष्ट केल्याप्रमाणे समाधीचरित्रांचे एक महत्त्वाचे वैशिष्ट्य म्हणजे स्थलकालाच्या तपशीलवार नोंदी. १०९४ क्रमांकाच्या अभंगात असे म्हटले आहे की, संतमंडळी एकूण नऊ दिवस आळंदी येथे होते. कार्तिक वद्य सप्तमी या दिवशी ही मंडळी आळंदीमध्ये आली. कार्तिक वद्य त्रयोदशीला ज्ञानदेवांनी समाधी घेतल्यावर देवाने त्याच दिवशी आळंदीहून प्रस्थान ठेवले. त्रिवर्ग भावंडे व इतर मार्गशीर्ष शुद्ध प्रतिपदेच्या दिवशी आळंदीहून सासवड तथा संवत्सराच्या दिशेने रवाना झाले असे दिसते. सासवड परिसरात त्यांनी बराच काळ मुक्काम केलेला दिसतो (अ.क्र. १०९४, १०९६). (इतिहाससंशोधक पां. ना. पटवर्धन यांनी असे प्रतिपादन केले आहे की, पूर्वी संवत्सर आणि सासवड ही दोन गावे वेगळी होती. इ.स. १४७९च्या दरम्यान ती एकवटली. सोपानदेवांची समाधी संवत्सरात होती व आज मंदिर सासवड येथे आहे.)

इंद्रनील पर्वत, संवत्सर आणि कौंडिण्यपूर ही नावे सोपानदेवांच्या समाधीच्या संदर्भात महत्त्वाची आहेत. आळंदीहून निघालेला वैष्णवांचा मेळा सासवडला दाखल होत असताना देवही तेथे आले असल्याचे सोपानदेव समाधी-प्रकरण सांगते. देवाने सोपानदेवांना संवत्सराची महती सांगितली. ते ब्रह्मदेवाचे स्थान असून तेथे ब्रह्मदेवाने तप केल्याचे सोपानदेवांना विदित झाल्यावर त्यांनी विठ्ठलाला 'मग आपण कोठे होता,' असा

थेट प्रश्न विचारला. त्याचे उत्तर महत्त्वाचे आहे. आपण अनंत कल्पे पंढरीलाच होतो; पण ते कोणाला ठाऊक नव्हते. पुंडलिकाने शंकराला प्रसन्न केले व देवाचा ठावठिकाणा विचारला तेव्हा शंकराने पंढरीकडे बोट दाखवले.

अनंत भक्तांचिया मेळी । अनंत वैष्णवे भूमंडळी । माजी गवसले सकळी । केली आगळी पुंडलिके ।। येणे प्रसन्न केले शंकरा । शंकरे मज दाखविले निर्धारा । आपण राहोनि पाठमोरा । विश्व तारीले पुंडलिके ।। भक्ताचेनि आराधने । साधियेले बहुत पुण्ये । माझे जालेसे येणे । एक कारणे पुंडलिकाचे ।। (११००.३-५)

पुंडलिकाच्या कथेचा हा एक वेगळाच अन्वयार्थ आपणाला 'समाधी' प्रकरणात उपलब्ध होतो.

निवृत्ती, सोपान आणि मुक्ताई यांनी प्रथम कौंडिण्यपुरास जाऊन तेथील अंबिकादेवीची पूजा केली. नामदेव आणि पुंडलिक सोबत होते. नामदेवपुत्रांनी समाधीस्थळ झाडलोट करून स्वच्छ केले.

परिसा भागवत आणि चांगदेव यांनी समाधी-सोहळ्यासाठी आवश्यक असणारे साहित्य आणले. सर्वांनी भोगावतीमध्ये स्नान केले. विसोबांनी गंध, अक्षता घेऊन सोपानदेवांची पूजा केली (अ.क्र. ११११). ज्ञानदेवांच्या समाधी-सोहळ्याप्रमाणेच या सोहळ्यासही चांगा, वटेश्वर, सावता माळी, गोरा कुंभार हे संत उपस्थित होते. मार्गशीर्ष वद्य द्वादशीला भोजन करून उपवासाचे पारणे फेडण्यात आले. सोपानदेवांनी व वटेश्वरांनी नमन केले (अ.क्र. ११२४.२६, २७, २८). आळंदीला ज्ञानदेवांच्या समाधी उत्सवास आल्यावर तुमच्याही उत्सवाला येथे येऊ, असे अभिवचन देवाने सोपानदेवांना दिले. सोपानदेव व वटेश्वर यांनी समाधीत प्रवेश केला. समाधीवर शिळा ठेवण्यात आली (अ.क्र. ११३१-११३२). हा दिवस मार्गशीर्ष वद्य १३ हा होय.

सोपानदेवांनी समाधी घेतल्यानंतर केव्हा काय घडले याचे तपशील समाधीच्या या प्रकरणाच्या शेवटी येतात. *वैष्णवांनी केली समाधि प्रदक्षिणा । गेले आचमना भोगावती ।। सारी रात्र कीर्तन केले त्रयोदशी । चतुर्दशी दिवशी भोजन केले ।। अमावास्ये जागरण केले परिपूर्ण । प्रतिपदे गमन वैष्णवांचे ।।* (अ.क्र. ११३३)

मार्गशीर्ष शुद्ध प्रतिपदा या दिवशी, जमलेले अनेक लोक आपापल्या ठिकाणी निघून गेले. त्यावर *निवृत्ती मुक्ताई जाली उदासी । आता हृषिकेशी बोलवावे ।। चांगा म्हणे माझी करा बोळवण । घेऊनि नारायण समागमे ।। नामा म्हणे देवा माघ मास नेमा । चांगदेवा प्रेमा समाधी देऊ ।।* (अ.क्र. ११३३)

चांगदेवांना समाधी देण्यासाठी निवृत्ती, मुक्ताबाई आणि वैष्णवांनी गोदावरीकडे प्रस्थान ठेवले.

सोपानदेव समाधी प्रकरणात अभ्यासकांना नेहमी पडणारा प्रश्न म्हणजे वटेश्वर (किंवा चांगा वटेश्वर?) यांच्या नेमक्या 'आयडेंटिटी'चा. या संदर्भातील एक महत्त्वाचा अभंग –

चांगा वटेश्वर मुक्ता निवृत्तिश्वर । सावता कुंभार ऐहिक ते ॥ ठायी मिळाले परब्रह्म गवसून । वटेश्वर सोपान मध्यभागी ॥ सोपान वटेश्वर घेतले वोसंगळा । माळा घाली गळा पुंडलिक ॥ सोपान वटेश्वर पूजिती आवडीने । संगती निधान पांडुरंग ॥ आनंदाने सारे बैसले एकवट । विस्तारले ताट रखुमाईने ॥ नारा विठा गोंदा बोलाविला महादा । नामा म्हणे पूजा अवघे जग ॥ (अ.क्र. ११२१)

या अभंगातून उपस्थित होणाऱ्या समस्यांचा सारांश कानडे-नगरकरांनी पुढील शब्दांत सांगितला आहे : 'अभंगाचा अर्थ निश्चित करता येत नाही. कारण एकाच अभंगात प्रथम वटेश्वर सोपान आणि नंतर सोपान वटेश्वर असे शब्दप्रयोग केले आहेत. ह.भ.प. सुबंधु यांनी अर्थ देताना प्रथम सोपान व वटेश्वर अशा भिन्न व्यक्ती मानल्या आहेत. नंतर सोपान वटेश्वरांना एक व्यक्ती मानले आहे. पुन्हा सोपान व वटेश्वर या भिन्न व्यक्ती घेतल्या आहेत. त्यामुळे या व्यक्ती दोन का एक, हे निश्चयाने सांगता येत नाही.'

'सोपान वटेश्वरांची पूजा पुंडलिकाने केल्याचे सांगितले आहे.' (*सार्थ चिकित्सक गाथा*, पृ. १०१४-१०१५)

'श्रीज्ञानेश्वर समाधीचरित्रात ज्ञानेश्वर समाधिस्थ होण्यापूर्वी त्यांना *विसोबा खेचर चांगा वटेश्वर । केला नमस्कार अवघियांनी।* असा उल्लेख आलेला आहे (१०८९.५). या समाधी-सोहळ्यासाठी उपस्थित असलेल्या संतांची नावे उल्लेखणाऱ्या अभंगातही *विसोबा खेचर चांगा वटेश्वर । सावता कुंभार एके ठायी ॥* असे म्हटले आहे (अ.क्र. १०७१).

सोपान आणि वटेश्वर या भिन्न व्यक्ती होत्या, याचे अत्यंत स्पष्ट संकेत सोपानदेवांच्या समाधीचरित्रामध्ये उपलब्ध असताना कानडे-नगरकरांना सुबंधांनाच पडलेला प्रश्न परत का पडावा हे समजत नाही. सोपानदेव समाधीवर्णनात *सोपान वटेश्वर पातले समोर । केला नमस्कार निवृत्तीसी ॥ म्हणे मुक्ताबाई जाती दोघे जण । ऐसे नारायणे बुझातिले ॥* (१११२.१, २) त्याचप्रमाणे 'सोपान वटेश्वर सोवळे जाले सांग' (१११९.३) स्वतः कानडे-नगरकरांनी ज्या उपरोक्त अभंगाच्या अनुषंगाने शंका उपस्थित केली आहे, त्यात सोपान आणि वटेश्वर यांना मध्ये बसवून त्यांची पूजा केली असेच अभिप्रेत आहे. *सोपान वटेश्वर घेतले वोसंगळा । माळा घाली गळा पुंडलिक ॥* असे या अभंगाचे जे तिसरे कडवे

आहे. त्यात पुंडलिकाने सोपान (व) वटेश्वर यांना मांडीवर बसवून त्यांच्या गळ्यात माळा घातल्या, असे अनेकवचनात म्हटले आहे.

प्रस्तुत समाधीवर्णनातच 'उभयतांनी नमन केले यथासांग' असा उल्लेख आहे (११२८.१). येथे उभयता म्हणजे सोपान आणि वटेश्वर. वर्णनात आलेली सर्वच नमने सोपानदेवांनी केली आहेत, असे वटेश्वरांची नाममुद्रा त्यातील एकाही अभंगावर नसल्याने वाटते. परंतु त्यातील किमान एका अभंगातील तरी नमन वटेश्वरांचे आहे, हे 'उभयता' शब्दावरून लक्षात यावे.

दोघांचे असे उल्लेख प्रकरणात अन्यत्रही आहेत. त्या सर्वांची चर्चा करायची आवश्यकता नाही. त्यावरून एक पाठदुरुस्ती मात्र सुचवता येईल. अ.क्र. ११३०च्या पहिल्याच चरणात *निवृत्ति मुक्ताईने धरियेले मौन । वटेश्वर सोपान त्यागियेला ।।* असे म्हटले आहे. येथे 'त्यागियेला'ऐवजी 'त्यागियेले' हा पाठ ठेवला म्हणजे वचनाचा घोळ होणार नाही.

सोपानदेव म्हणजे वटेश्वर नाहीत हे निश्चित झाले तरी वटेश्वरांच्या व्यक्तित्वाचा प्रश्न सुटत नाही. हे दोघे समाधीत प्रविष्ट झाल्यावर *निवृत्ती मुक्ताबाई चांगदेवासहित । परिसा भागवत शोक करी ।।* असा उल्लेख येतो (११२८.४). म्हणजे हे आणखी एक चांगदेव आहेत, ज्यांना गोदातीरी समाधी देण्यासाठी आता ही संवत्सरातील मंडळी निघणार आहेत. *नामा म्हणे देवा माघ मास नेमा । चांगदेवा प्रेमासमाधी देऊ ।।* (११३३.५, ६) या वचनांनी सोपानदेवांच्या समाधी-सोहळ्याची सांगता झाली आणि पुढील प्रस्थानाची सुरुवातही (अ.क्र. ११३४, ११३५).

संपादक कानडे-नगरकर समजतात तितकी चांगदेवांची समस्या सरळ सोपी नाही. ज्ञानदेव आणि नामदेव यांच्याविषयी जेवढे वाद आहेत, त्यापेक्षा चांगदेवांविषयक वादांची संख्याही कमी नाही. डॉ. रा. चिं. ढेरे यांनी *चक्रपाणी* या ग्रंथातून महाराष्ट्राच्या सांस्कृतिक इतिहासातील चांगदेव चक्रपाणीचे कोडे सोडवण्याचा प्रयत्न केला होता. तो पाहून आपण आता एका चक्रव्यूहातूनच बाहेर पडलो असे समजून अभ्यासकांना हायसे वाटू लागले. पण, तेवढ्यात औरंगाबादचे संशोधक डॉ. ब्रह्मानंद देशपांडे यांनी ढेरे यांच्या संशोधनातील त्रुटी *चक्रपाणी चिंतन*मधून दाखवून दिल्या व त्यांचा प्रतिवाद डॉ. ढेरे करू शकले नाहीत. इतकेच नव्हे; तर डॉ. ढेरेंचे संशोधन ढेरे निघाले होते त्याच दिशेने पुढे नेत डॉ. पुरुषोत्तम नागपुरे यांनी *पुनर्शोध* ग्रंथ लिहिला. नागपुरे यांनी वारकरी संपद्रायाविषयी पक्षपाती असलेल्या संशोधकांनी ज्ञानदेवांचे स्तोम वाढवण्यासाठी महानुभाव पंथातील चक्रपाणी - चांगदेवच राऊळ म्हणजेच ज्ञानेश्वरांना वाघावर बसून ज्ञानेश्वरांना भेटायला आलेले चांगदेव असे

पसरवून दिल्याचे सूचित केले आहे. *चांगदेव पासष्टी* हे ज्ञानदेवांनी कोरा राहिलेल्या योगी चांगदेवाला लिहिलेले उपदेशात्मक पत्र असा साधारण समज आहे. त्याला आव्हान देऊन नागपुरे यांनी *चांगदेव पासष्टी* हे ज्ञानेश्वरांचे काव्य म्हणजे समकालीन चांगदेवांना लिहिलेले उपदेशात्मक पत्र नसून पूर्वीच होऊन गेलेल्या तापी तीरावरील चांगदेवांना उद्देशून रचलेले चांगदेव स्तोत्र असल्याचा शोध लावला. या स्तोत्रात चांगदेव हे आपल्या अगोदर होऊन गेले असल्यामुळे आपण त्यांना भेटू शकत नाही, अशी खंतही ज्ञानदेवांनी व्यक्त केली असल्याचे नागपुरे यांचे म्हणणे आहे.

नागपुरे यांच्या संशोधनाची सखोल चर्चा करायचे हे स्थान नाही व तशी आवश्यकताही नाही. मुद्दा एवढाच आहे, जशा समस्या ज्ञानदेवांच्या व नामदेवांच्या संदर्भात निर्माण होतात तशाच त्या चांगदेवांच्या बाबतीतही होतात. समाधी प्रकरणातील वटेश्वरांनी सासवड येथे सोपानदेवांबरोबरच समाधी घेतली व ज्यांना उद्देशून ज्ञानदेवांनी चांगदेव पासष्टी लिहिली होती, त्या चांगदेवांनी आळंदी-सासवडच्याच वैष्णवांच्या मेळ्यासोबत पुणतांब्याला जाऊन तेथे समाधी घेतली. आता पुणतांबा येथे समाधी घेणारे चांगदेव हे मुक्ताईशिष्य चौदाशे वर्षे जगलेले योगी चांगदेव नसून ते चांगा मुधेश अथवा चांगा केशवदास हे उत्तरकालीन संत होत, असाही एक मतप्रवाह आहे. हे चांगा मुधेश नगर जिल्ह्यातील नारायण डोहो गावाचे. त्यांचा जन्म मुधोपंत मरुद्गणे व रक्मिणी यांचे पोटी तापी तीरावरील चांगदेवांच्या (ज्यांचा उल्लेख नागपुरे करतात) कृपेने झाला म्हणून त्यांचे नाव चांगदेव ठेवण्यात आले. त्यांना नैमित्तिक पूजेसाठी केशवाची मूर्ती प्राप्त झाली तेव्हापासून ते स्वतःला चांगा केशवदास म्हणवू लागले. वडिलांच्या मुधोपंत या नावावरून त्यांना चांगा मुधेश असेही म्हणतात. त्यांनीच पुणतांबे (पुण्यस्तंभ) येथे इ.स. १५०५मध्ये (ज्येष्ठ शुद्ध सप्तमी शके १४२०) समाधी घेतली.

हे चांगदेव प्रकरण अधिकच गूढ बनते जेव्हा चांगा वटेश्वर नावाच्या सिद्धपुरुषाने *तत्त्वसार* हा ग्रंथ शके १२३४मध्ये रचून शके १२४७मध्ये तापी पयोष्णी तीरावर समाधी घेतल्याचा उल्लेख मिळतो. तत्त्वसार ग्रंथात या चांगदेवांनी दिलेल्या गुरुपरंपरेनुसार ते मुक्ताईंचेच शिष्य आहेत. वटेश्वर हे त्यांच्या आराध्य शिवरूपाचे नाव होय. *चांगदेव पासष्टी*मधील 'स्वस्तिश्री वटेशु' हा अगदी सुरुवातीचा उल्लेख कदाचित या संदर्भात आधिक अर्थपूर्ण होऊ शकतो. तत्त्वसार ग्रंथाचे संपादक डॉ. ह. रा. दिवेकर यांच्या मतानुसार चांगदेवांना मुक्ताईंनी विश्रांतीवटाखाली – वडाच्या झाडाखाली *चांगदेव पासष्टी*चा अर्थ समजावून सांगितला. म्हणून त्यांना चांगा वटेश म्हणू लागले.

तापी पयोष्णीच्या तीरावरील चांगदेव हे पुरुषोत्तम नागपुरेंच्या मतानुसार चक्रधर व चक्रधरांचे पूर्वावतार चक्रपाणी तथा चांगदेव राऊळ यांच्याही अगोदर होऊन गेले!

अशा प्रकारची गोंधळाची स्थिती असताना समाधी प्रकरणातील चांगदेवांबद्दल अंतिम निर्णायक मत मांडण्याची वेळ अजून आली नाही, असे माझे मत आहे. उत्तरकाळात या विविध चांगदेवांच्या चरित्रांची सरमिसळ झाली असणे शक्य आहे. त्यामुळे ही समस्या एक प्रकारचे कोडेच बनली आहे. चांगदेव हे ज्ञानेश्वर-नामदेवांइतके प्रसिद्ध नसल्यामुळे या समस्येची तितकी चर्चा होत नाही एवढेच!

सासवड ते पुणतांबे या प्रवासाचे वर्णन स्थळकाळांच्या बारीकसारीक तपशिलांनी 'समाधी'मध्ये करण्यात आले आहे. ते जिज्ञासूंनी जरूर पाहावेत. या प्रकरणातील अभंगांमध्ये चांगदेवांनी श्रीगुरू मुक्ताईंची स्तुती केली आहे. आपण चौदाशे वर्षे शरीर जतन केल्याचा उल्लेखही चांगदेव करतात. आपण अभिमान धरून आळंदीला आलो व तेथे मुक्ताईच्या उपदेशाने अज्ञान दूर झाल्याची कबुलीही त्यांनी दिली आहे (अ.क्र. ११४२-११४५). समाधी प्रकरणाला अभिप्रेत असलेले चांगदेव हे चौदाशे वर्षे शरीर जतन केलेले (११४२.१) मुक्ताईशिष्य चांगदेवच होते. त्यांच्या समाधीचा तपशीलच ते योगी असल्याची ग्वाही देतो. *भूचरी खेचरी चांचरी निश्चळा । अगोचरी डोळा स्थिरावली ॥* (११५८.१)

चांगदेवांनी विठ्ठलाची, निवृत्तिनाथांची पूजा केली. विसोबांनी चांगदेवांची पूजा केली. चांगदेवांना नमन केले (अ.क्र. ११५३). माघ वद्य त्रयोदशी या दिवशी चांगदेवांनी समाधी घेतली. नंतर पाच दिवस चांगदेवांचा उत्सव केला गेला (अ.क्र. ११६०). फाल्गुन शुद्ध पंचमी या दिवशी मंडळी नेवासे येथे जायला निघाली. कारण *निवृत्तिराज म्हणे जावे म्हाळसापुरी । जेथे ज्ञानेश्वरी पूर्ण झाली ॥* (११६१.२)

नेवासे येथे आल्यावर म्हाळसादेवीचे पूजन करून तेथे हे वैष्णव दहा दिवस राहिले. तेथून मजल दरमजल करत पैठणला आले. पैठणात *नामा म्हणे हरी सहज आली वाट । आपेगाव कोठे सांगा स्वामी।* (११६३.५) आपेगावाला त्यांनी ज्ञानेश्वरांचे मूळ पूर्वज त्र्यंबकपंत यांच्या समाधीचे दर्शन घेतले. निवृत्तिनाथ आणि मुक्ताई यांना आपल्या पूर्वजांची ही भूमी पाहून भरून आले (११६५.१).

११६५व्या अभंगामुळे एक समस्या निर्माण झाली आहे. अभंगातील संबंधित दोन चरण असे आहेत – *तात आणि माय गेलीसे येथून । तेव्हा आम्ही लहान पांडुरंगा ॥ निवृत्तिज्ञानेश्वर कोरान्नाचे अन्न । सांभाळी सोपान मजलागी ॥* (११६५.२, ३) अशी साधारण समजूत आहे की, विठ्ठलपंत आणि रुक्मिणी मातोश्री यांनी ब्रह्मसभेच्या

निर्णयानुसार देहत्यागासाठी आळंदी सोडून प्रयागला प्रयाण केले. म्हणजे ही घटना, आळंदी येथेच घडली. येथे प्रस्तुत अभंगात मात्र 'तात आणि माय गेलीसे येथून' असा उल्लेख आहे. तो 'आदि'मधील प्रसंगाशी सुसंगत नाही.

या विसंगतीचा खुलासा करण्याचा एक मार्ग म्हणजे आळंदीहून प्रयागकडे जाताना 'येथून' म्हणजे आपेगावाहून गेली असणार. जाताना आमच्या पूर्वजांच्या गावाचा अखेरचा निरोप घेऊन जावा असे कोणालाही वाटणे अगदीच स्वाभाविक आहे. परंतु तरीही, पुढच्याच चरणात 'निवृत्ति ज्ञानेश्वर कोरान्नाचे अन्न। सांभाळी सोपान मजलागी।' असे म्हटले आहे. तेही येथेच म्हणजे आपेगावात घडले असेल तर 'आदि'मधील वृत्तान्ताचे काय करायचे?

एक गोष्ट आधीच स्पष्ट केली आहे की, ज्ञानेश्वरचरित्रामधील प्रत्येक घटना तपशीलवार सांगणे हा 'आदि'चा उद्देश नाही. 'आदि' ज्ञानेश्वरचरित्राचा स्थूल आराखडा आपल्या हाती देते. आता या स्थूल आराखड्यातील दोन घटनांच्या मध्ये किती कालावधी गेला त्याचा व त्या कालावधीत ज्या लहानसहान घटना घडल्या त्यांचा उल्लेख 'आदि'मध्ये होत नाही. विठ्ठलपंत प्रयागला निघाले आणि नंतर ब्रह्मसभेच्याच सूचनेप्रमाणे ही भावंडे शुद्धिपत्र मिळवायला पैठणला निघाली, याचा अर्थ ती लगोलग निघाली असा घेतलाच पाहिजे असे नाही. मध्ये काही काळही गेला असेल. त्या दरम्यान ती काही दिवस आपेगावी जाऊन राहिलीही असतील. या वास्तव्याचा उल्लेख ११६५व्या अभंगात असू शकतो.

अर्थातच या तीन चरित्र प्रकरणांमध्ये परस्परविसंगती आढळून येते तेव्हा तिचा परिहार करून समन्वय साधण्यासाठी 'आदि' हे प्रकरणच मार्गदर्शक व निर्णायक मानले पाहिजे, हे मी पहिल्यापासून सांगत आलो आहे. तरीही, या संदर्भात एक महत्त्वाचा मुद्दा मांडण्याची आवश्यकता आहे.

आळंदी येथे आरूढपतित अवस्थेत बहिष्कृत होऊन संसार करत असता विठ्ठलपंत-रुक्मिणी या दाम्पत्याला चार अपत्ये झाली. ती जसजशी वयाने मोठी होऊ लागली तसतशी त्यांच्या मातापित्यांची त्यांच्या भवितव्याबाबतची चिंता वाढू लागली. 'आदि'च्या कथनानुसार *जाली उपवरे व्रतबंधा योग्य । उभयता उद्वेग चिंतातुरे ॥* (८८८.६) आणि मग त्यांनी 'मेळविले द्विज केली ब्रह्मसभा' (८८८.८) हे स्पष्ट आहे. या घटनेचा नेमका काळ अंकांच्या भाषेत उपलब्ध होत नाही. तथापि, 'उपवरे' आणि 'व्रतबंधायोग्य' या शब्दप्रयोगांवरून आपण त्याचा अंदाज करू शकतो. धर्मशास्त्रात मुलीच्या विवाहाचे वय ती 'कन्या' होते तेव्हा असे सांगितले आहे. आणि 'अष्टवर्षे भवेत् कन्या' हा न्याय सर्वज्ञात आहे. म्हणजेच या प्रसंगी मुक्ताई आठ वर्षांच्या झाल्या असणार. त्यानुसार

इतर भावंडांची वयांची निश्चिती करू शकतो. सोपान दहा वर्षांचे, ज्ञानदेव बारा वर्षांचे आणि निवृत्तिनाथ चौदा वर्षांचे असा – अशी ही निश्चिती आहे. उपनयनाचे वय बारा गृहीत धरले तर निवृत्तिनाथांचे वय उलटून दोन वर्षे झाली होती, असे निष्पन्न होईल. पण संन्याशाच्या मुलाच्या उपनयनाची उठाठेव करायला कोणी मोकळे नसणार, हे उघड आहे. तेव्हा याबाबतीत बाहेरून दबाव येण्याचा संभव नव्हता. परिणामी, त्याकडे थोडे दुर्लक्ष झाले असणे शक्य आहे. दरम्यान दोन वर्षांत मुक्ताई आठ वर्षांच्या व ज्ञानदेव व्रतबंधास योग्य म्हणजे बारा वर्षांचे झाले. या वेळी सोपानदेव दहा वर्षांचे असले तरी त्यांच्यासाठी आणखी दोन वर्षे वाट पाहणे व्यवहार्य ठरले नसते.

थोडक्यात, आळंदीच्या ब्रह्मसभेने फर्मावलेले प्रायश्चित्त घेण्यासाठी विठ्ठलपंतांनी गृहत्याग केला तेव्हा ज्ञानदेवांचे वय बारा वर्षे होते, असे म्हणता येते. ज्ञानेश्वरी लिहिली तेव्हा ते सोळा वर्षांचे होते हे सर्वमान्य आहे. त्यामुळे आता मधल्या काळातील घडामोडींसाठी चार वर्षांचा अवधी मिळतो. त्यात आळंदी येथे घडलेले पाठीवर मांडे भाजण्याचे त्याचप्रमाणे मुक्ताईंनी ताटीचे अभंग रचण्याचे प्रसंग समाविष्ट होतात.

या चार वर्षांचा हिशेब लावायचा झाल्यास असे दिसते की, त्यातील पहिली दोन वर्षे या भावंडांनी आळंदी येथेच सिद्धबेटावर भोजलिंगकाकांसारख्या नाथपंथीयांच्या आश्रयाने काढली असणार. उपरोक्त दोन प्रसंग याच दोन वर्षांच्या काळातील असणार. याच दरम्यान ती कदाचित आपेगावला गेली असण्याचा संभव आहे.

दोन वर्षे गेल्यावर सोपानदेवही बारा वर्षांच्या म्हणजेच व्रतबंधाच्या वयाचे झाल्यावर आता पुढील पाऊल उचलले पाहिजे, असे निवृत्तिनाथांना वाटले असणार. ती त्यांच्या वडिलांची इच्छा होती व त्यासाठी त्यांनी स्वतःच्या जगण्याला पणाला लावले होते. अशा प्रकारे मुक्ताई दहा, सोपान बारा, ज्ञानदेव चौदा आणि निवृत्तिनाथ सोळा वर्षांचे असताना त्यांनी आळंदी सोडून पैठणकडे प्रयाण केले असावे. हा शक १२१० येतो. यापूर्वीच स्पष्ट केल्याप्रमाणे त्र्यंबकेश्वरच्या मुक्कामात गहिनीनाथांची भेट होऊन निवृत्तिनाथांना गुरुपदेश व गीतातत्त्वाचा प्रसार करण्याची आज्ञा मिळवली. या भूमिकेतून त्यांचा अभ्यास गहिनीनाथांनी त्र्यंबकेश्वरात ब्रह्मगिरीच्या परिसरातच करून घेतला व पैठणला प्रस्थान ठेवले तेव्हा ज्ञानदेव पूर्णार्थाने परिपूर्ण व तयार झाले होते, असे पैठणचे चमत्कार व नेवाशातील ग्रंथलेखन यांच्या आधारे म्हणता येते.

'तीर्थावळी' हे प्रकरण 'कर्मकांडापेक्षा भक्ती श्रेष्ठ आहे' हे दाखवण्यासाठी रचले आहे. तसेच 'समाधी' हे प्रकरण ज्ञानापेक्षा भक्तीचे श्रेष्ठत्व प्रस्थापित करण्यासाठी रचले गेले आहे. एका दृष्टिकोनातून त्यांची ऐतिहासिक सत्यता, त्यातील अद्भुतता या गोष्टी गौण आहेत.

आपेगाव ही भावंडांची 'पूर्वभूमी' (११६६.१) पाहून झाल्यावर वैष्णवांचा मेळा वेरूळला जाण्यासाठी मार्गस्थ झाला. तेथे त्यांनी घृष्णेश्वराचे दर्शन घेतले. *मुक्ताई उदासी जाली असे फार । आता हे शरीर रक्षू नये ॥ त्यजिले आहार अन्नपाणी सकळी । निवृत्तिराज तळमळी मनामाजी ॥* (अ.क्र. ११६७) वेरूळहून ही मंडळी तापी तीराच्या रोखाने रवाना झाली. मुक्ताईंचे जणू देहभान हरपल्यामुळे *निवृत्तिराजे धरिली मुक्ताई हाती । सांभाळित जाती निशिदिनी ॥* (११६८.४) मुक्ताईंना नेमका कोणत्या दिवशी निरोप घ्यायचा आहे हे निवृत्तिनाथांनी त्यांना विचारले असता त्यांनी तात्त्विक उंचीवरून काय उत्तर दिले आणि त्या कशा गेल्या याचे वर्णन या प्रकरणात येते : *निवृत्तीने एकांत केला मुक्ताईंशी । गमन कोणे दिवशी आरंभिले ॥ मुक्ताई म्हणे जावे यावे कोठे । अवघे निघोट स्वरूप स्वामी ॥ गर्जता गगन कडाडली वीज । स्वरूपी सहज मिळयेली ॥* (अ.क्र. ११७३) *कडाडली वीज निरंजनी जेव्हा । मुक्ताई तेव्हा गुप्त झाली ॥ वैकुंठी लक्ष घंटा वाजती एकघाई । जाली मुक्ताई स्वरूपाकार ॥* (अ.क्र. ११७७)

इतरांच्या निरोपाच्या वेळी उत्सव करता आला. मुक्ताई मात्र कोणाला न सांगता अचानक लुप्त झाली याची खंत सर्वांनाच आणि विशेषतः निवृत्तिनाथांना सतत वाटत राहिली. *सकळांचे चित्ती येतो कळवळा । मुक्ताई डोळा पाहिली नाही । नामा म्हणजे देवा कैसे आता काही । आम्हा मुक्ताई बोलली नाही ॥* (अ.क्र. ११७९) *काही कोणावरी नाही पडले ओझे । कष्टी निवृत्तिराज होत असे ॥ आली गेली कैसी आम्हा कळले नाही । कोठे मुक्ताई विसर्जिली ॥ नामा म्हणे देवा उठवा ॠषीश्वरा । निवृत्तीचे करा समाधान ॥* (अ.क्र. ११८०) हा दिवस वैशाख वद्य दशमीचा होता.

तापी तीरी मुक्ताईंच्या समाधीस्थळाच्या परिसरात वैष्णवांनी जवळपास महिनाभर मुक्काम केला. त्र्यंबकेश्वरची वाटचाल करताना ते सर्व ज्ञानदेव, सोपान आणि मुक्ताई यांच्या आठवणी जागवतच होते. *ज्ञानराजे आमुचे निवविले डोळे । आता ऐसे खेळे नाही कोणी ॥ ऐकावा हा अर्थ मुक्ताईच्या मुखी । आता ऐसी सखी नाही कोणी ॥* (११८३.४, ५) या संदर्भात अर्थ म्हणजे 'गीतार्थ' आहे (११८३.२) याची नोंद घ्यायला हवी.

या सर्वांमध्ये निवृत्तिनाथांचे दुःख वेगळ्याच प्रकारचे होते. त्यांचे अत्यंत हृद्य वर्णन नामदेवांनी केले आहे :

जे जे सुख आम्ही अनुभविले मना । त्याचा नारायण आठव होतो ।। ऐसे पदोपदी निवृत्तिराज कष्टी । कोणकोणाच्या गोष्टी आठवाव्या ।। ज्येष्ठाच्या आधी कनिष्ठाचे जाणे । केले नारायणे उफराटे ।। उफराटे फार कळले माझे मनी । वळचणीचे पाणी आढ्या गेले ।। अवघ्यापरीस कष्टी केले मुक्ताईने । काहीच बोलणे घडले नाही ।। नामा म्हणजे विठोबा ऐकशी बोलणे । अवघियांची मने कळवळली ।। (अ.क्र. ११८६)

श्रीगुरू गहिनीनाथ, आपण स्वतः आणि ज्ञानदेव यांच्यातील नेमका दुवा निवृत्तिनाथांनी गीतार्थाच्या संदर्भात स्पष्ट केला. तो अत्यंत महत्त्वाचा आहे. *गहिनीनाथे मज सांगितले सार । केली ज्ञानेश्वरे व्याख्या त्याची ।।* (११.८६) या संदर्भात *गयनीप्रसादे निवृत्ति दातार । ज्ञानदेवा सार चोजविले ।।* हा स्वतः ज्ञानदेवांनी केलेला उल्लेख अधिक चांगला समजतो.

तापी तीरावरून निघालेली मंडळी यथावकाश सप्तशृंगीला पोहोचली. हा परिसर नाथ सांप्रदायिकांचा होता. येथेच मच्छिंद्रनाथांनी चौरंगीनाथांना त्यांचे तुटलेले अवयव प्राप्त करून दिले असल्याचा उल्लेख ज्ञानेश्वरीत केला आहे, हे अभ्यासक जाणतातच.

सप्तशृंगीवर अंबेची पूजा करून निवृत्तिनाथ संतांसह वर्तमान त्र्यंबकेश्वरला गेले. त्र्यंबकेश्वरी समाधीसाठी निवडलेल्या गुंफेमध्ये झाडलोट वगैरे करून ती सज्ज करण्याचे काम नामदेवांच्या चार पुत्रांनी पार पाडले. निवृत्तिनाथांनी नमन केले (अ.क्र. ११९६). त्यानंतरचा *निवृत्तिदेवे ग्रंथ केला होता सार । ठेविला समोर विठोबाच्या ।।* (११९७.३) हा उल्लेख फार महत्त्वाचा आहे. कदचित गहिनीनाथांनी आपल्याला सांगितलेले व आपण ज्ञानदेवांना सांगितलेले गीतासार निवृत्तिनाथांनी लिहून ठेवले असले पाहिजे. पैठणला ज्ञानदेवांकडे जी *गीतासंबोधिनी* असल्याचा उल्लेख 'आदि'मध्ये करण्यात आला आहे (८९७.८) तो हाच सारग्रंथ असावा. ज्ञानेश्वरी हा त्याच सारग्रंथाचा विस्तार असावा.

'समाधी'मध्ये नामदेव निवृत्तिनाथांचे मूल्यमापनही करतात. *नामा म्हणे देवा निवृत्तिसारखा योगी । नाही आता जगी दावावया ।।* (११९७.७)

सर्वांना नमस्कार करून निवृत्तिनाथ समाधीत उतरले. *पताकांची छाया समाधीसी आली । उतरले खाली निवृत्तिदेव ।।* (११९८.४) या वेळी निवृत्तिनाथांसमवेत स्वतः देवच समाधी गुंफेत उतरले होते. आता *निवृत्तिराज बैसले समाधी सुचित । चिन्मय ते ज्योत उजळली ।। पुंडलिके मिठी निवृत्तीच्या गळा । अवघियांच्या डोळा आसुवे येती ।। विठोबाचे हृदय आलेसे भरून । झाकियेले नयन निवृत्तिराजे ।। पुंडलिके आणिले विठोबासी*

बाहेर । केला नमस्कार वैष्णवांनी ।। नामा म्हणजे हरि शुद्धी नाही सकळा । घाला आता शिळा समाधीसी ।। (अ.क्र. ११९९)

त्यानुसार नामदेवपुत्रांनी विकल अवस्थेत समाधीवर शिळा ठेवली (१२००.१). नामदेवराय सांगतात – *लोपलासे भानु पडला अंधार । गेला योगेश्वर निवृत्तिराज ।। गेल्या त्या विभुती अनादि अवतार । आता देवा फार आठवते ।।* (१२००.४, ५)

समाधीला प्रदक्षिणा घालून संतांचा हा समुदाय तेथून बाहेर पडला. ज्येष्ठ वद्य द्वादशीनंतर पाच दिवस उत्सव केल्यानंतर अमावास्येच्या दिवशी काला करून समाप्ती झाली. आषाढ शुद्ध प्रतिपदेच्या दिवशी काही मंडळींनी त्र्यंबकेश्वरचा निरोप घेतला. त्यांना आषाढी वारीसाठी पंढरीला जायचे होते. काही आळंदीला परतले, काही तेथेच राहिले (अ.क्र. १२०२).

समाधी प्रकरणाच्या समारोपाच्या अभंगांमधून चार भावंडांचे समर्पक वर्णन करण्यात आले आहे. ते येथे उद्धृत आहे –

गेले दिगंबर ईश्वरी विभूती । रहिल्या त्या कीर्ति जगामाजी ।। वैराग्याच्या गोष्टी ऐकिवात त्या कानी । आता ऐसे कोणी होणे नाही ।। सांगतील ज्ञान म्हणतील खूण । नयेची साधन निवृत्तीचे ।। परब्रह्म डोळां दावू ऐसी म्हणती । कोणा नये युक्ती ज्ञानोबाची ।। करतील अर्थ सांगतील परमार्थ । नये पां एकांत सोपानाचा ।। नामा म्हणे देवा सांगूनिया काही । नये मुक्ताबाई गुह्य तुझे ।। (अ.क्र. १२०४)

आपण जे लिहिले ते नेमके काय आहे, हे नामदेव सांगतात.

समाधि चरित्र केले यथामति (१२०७.४) या चरित्राचा *परिसा भागवत लेखकु जाला* असेही सांगितले आहे (१२०८.५).

परंपरेप्रमाणे समाधीचरित्राच्या श्रवणाची फलश्रुतीही सांगायला नामदेव विसरत नाहीत (अ.क्र. १२०७-१२०८).

विशेष म्हणजे समाधी प्रकरण येथे संपत नाही. महाभारताला ज्याप्रमाणे हरिवंश नावाचे खिल पर्व किंवा परिशिष्ट आहे, तसेच समाधी प्रकरणाचेही एक खिल पर्व आहे. त्याशिवाय समाधी पूर्ण होत नाही.

निवृत्तिनाथांना समाधी दिल्यानंतर विठ्ठल आळंदीला गेले. नामदेवही त्यांच्या समवेत होते. आज ना उद्या दोघांनाही स्वगृही - पंढरीला जायचे होतेच. अशा वेळी नामदेवांना शोकाकुल अवस्थेत गप्प असल्याचे पाहून विठ्ठलाने त्यांची विचारपूस केली (अ.क्र. १२०९). त्यावर नामदेव म्हणतात –

नामा म्हणजे देवा ज्ञानदेव सृष्टी । पडेल का दृष्टी पुन्हा आता ।। ज्ञानाचा वियोग जडला हृद्रोग । भेटीचा प्रयोग करा देवा ।। ज्ञानदेव माझा दाखवा या वेळी । जीव तळमळी त्याच्याविणा ।। संत अंतरला सखा जाला दूर । आता पंढरपूर कसे कंठू ।। तुमचे दर्शन ज्ञान कृपादान । पंढरीस येणे याजसाठी ।। (अ.क्र. १२१०)

नामदेव विठ्ठलाला जणू अटच घालतात –

तरीच येईन पंढरीस । जरी देखेन ज्ञानेश ।। (१२७१.१)
जगजेठी जगत्पाळ । माझी पुरवावी आळ ।। (१२१२.२)

कारण

ज्ञानदेव माझे सौख्य सरोवर । त्यात जलचर स्वस्थ होतो ।। दुर्दैव तापाने आटले ते तीर । वर्षी रघुवीर कृपामेघ ।। ज्ञानदेवाविण व्याकुळ हे प्राण । तू जगज्जीवन देवा होसी ।। विठाबाई तू गे जाणसी ना जाण । रक्षी मज कोण दुजे येथे ।। (अ.क्र. १२१३)

आता नामदेवांचे सांत्वन व समाधान करायची वेळ देवावर आली.

देव म्हणे नाम्या पाहे । ज्ञानदेव मीच आहे ।। तो आणि मी नाही दुजा । ज्ञानदेव आत्मा माझा ।। माझ्या ठायी ठेव हेत । सोड खंत सोड द्वैत ।। नामा उमज मानसी । ऐसे म्हणे हृषिकेशी ।। (अ.क्र. १२१५)

'ज्ञानदेव या नामरूपात्मक जगातले होते. तू त्यापलीकडे पाहा,' अशा प्रकारचा वेदान्त विठ्ठलाने सांगून पाहिला. पण नामदेवांचे समाधान झाले नाही. ते म्हणतात –

नामदेव म्हणे देवा । ब्रह्मज्ञान पोटी ठेवा ।। तुम्ही माये संगे गूढ । ज्ञान जाणिवेचे आड ।। आम्हा नाही त्याची चाड । वाटे संतभेटी गोड । संतभेटी प्रेम फावे । प्रेमे देवाशी भेटावे ।। प्रेम आहे पोटभरी । देव त्यासी पोटी धरी ।। नामदेव ठायी प्रेम । मार्गी अडविले ब्रह्म ।। (अ.क्र. १२२०)

देई भक्तिरस प्रेमा । देवा घाली आम्हा जन्मां ।। प्रेम येई हाता जरी । येथे नांदू ती पंढरी ।। ज्ञानदेवी भेट व्हावी । ज्ञानगोष्ट का सांगावी ।। नामा न बुझावा जनी । कोण नाचेल कीर्तनी ।। पुरवा नामयाच्या आर्ता । देवा सांगो जगन्माता ।। (अ.क्र. १२२१)

नामदेवांच्या या हट्टाचा संबंध थेट तीर्थावळीशी पोहोचतो. तेथे देव व्यापक असण्याचा विचार सांगत ज्ञानदेवांनी नामदेवांच्या विठ्ठलप्रेमाला छंद देऊन पाहिला होता. पण नामदेव त्याला बधले नाहीत. येथे तर देव स्वतःच ज्ञानदेवांना आपल्यात पाहायला उपदेश करतात. तो नामदेवांना मानवत नाही.

शेवटी ज्ञानदेवांना साक्षात घेऊन येण्याचे काम पुंडलिकावर सोपवले जाते. त्यानुसार ज्ञानदेव येतात. ज्ञानदेव-नामदेवांची भेट होते.

ज्ञानदेव पाहता डोळा । नामदेवा हर्ष जाला ॥ घट्ट धरियेले पाय । तू तो जाला सद्‌गुरुराय ॥ नको करू रे अव्हेर । मज धरू नको दूर ॥ सदा आठवत मना । तुझ्या भक्तीच्या कल्पना ॥ (अ.क्र. १२२६)

ज्ञानेश्वरांनी जो प्रतिसाद दिला तोही तितकाच महत्त्वाचा आहे –

हरिचिया दासा नामया उदासा । तुझी हृषिकेशा प्रीति बहू ॥ हरिदासांमाजी तू होसी आगळा । प्रेमाचा पुतळा नामदेव ॥ ज्ञानदेव म्हणे तू विठोबाचा लडिवाळ । नामया तू कृपाळू आम्हावरी ॥ (अ.क्र. १२२८)

'तीर्थावळी' हे प्रकरण 'कर्मकांडापेक्षा भक्ती श्रेष्ठ आहे' हे दाखवण्यासाठी रचले आहे. तसेच 'समाधी' हे प्रकरण ज्ञानापेक्षा भक्तीचे श्रेष्ठत्व प्रस्थापित करण्यासाठी रचले गेले आहे. एका दृष्टिकोनातून त्यांची ऐतिहासिक सत्यता, त्यातील अद्‌भुतता या गोष्टी गौण आहेत.

■■■

समाधी–महिमा

॥ १६५ ॥

ज्ञानदेवो म्हणे विठ्ठलासी । समाधान तूंचि होसी ।
परि समाधि हे तुजपासीं । घेईन देवा ॥ १ ॥
नलगे मज मुक्ति । नलगे मज मुक्ति ।
तुझां चरणीं आर्ती । थोर आथी ॥ २ ॥
विठोजी म्हणे ज्ञानदेवा । ज्ञानसागरा अनुभवा ।
वचनेंचि विसांवा । जाला मज ॥ ३ ॥
ऐकें ज्ञानचक्रवर्ती । तूं तंव ज्ञानाचीच मूर्ती ।
परि पुससी जे आर्ती । ते कळली मज ॥ ४ ॥
येक येक अनुभव कृपा । पद पदांतरें केला सोपा ।
परि यांत माझिया कृपा । सकळही वोळलीं ॥ ५ ॥
ज्ञानदेवें चरणीं मिठी । मनेंसी पडली एके गांठी ।
दृश्यादृश्य जाली एक दृष्टी । प्रत्यक्ष भेटविलेंसी ॥ ६ ॥
कर ठेउनी कुरवाळी । सर्वांग न्याहार न्याहळी ।
म्हणे तुवां घेतली जे आळी । ते सिद्धितें पावेल ॥ ७ ॥
नामा उभा असे सन्मुख । ऐकतां थोर खेद दुःख ।
म्हणे ज्ञानांजन महासुख । समाधि घेतसे ॥ ८ ॥

ॐ १६६ ॐ

ज्ञानदेव उभा जोडोनि हस्त । भक्त पाहती समस्त ।
विठोजी म्हणे सकळा स्वार्थ । या ज्ञानांजनाचा ॥ १ ॥
कैसे वोळले त्वां ज्ञाना । समाधान तया ध्याना ।
मन नाठवें मीतूंपणा । समाधि खुणा ज्ञानासी ॥ २ ॥
मग म्हणे विठोजी दातार । समाधि तुज निरंतर ।
आतां प्रस्थान करी साचार । मज निरंतर आठवी ॥ ३ ॥
कसे परिपूर्ण वोळले । आपण समाधिरूप जाले ।
मनातें मन समरसलें । विठ्ठलरूपीं ॥ ४ ॥
दशमी प्रस्थानाचा समयो । येकादशी जागर उत्सावो ।
द्वादशी क्षीरापती महोत्सवो । ज्ञानदेवें केला ॥ ५ ॥
त्रयोदशीं म्हणे पांडुरंग । कांहीं न करीं गा उद्वेग ।
आळंकापुरीं समाधि प्रसंग । करीं करीं लवलाह्या ॥ ६ ॥
माता रुक्मिणी वाढी ताटीं । विठोजी म्हणे उघडी दृष्टी ।
तुज मज आहे नित्य भेटी । येई पंढरीये ॥ ७ ॥
नामा म्हणे ज्ञानउदयो । आळंकापुरीं सिद्ध समयो ।
परी विठ्ठलीं मुराला भावो । या ज्ञानदेवाचा ॥ ८ ॥

ॐ १६७ ॐ

विठोजी म्हणे ज्ञानदेवा । तुझी विश्रांति मन ठेवा ।
ते मुराली आमुचिया भावा । निःसंदेहें ॥ १ ॥
कैसें समाधान ज्ञानदेवा । आळंकापुरीं समाधि ठेवा ।
विठ्ठल ओळला वोल्हावा । नित्यरूपसमाधि ॥ २ ॥ धृ०॥
संत करिती महा खेद । म्हणती ज्ञानांजन उद्‌बोध ।
मग चालिले विद्‌गद । आळंकापुरीसी ॥ ३ ॥
महावल्ली वृक्ष अजान । तो निक्षेपिला पूर्णधन ।
मग विठोजी म्हणे आपण । ज्ञानदेवासी ॥ ४ ॥
धन्य धन्य ज्ञानेश्वरा । पुण्यभूमि समाधि स्थिरा ।
कृष्ण-पक्षीं तुज निर्धारा । भेट देत जाईन ॥ ५ ॥

कार्तिक मास शुद्ध एकादशी । पंढरीयात्रा होईल सरिशी ।
दुसरी कृष्णपक्षीं निर्धारिंसी । तुज दिधली असे ।। ६ ।।
हे ऐकोनि संत-जनीं । जयजयकार केला ध्वनी ।
दिंड्या पताका मेळ गगनीं । देव सुमनें वर्षताती ।। ७ ।।
नामा म्हणे आले वैष्णव । आळंकापुरीं मिळाले सर्व ।
समाधि सुखी ज्ञानदेव । बैसते जाहले ।। ८ ।।

॥ १६८ ॥

महा उत्साव त्रयोदशी । केला त्या ज्ञानदेवासी ।
मग नामा म्हणे विठोबासी । चरण धरूनियां ।। १ ।।
समाधिसुख दिधलें देवा । ज्ञानांजन आळंकापुरी ठेवा ।
आजानवृक्षी बीज वोल्हावा । या ज्ञानांजनासी ।। २ ।।
कृपा आली विठ्ठलासी । म्हणे ज्ञानदेवा परियेसी ।
तीर्थ भागीरथी अहर्निशी । तुज नित्य स्नानासि दिधलीसे ।। ३।।
इंद्रायणी दक्षिणवाहिनी । भागीरथी मणिकर्णिका दोन्ही ।
इया मिळालिया त्रिसंगमीं । पुण्यभूमि तुझिये ।। ४ ।।
येथें जरी नित्य स्नान घडे । तरी नित्य वैकुंठवास जोडे ।
तुज नाहीं नाहीं रे कुवाडे । मी वाडें-कोडें उभा असे ।। ५ ।।
येथें हरिकथा नाम वाचे । जो उच्चारिल विठ्ठलाचे ।
तयासी पेणें वैकुंठींचें । दिधलें साचें तिअक्षरीं ।। ६ ।।
आणिक ऐके रे ज्ञानराजा । जो या सिद्धेश्वरीं करील पूजा ।
तो अंतरंग सखा माझा । मुक्ति सहजा जाली त्यासी ।। ७ ।।
नामा म्हणे ऐसें अंतरंग । कैसा वोळला पांडुरंग ।
ज्ञानदेवीं समाधि सांग । हरिपाठ कीर्तनें ।। ८ ।।

॥ १६९ ॥

सनकादिकी मंत्रघोष । केले विधिपूर्वक पांच दिवस ।
मग पांडुरंग यथावकाश । भक्ता वास महिवरी ।। १ ।।
धन्यभूमि आळंकापुरी । ज्ञान समाधि खेचरी ।

पूर्ण परिपूर्ण श्रीहरी । स्वयें आपण उभा असे ॥ २ ॥ धृ० ॥
संत भागवत देव्हडे । अमर उभे चहुंकडे ।
नारद तुंबर पुढें । वीणा वाजविती ॥ ३ ॥
एकीं केला जयजयकार । ज्ञानदेवीं धरूनियां कर ।
विठ्ठल चरणा समोर । निकट बसते जाले ॥ ४ ॥
करें कुरवाळिले ज्ञाना । कांसवी अवलोकिला पान्हा ।
आंसुवें येताती नयना । तया ज्ञानदेवाचिया ॥ ५ ॥
विठोजी म्हणे ज्ञानांजना । तुझेनि कवित्वें हरे दारुणा ।
उच्चारितां महाविघ्ना । सकळै पळतील ॥ ६ ॥
तुज आठविल जो भक्त । तो होईल विरक्त ।
ऐसें विठोजी बोलत । येरू चरणीं रुळे ॥ ७ ॥
नामा म्हणे सकळ तीर्थराज । तया कृपा कैसी कला सहजा ।
एकादशी दिधली पूजा । तया ज्ञानदेवासी ॥ ८ ॥

ॐ १७० ॐ

स्नानविधि केलियां भक्तीं । नाममंत्राचिया आवृत्ति ।
मग प्रत्यक्ष पूजिली मूर्ति । विठोबाची ॥ १ ॥
धन्य धन्य तो देव ज्ञान । राजा निवृत्ति निधान ।
विठोजी आपण । भक्तां साह्ये ॥ २ ॥
मग सकळहि भक्तमेळीं । सहित वनमाळी ।
बैसले तये पाळीं । इंद्रायणीचे ॥ ३ ॥
एकी केलें स्तुतिस्तोत्रें । एक जपताती नाममंत्रें ।
एक गाताती वेदस्तोत्रें । विठोबासी ॥ ४ ॥
तंव पुढारा जाला नारा । तो नामयाचा पुत्र सैरा ।
तो पुसतसे विचारा । नामयासी ॥ ५ ॥
ये संतसभेमाजी । राऊळ बैसले असे सहजीं ।
यातें पुसि जो कां जी । कवण क्षेत्र म्हणोनी ॥ ६ ॥
उठिला नामा प्रेमें डुले । वंदिलीं विठ्ठल पाउलें ।
मग करद्वयें जोडुनि बोले । साशंकित ॥ ७ ॥

नामा म्हणे पूर्णब्रह्म । तें कैसें सभासदीं मन ।
तें बोलतसे परम । ज्ञानदेवा भाग्यें ॥ ८ ॥

॥ १७१ ॥

मग सकळ प्रेम पुतळे । बैसले माजीं ब्रह्ममेळे ।
तेथें नामा वचन बोले । स्वामीप्रति ॥ १ ॥
वोळलें चैतन्य सतरावें । पूर्ण वोध नामा विठ्ठलदेवें ।
पव्हे घालुनी ज्ञानदेवें । जग तारिलें कीर्तनें ॥ २ ॥
नामा म्हणे स्वामी सर्वज्ञ । परि आमुचें मन निमग्न ।
चरणरजें पापभग्न । पवित्र जालों ॥ ३ ॥
तरी स्वामिराजा विनंति । परियेसी गा माझी पुढती ।
हे आळंकापुरीं होती । कवणिंयें युगीं ॥ ४ ॥
हे सांगिजे जी समर्था । कवण क्षेत्र कवण तीर्था ।
येथें क्षेत्रज्ञ हा सर्वथा । कवण धर्म असे ॥ ५ ॥
तूं आत्माराम संपन्न । जुगा जुनाट नारायण ।
तुजप्रति हें वचन । न साहे माझें ॥ ६ ॥
कासवीचा तुषार गाढा । तैसा तुझा पवाडा ।
हें पुसणें कवणियां चाडा । तें तूंचि जाणसि ॥ ७ ॥
नामा उभा तिष्ठत प्रेमें । संत दाटले सप्रेमें ।
आपण तें तें अनुक्रमें । सांगतसे देव ॥ ८ ॥

॥ १७२ ॥

देवासी कळलें गौप्यगुज । म्हणे रे नामया हेंचि चोज ।
तो निजभाव सहज । प्रगट सांगूं आतां ॥ १ ॥
कृतयुगीं क्षेत्र आदि । ज्ञानदेवा तेथें समाधि ।
देव सांगतसे शुद्धी । योगबुद्धी जुनाट ॥ २ ॥
ऐकें भक्तजनश्रेष्ठा । भूमिनामें वैकुंठपीठा ।
तें हें आळंकापुरीं श्रेष्ठा । आदि वरिष्ठा पीठा आठरा ॥ ३ ॥
आणिक ऐकरे वचन । हे पंचक्रोशी पुरातन ।

यासी युगें सांगता संपन्न । चतुरानन जाणतसे ।। ४ ।।
कांहींएक किंचित सांगों । युगसंख्या मार्गांत रिघों ।
जरी वैवस्वत हाचि मागो । पूर्ण वोळंगो यापासोनी ।। ५ ।।
मनु सहस्त्र युगें संख्या । तैं आळंकापुरी आदि लक्षा ।
कोटी याग असंख्या । सहस्त्र दक्ष येथें जाले ।। ६ ।।
आदि क्षेत्र संख्यारहित । ऋषिमुनीं तपती सप्त ।
आणि नारदमुनि असे जाणत । हेचि पुरी पुरातन ।। ७ ।।
नामा म्हणे कैसें दिधलें । हें ज्ञानासीं सिद्ध लाधलें ।
हेंचि आम्हासी जोडलें । पूर्ण लाधलें पीयूष ।। ८ ।।

१७३

देव म्हणे नामया । ऐकें येथें चित्त देउनियां ।
एक एक तीर्थ सांगावया । हें तों पुराणीं असे ।। १ ।। धृ० ।।
नकळे देवाची थोरी । कैसें पुढारिले मुरारी ।
गौप्यगुज श्रीहरी । सांगतसे नामया ।। २ ।।
पुराण म्हणसी कोण कथा । तरी ऐकें गा तूं सकळार्था ।
शैवशास्त्र हा ग्रंथ सर्वथा । सिद्धमार्ग असे ।। ३ ।।
जें जें जुनाट क्षेत्रतीर्थ । जें जें ब्रह्मनामें परमार्थ ।
तो तो सांगितला हेत । चतुराननें ।। ४ ।।
ऐसें देवमुखीचें वचन । ऐकतां संतोषले पूर्ण ।
मग देताति आलिंगन । येकमेकांसी ।। ५ ।।
जयजयकाराचा ध्वनी । विठ्ठलनामें गर्जे वाणी ।
प्रेम ओसंडत नयनीं । स्फुंदन रोमांचित दाटले ।। ६ ।।
स्फुंदत नामा नाचे गाये । परिसा म्हणे वोळली माये ।
तो ज्ञानासी पान्हा होये । पूर्ण बोधाचा ।। ७ ।।
नामा म्हणे सकळ संतमेळीं । कथा सांगितली रसाळीं ।
तंव ज्ञानदेवा करतलामळी । समाधि शेज घातली ।। ८ ।।

ॐ १७४ ॐ

मग म्हणे सर्वज्ञ विठ्ठल । न लावावा वाढवेळ ।
मग पातले निर्मळ । सिद्धेश्वरलिंगीं ।। १ ।।
धन्य धन्य हरिदिवस । धन्य धन्य हा निवास ।
आपण हृषिकेश । भक्ता साह्य ।। २ ।।
वैष्णव मिळाले संपन्न । गाती हरिनाम कीर्तन ।
तंव पातले सोपान । प्रेमें वोसंडत ।। ३ ।।
चरणीं घातली मिठी । विठोजी म्हणे उठी उठी ।
लवलाहें उघडी दृष्टी । भेटे ज्ञानदेवा ।। ४ ।।
येरू म्हणे मी कृतकृत्य । नामस्मरण तुझें नित्य ।
तेणें सकळ हित । आमुचें जालें ।। ५ ।।
तूंचि गा जनकजननी । तूंचि एक त्रिभुवनीं ।
पाहतां नित्य उन्मनीं । लागे आम्हां ।। ६ ।।
समाधि शेज ज्ञानेंसी । घातली अहर्निशीं ।
ते कर्णीं परिसत जिवेंसी । तुवां चरण धरित आलों ।। ७ ।।
नामा म्हणे ज्ञान सोपान । एक जाले जनीं जनार्दन ।
समाधिसंगें संजीवन । आळंकापुरीं आले ।। ८ ।।

ॐ १७५ ॐ

तंव निवृत्तीसी उन्मनीं । बैसका होती सप्तदिनीं ।
ते पालटोनि तत्क्षणीं । मूर्तीतें न्याहाळी ।। १ ।।
निवृत्तिनिधान । सोपान निजधन ।
ज्ञानदेव आपण । तिन्ही मूर्ती ।। २ ।।
कोण भाग्याचे संतुष्ट । जेथें प्रगटलें वैकुंठ ।
विठ्ठलनामें पूर्ण पाठ । आळंकापुरीसी ।। ३ ।।
आदि क्षेत्र जुनाट । युगें सांगतां उद्भट ।
जें कां पुण्यरूप प्रगट । सांगतसे महिमा ।। ४ ।।
ऐसा उत्साह गमला । निवृत्ति ध्यानीं निवाला ।
सोपान आळंगिला । ज्ञानराजें ।। ५ ।।

निवृत्ति पाहे ज्ञानाकडे । येरू धांवे लवडसवडें ।
तंव चरणरजामाजीं बुडे । मन निमग्न केलें ॥ ६ ॥
तिन्ही देव एकत्र । सत्वरजतमादि मंत्र ।
हे गाताती नरे जे स्तोत्र । ते उद्धरती सर्वथा ॥ ७ ॥
नामा म्हणे तिन्ही देव । मिळाले गुण सागर वैभव ।
समाधि सेज माधव । देतु असे ज्ञानदेवा ॥ ८ ॥

॥ १७६ ॥

हस्तक ठेविला माथया । ज्ञानदेव लागे पायां ।
विठोजी म्हणे लवलाह्या । समाधीस बैसावें ॥ १ ॥
इंद्र चंद्र देव येती । ब्रह्मादिक गीती गाती ।
यमवरुणबृहस्पति । विमानें दाटती अंतरिक्षीं ॥ २ ॥
तंव पातले गरुडदेव । रुक्मिणी सत्यभामा भाव ।
राही माता गोपी सर्व । समाधि ज्ञानदेव पहावया ॥ ३ ॥
ब्रह्मेंद्रप्रजापति । सर्व अंतरिक्षीं पाहती ।
आळंकापुरीं ये श्रीपती । हरुष चित्तीं ज्ञानदेवा ॥ ४ ॥
ऋषिमुनी गणगंधर्व । पिशाच-गुह्यक सर्व ।
धृव-अंबऋषि माधव । चित्तीं भाव पहावया ॥ ५ ॥
ऐसी दाटलीं विमानें । संतीं जाणितलें ज्ञानें ।
ज्ञानदेव ब्रह्म होणें । हे विदान विठ्ठलाचें ॥ ६ ॥
जयजय शब्दें ध्वनि गर्जे । तेणें स्वर्गमृत्युपाताळ गाजे ।
पाताळीं शेष म्हणे भुंजे । प्रेमें फुंजे न समाये ॥ ७ ॥
नामा म्हणे शिवादिक । सिद्धेश्वरीं मिळाले सकळिक ।
पाहाती विठ्ठलकौतुक । ज्ञानदेव समाधीचें ॥ ८ ॥

॥ १७७ ॥

वेदध्वनि केलिया मुनी । गंधर्वगायनें होती गगनीं ।
ब्रह्मादिक इंद्र विमानीं । इंद्रायणी ज्ञानदेवी ॥ १ ॥

लागलिया मंगळतुरे ध्वनि । तीर्थें उभी असती कर जोडुनी ।
विठ्ठलदेव ज्ञान संजीवनीं । नयनीं न्याहाळिती ।। २ ।।
राही रखुमाई माता । सत्यभामा गोपी समस्ता ।
आरतिया ओवाळिती निभ्रांता । ब्रह्म त्वरिता ज्ञानदेवा ।। ३ ।।
देवऋषिगण सकळ । जयजयकार ध्वनि मंजुळ ।
स्तुतिस्तोत्रें सकळ । नक्षत्रादिक गाती ।। ४ ।।
वरूषति दिव्यसुमनें । निवृत्तिसोपान नारायणें ।
संमोखिलें संजीवनें । नित्य पारणें हरिपाठें ।। ५ ।।
परिसा भागवत डुलत । विठ्ठली जाला कृतकृत्य ।
नामा असे शोकाकुलित । चरणीं रत विठ्ठलाचे ।। ६ ।।
शेज घालुनी सुमनीं । विठ्ठल पाहे रुक्मिणी ।
ज्ञानदेवाचे गुण मनीं । आठवती म्हणे हरी ।। ७ ।।
नामा जाला भयभीत चित्तें । ज्ञानासारखें रत्न मागुते ।
न देखों ऐसें विठ्ठलातें । पुसे त्वरित रुक्मिणी ।। ८ ।।

१७८

देवो म्हणती रुक्मिणी । हा येचि युगीं देखिला नयनीं ।
हेंचि ज्ञानसंजीवनी । जाण त्रैलोक्यासीं ।। १ ।।
धन्य धन्य धरातळीं । जो यातें दृष्टीं न्याहाळी ।
तो वात येईल टाळी । वैकुंठ भुवनासी ।। २ ।।
जो करील याची यात्रा । तो तारील सकळ गोत्रां ।
सकळही कुळ पवित्रा । याचेंनि दरुषणें होती ।। ३ ।।
आळंकापुरी हें शिवपीठ । पूर्वी येथें होते नीळकंठ ।
ब्रह्मादिकी तप वरिष्ठ । येथेंचि पैं केलें ।। ४ ।।
इंद्र येऊनियां भूमीसी । याग संपादिले अहर्निशीं ।
इंद्रायणीं इंदोरिसी । या पासोनि पंचक्रोशी ।। ५ ।।
येथें त्रिवेणी गुप्त वसे । भैरवापासूनि भागीरथी बसे ।
पूर्ववटि माया दिसे । ते प्रत्यक्ष जाण पार्वती ।। ६ ।।
भोवतें वनवल्लिवृक्ष । येथें देव येउनी होताती पक्ष ।

हे असे नित्य साक्ष । अस्थी नासती उदकीं ।। ७ ।।
पंढरीहुनी हें सोपें । जनाचीं हरावया पापें ।
कळिकाळ कोपलिया कोपें । त्याचें न चले आळंकापुरीसी ।। ८ ।।
ऐसें सांगतां हरिसी । प्रेम ओसंडलें रुक्मिणीसी ।
म्हणे धन्य धन्य जयाचे कुसीं । ज्ञानदेव जन्मले ।। ९ ।।
नामा म्हणे माझा स्वामी । सवें संतसमागमीं ।
ऐसें सांगितलें ग्रामीं । आळंकापुरीसी ।। १० ।।

ॐ १७१ ॐ

तंव पुसती होय माता । तुम्हीं झणें खेद करा चित्ता ।
तरी ज्ञानासारिखा कां आतां । समाधीसी बैसवितां ।। १ ।।
हें सांगावें सविस्तर । याचे कोण कोण अवतार ।
बंधु त्रिवर्ग हे साचार । आणि ते भगिनी ।। २ ।।
देव म्हणती ब्रह्मा होय । सोपान देव नेणसी काय ।
निवृत्ति शिव ज्योतिर्मय । ज्ञानदेव ब्रह्म निघोंट ।। ३ ।।
ऐसे ब्रह्मा विष्णु हर । मुक्ताई ते मूळमाता साचार ।
तारावया चराचर । कलिमाजीं अवतरले ।। ४ ।।
रुक्मिणी पुसे देवासी । कां कलिमाजीं जन दोषी ।
हे घातली देवा पुसी । ते सांगती महाविष्णु ।। ५ ।।
तरी ऐके हो साचार चित्तें । तूं काय नेणसी त्या व्यासातें ।
ग्रंथीं सांगितलें भारतें । कलिमाजीं जन दोषी ।। ६ ।।
कृष्ण अवतार जाला । पांडवी निजठाव ठाकिला ।
तेथून एक शकु जाला । जनमेजयापासूनि ।। ७ ।।
तया मार्गें विक्रमशक । पुण्यपवित्र सकळ लोक ।
कलियुगीं पुण्यश्लोक । उज्जनिये नांदती ।। ८ ।।
तेणें एक शत पंचतीस । हरिले कळिकाळदोष ।
पुढें शालिवाहन होवयास । अवतार जाण पैठणीं ।। ९ ।।
तो हा शालिवाहन । अठरा हजार जाण ।
तें क्षेत्र प्रतिष्ठान । गंगातीरीं प्रत्यक्ष ।। १० ।।

या शकामाजीं प्रथम । राजा भोज उत्तम ।
मग पुण्यपुरुष जन्म । थोडे घेती कलियुगीं ॥ ११ ॥
राजे भ्रष्ट यवन जाले । ठायीं ठायीं दोष घडले ।
मग इहीं अवतार घेतले । कलिदोष हरावया ॥ १२ ॥
रुक्मिणी म्हणे स्वामी । सत्य सांगितलें तुम्ही ।
पुराणप्रसिद्ध आम्ही । अवतार चरित्र जाणतसे ॥
नामा म्हणे पुढें हे जन । यवनसंसर्गें कठिण ।
होतां गातां हरीचे गुण । ते उद्धरती सर्वथा ॥

१८०

पुष्पक विमानातळीं । हरि उतरले भूतळीं ।
तंव उदयो पूर्वमेळीं । सूर्याचा जाला ॥ १ ॥
धन्य धन्य प्रश्नोत्तर । धन्य धन्य ते तरुवर ।
धन्य ज्ञानदेव अवतार । तिन्ही देव प्रगटले ॥ २ ॥
संत सनकादिक देव । आणि भक्त आले सर्व ।
स्नानें करूनियां भाव । हरिचरणीं ठेविला ॥ ३ ॥
विलाप मांडियेला भक्तीं । खंति करिती त्रिजगतीं ।
ज्ञानदेवासारिखी मूर्ति । न देखो म्हणती देवराय ॥ ४ ॥
देव म्हणती निवृत्ति । तूं प्रत्यक्ष शिवमूर्ति ।
तारावया क्षितीं । अवतार धरियेला ॥ ५ ॥
सोपानें घातलें लोटांगण । मुक्ताया धरिले चरण ।
संत करिताती स्तवन । पांडुरंगरायाचें ॥ ६ ॥
मग संबोखोनियां हरी । सोपानदेवा धरिला करीं ।
निवृत्ति मस्तकावरी । करकमळ हरि ठेवितसे ॥ ७ ॥
नारा विठा पुढें चाले । ऐसे इंद्रायणीस आले ।
सौंदडीवृक्षातळी बैसले । सपरिवारें सकळैं भक्त ॥ ८ ॥
न्याहाळिती कांसवदृष्टी । ऐसा हरि चालत सृष्टी ।
नामा होतसे हिंपुटी । ज्ञानदेवाकारणें ॥ ९ ॥

ॐ १८१ ॐ

तंव अंतरिक्ष गगनीं । अवचिती जालो वाणी ।
भक्त तरतील मेदिनी । ज्ञानदेव दरुषणें ।। १ ।।
ऐसी खवाणी वदली । जयजयकारें टाळी पिटली ।
तव स्नानसंध्या सारिली । देवभक्तीं सकळिकीं ।। २ ।।
धन्य धन्य वृक्ष अजान । धन्य धन्य सिद्धेश्वरस्थान ।
ज्ञानदेवा समाधान । धन्य आळंकापुरी ।। ३ ।।
मग पाहोनियां शुभदिन । देवें करूं आदरिलें प्रयाण ।
नामा होतसे खेदक्षीण । ज्ञानदेवाकारणें ।। ४ ।।

ॐ १८२ ॐ

मग प्रश्न आदरिला । नामा फुंदों जो लागला ।
कां गा ज्ञानदेवो गेला । मज सांडुनियां ।। १ ।।
कैसा होय तुझा दास । कैसी पाहों तुझी वास ।
ज्ञानाकारणें कासाविस । जीव माझा होतसे ।। २ ।।
देव म्हणे नामयासी । तूं झणीं कासाविस होसी ।
तूं रे तयातें नेणसी । तें कैसें आईक पां ।। ३ ।।
ज्ञानदेव ज्ञानसागरू । ज्ञानदेव ज्ञानागरू ।
ज्ञानदेव भवसिंधुतारूं । प्रत्यक्ष रूपें पैं असे ।। ४ ।।
ज्ञानदेवी ज्ञानगम्य । ज्ञानदेवी ज्ञानधर्म्य ।
ज्ञानदेवीं ज्ञाननेम । सर्वथैव पैं असे ।। ५ ।।
ज्ञानदेव हाचि देव । ज्ञानदेवीं धरलिया भाव ।
ज्ञान होईल जीवां सर्व । यासी संदेह नाहीं ।। ६ ।।
ज्ञानदेवीं धरितां ध्यान । ध्याता होय समाधान ।
जीव शिवीं परिपूर्ण । एके रात्रीं कीर्तन केलिया ।। ७ ।।
झणें तूं व्याकुळ होसी चित्तें । मनीं आठवी गा मातें ।
नामस्मरणें एका चित्तें । रामकृष्ण गोविंद ।। ८ ।।
नामा म्हणे तूं समर्थ होसी । अर्जुनीं प्रीति करिसी ।
हें सांगितलें व्यासीं । एकादशाध्यायीं ।। ९ ।।

तैसा पावे तूं विश्वेशा । विश्वरूपा जगन्निवासा ।
मी होतसे कासाविसा । ज्ञानदेवाकारणें ।। १० ।।
तरी तूं गा युगानयुगीं । असशी भक्तांचिया संगीं ।
आम्ही विनटलों पांडुरंगीं । रंगारंगीं विठ्ठलीं ।। ११ ।।
एक वेळ माझा शोक । दुरी जाय हरे विख ।
तें करी निर्विशेष । नामा येतसे काकुळती ।। १२ ।।

॥ १८३ ॥

तंव नावेक श्रीहरी । तटस्थ घटिका चाऱ्ही ।
ध्यान धरूनी अंतरीं । निश्चळ राहिला ।। १ ।।
जयजयशब्द नामा बोभाये । केशवा त्राहे त्राहे ।
मी व्याकुळ होत आहें । ज्ञानदेवाकारणें ।। २ ।।
नारायणा त्राहे त्राहे । कृपादृष्टी तूं रे पाहे ।
मी व्याकुळ होत आहें । ज्ञानदेवाकारणें ।। ३ ।।
तुझेनि दर्शनें । ज्ञानाचेनि अवलोकनें ।
मज पंढरीस असणें । तुझे चरणीं गा विठ्ठला ।। ४ ।।
आतां मज तूं सांभाळी । ज्ञानदेवेंवीण सदाकाळीं ।
मज न कंठे भूमंडळी । भानुसहित वर्ततां ।। ५ ।।
तूं माझी जनक जननी । परि ज्ञानदेवेंविण मेदिनी ।
शून्य वाटे हे धरणी । जैसे मत्स्य जीवनेंविण ।। ६ ।।
तूं रक्षिता सर्व जीवांसी । तरी कां दुःख दिधलें आम्हांसी ।
तूं जवळी असतां हृषिकेशी । ऐसी दशा हे प्राप्त ।। ७ ।।
नामा खेदें क्षीण जाला जीवें । तंव नेत्र उघडिले देवें ।
आलिंगला केशवें । चाऱ्ही भुजा पसरूनी ।। ८ ।।

॥ १८४ ॥

नामा न राहे खेद करूं । केशव ठेवी अभय करू ।
म्हणे तूं दुःखिया होसी थोरू । ज्ञानदेवाकारणें ।। १ ।।
धन्य धन्य तुम्ही भक्त । नित्य विष्णुचरणीं रत ।

पुण्यशील भागवत । ज्ञानदेव नामया ।। २ ।।
तुमचेनि जग हे कृतार्थ । कवित्वें तरेल हें सत्य ।
मायामोहो निरसे समस्त । नामस्मरणें तुमचेनी ।। ३ ।।
धन्य ज्ञानदेव ज्ञानशीळ । ज्ञानदेवा ऐसा सुढाळ ।
मी न देखें भूमंडळ । सकळही पाहतां ।। ४ ।।
तूं करिसी खेद त्याचा । तरी तो आत्मा माझा साचा ।
भाव सांडी सांडी द्वैताचा । निखळ स्वरूप पाहे पां ।। ५ ।।
तुम्ही भक्त अवघे आवडते । तुमचेनि साजिरे पूर्णचित्तें ।।
मज पंढरिये येणें आवडतें । नाम गाताती ये प्रीतीं ।। ६ ।।
पुंडलिक माया भक्त सखा । परी प्रेमळ तुम्ही विशेषा ।
तुमचेनि सर्व दुःखा । हरणें मी हें जाणावें ।। ७ ।।
नामा म्हणे ज्ञानदेवाचें । मज दरूषण होईल साचें ।
तरीच रंगणीं मी नाचें । हरिकीर्तनीं पंढरिये ।। ८ ।।

९८५

ऐसें परियेसिलें विठ्ठलें । तंव रुक्मिणीनें विनविलें ।
याचें करिजो जी म्हणितलें । हाकारिजो पुंडलिका ।। १ ।।
धन्य धन्य धरातळीं । वोळले वोळले वनमाळी ।
वैष्णवीं पिटली टाळी । जयजय शब्दें करूनियां ।। २ ।।
गरुडासी सांगे केशव । कैसा भेटे यासी ज्ञानदेव ।
पुंडलिकासी जाऊनी सर्व । वृत्तांत सांगे येथींचा ।। ३ ।।
तेणें नमस्कारूनि हरी । निघाला पक्षाच्या फडात्कारीं ।
भेटला पुंडलिका झडकरी । यथाविधि सांगितलें ।। ४ ।।
पुंडलिकें विस्मित चित्तीं । म्हणे धन्य धन्य ज्ञानमूर्ती ।
ज्या कारणें वैकुंठपती । आळंकापुरीसी गेले ।। ५ ।।
धन्य धन्य विठोबाचे चरण । धन्य धन्य माझे नयन ।
धन्य नामा रूपीं संपन्न । विष्णु भक्त सखा माझा ।। ६ ।।
मग गरुडासि पूजिलें । ज्ञानदेवा हाकारिलें ।
दिव्य विमानीं बैसविलें । चला म्हणितलें आळंकापुरीसी ।। ७ ।।

नामा असे खेद करीत । केशव तयासी संबोखित ।
तुम्हा दोघांचा येकांत । माझेनि संगें पुरेल ॥ ८ ॥

ॐ १८६ ॐ

पुढें चालिला गरूड । आक्रमित अवघें ब्रह्मांड ।
विमान शुभ्र चंड । पुंडलिक आणितसे ॥ १ ॥
धन्य हरिभक्तांचा मेळ । धन्य धन्य तो गोपाळ ।
धन्य धन्य आळंकापुरी सुढाळ । ज्ञानदेव येतसे ॥ २ ॥
दुरोनी लक्षित रुक्मिणी । हरूषें सांगे चक्रपाणि ।
पैल विमान येतसे गगनीं । दाखविजे नामया ॥ ३ ॥
मग नामयासी सावध । करूनियां तो गोविंद ।
म्हणे तुझा पुरविला रे छंद । पैल ज्ञानदेव येताहे ॥ ४ ॥
नेत्र विकसित पाहे । तंव गगनीं विमान दिसताहे ।
पुंडलिक गरूड आहे । दिव्य देहीं दिव्य विमानीं ॥ ५ ॥
ऐसा जंव तटस्थ घटिका । तंव उतरलें निमिष्य एका ।
नामा पावला संतोषा । ज्ञानदेवा देखोनी ॥ ६ ॥
विमानघंटी गर्जत । नामा पुढारां चालत ।
जी जी रुक्मिणी म्हणत । वेगु कीजे ज्ञानदेवा ॥ ७ ॥
नामा ज्ञानदेव भेटले । पुंडलिकें विष्णु नमस्कारिले ।
भक्तीं जयजय शब्द केले । देवीं पुष्पवृष्टि केलिया ॥ ८ ॥

ॐ १८७ ॐ

आलिंगन पडिलें दृढ । मिठी पडिली न सुटे गूढ ।
पुंडलिक म्हणे मज चाड । या विठ्ठल चरणाची ॥ १ ॥
तुझे दरूषण माझा लाभ । जैसा ज्ञानदेवावरी लोभ ।
नामयावरी स्वयंभ । तैसाचि करी विठ्ठला ॥ २ ॥
नामदेवें आळंगुनी प्रीतीं । शिर चरणावरी अवचितीं ।
ज्ञानदेवाच्या ठेवी पुढतीं । म्हणे धन्य क्षितीं मी एक ॥ ३ ॥
पुंडलिक म्हणे नामया । धन्यधन्य तुझा थाया ।

क्षितीं आणिलें वैकुंठराया । ज्ञानदेवाचेनि स्मरणें ॥ ४ ॥
धन्य युगानयुगीं तुम्ही । धन्य देखिलें तीं आम्ही ।
धन्य आळंकापुर जन्मीं । उपजोनी जो देखेल ॥ ५ ॥
पंढरीहुनी हें मूळपीठ । जुनाट पैं वैकुंठ ।
पूर्वी येथें होते नीळकंठ । ब्रह्माविष्णुरुद्रइंद्र ॥ ६ ॥
तें हें शिवक्षेत्र प्रत्यक्ष । पूर्वे मातुलिंग साक्ष ।
तेथेंही केशव प्रत्यक्ष । चतुर्भुजरूपे असे ॥ ७ ॥
दक्षिणे पुण्येश्वर देवो । पुण्यस्थळ महादेवो ।
मूळपीठीं नागेंद्रीं पाहा हो । त्रिवेणीरूपीं वाहातसे ॥ ८ ॥
पश्चिमे इंदोरिये देवो । ब्रह्मेश्वर उत्तम ठावो ।
उत्तरे सिद्धेश्वर देवो । खेटकग्रामीं भागीरथी ॥ ९ ॥
मध्यस्थळीं हे इंद्रायणी । सरसी भागीरथी वाहिनी ।
सिद्धेश्वर शोभे स्थानीं । ज्ञानदेवो सहित ॥ १० ॥
ऐसिये दक्षिण वाहिनीसी । स्नान घडतां अहर्निशीं ।
कोटि तीर्थे प्रयाग काशीं । प्रसन्न होती हरिहर ॥ ११ ॥
ऐसिये तीर्थी देवा । समाधि दिधली ज्ञानदेवा ।
पुंडलिक विनवितसे केशवा । धन्य भाग्य नामयाचें ॥ १२ ॥

॥ १८८ ॥

स्वर्ग मृत्यु पाताळ तिन्हीं ताळे उदर । विराटले थोर विश्वरूप ॥ १ ॥
समाधिसंजीवन निवृत्ती फावले । तें निधान देखिलें आम्ही तुम्ही ॥ २ ॥
निवृत्ति सोपान ज्ञानदेव निधी । मुक्ताई सिद्धि आळंकापुरीं ॥ ३ ॥
पंढरी प्रत्यक्ष केली ज्ञानदेवें । उभारूनि बाहे सांगे आम्हां ॥ ४ ॥
कळिकाळासीं त्रास विठ्ठल उच्चारीं । हरी चराचरीं भरला असे ॥ ५ ॥
सर्वत्र सबाह्य अंतरंग रूपडें । तें रूप फाडोवाडें पारखिलें ॥ ६ ॥
चिंतामणीचें सार कल्पतरू उघड । दावुनियां मूढ तारियेले ॥ ७ ॥
सुवर्णाचा पिंपळ तिहीं केला ठाऊका । त्या समीप देखा कल्पतरू ॥ ८ ॥
सिद्धेश्वरलिंग सिद्धिबुद्धि दाता । जड जीवा मुक्तता देतु हरी ॥ ९ ॥

ऐसिये स्थानकीं ज्ञानदेव राहिले । राहुनी तारिले मूढजन ।। १० ।।
नामा म्हणे ज्ञानदेव हा दातार । जडजीवां उद्धार विठ्ठल हरी ।। ११ ।।

ॐ १८९ ॐ

तंव तेथें नवल वर्तलें । आकाश असे विमानीं दाटलें ।
म्हणती मूळपीठ वैकुंठ देखिलें । पुंडलिकासगट ।। १ ।।
पंढरीहुनि आलें कसें । पुंडलिक देव सरिसे ।
ज्ञानदेवासवें नामा असे । आणि विष्णुभक्त अपार ।। २ ।।
राही रुखमाई सत्यभामा । गाई गोपाळ मेघःश्यामा ।
म्हणती पाहाहो महिमा । या विष्णुभक्तांचा ।। ३ ।।
सवें ध्रुव प्रल्हाद अंबऋषी । रूक्मांगद सूर्यवंशी ।
आणि ऋृषीमुनी तापसी । ऐसिया समवेत वनमाळी ।। ४ ।।
बळी भीष्म नारद । उद्धव अक्रुर विद्गद ।
आणि बिभीषण सुबुद्ध । हनुमंतांदि करूनि ।। ५ ।।
हा हा हु हु गंधर्व गाती । रुणुझुणु रुणुरुणु विणे वाजती ।
देवांगना आरतिया ओवाळिती । देवभक्तासहित ।। ६ ।।
ऐसा शुभ काळ समयो । जाला भाग्याचा उदयो ।
ज्ञानदेव नामदेव पाहाहो । धन्य धन्य धरातळीं ।। ७ ।।
नामा नुघडी दृष्टीसी । हृदयीं ध्यातसे हृषिकेशी ।
ज्ञानदेवो निजमानसीं । विष्णुमूर्तीसी लीन जाला ।। ८ ।।

ॐ १९० ॐ

तंव बोलत उद्धव । धन्य धन्य हा देवाधिदेव ।
धन्य धन्य ज्ञानदेव । निजभक्त आवडता ।। १ ।।
धन्य तीर्थ इंद्रायणी । धन्य प्रत्यक्ष शूळपाणि ।
तारक ब्रह्म त्रिवेणी । मिश्रित रूपें वहातुसे ।। २ ।।
चिंतामणि हे पाषाण । दिव्य वनवल्ली जाण ।
जेथें लागले हरिचे चरण । ते धन्य आळंकापुरी ।। ३ ।।
जेथें समाधिसी बैसतां । इंद्रादि सामोके येती तत्वतां ।

वैकुंठा जाईल निभ्रांता । रामकृष्ण उच्चारित ।। ४ ।।
यम न पाहे इकडे । काळ नमस्कारी वाडेंकोडें ।
म्हणती पाहा हो केव्हढें । भाग्य या ज्ञानदेवाचें ।। ५ ।।
ऐसें उद्धव सांगे रुक्मिणी । होय म्हणती चक्रपाणि ।
पंढरीहुनि हे जुनाटपुराणीं । शैवागमीं बोलिलेसे ।। ६ ।।
ज्ञानदेवें नमस्कार केला । नामा हृदयीं धरिला ।
प्रीतीनें पुढती आलिंगिला । म्हणे धन्य धन्य रे सखया ।। ७ ।।
नामा लोळत गडबडां । चरणरजालागीं जाला वेडा ।
केशव म्हणे तूं धडफुडा । विष्णुभक्त साचार ।। ८ ।।

९९१

ऐसी प्रदक्षिणा करूनी विष्णुभक्ता । नामा जालासे सरता ।
रुक्मिणी म्हणे यातें तत्वतां । वैकुंठासी न्यावें जी ।। १ ।।
नामा म्हणे नेघे मुक्ती । मज पंढरीची आर्ती ।
विठ्ठलनामें करीन कीर्ती । नित्यकाळ जीवन्मुक्त ।। २ ।।
मज नित्यमुक्ता जन्म नाहीं । केशवासी माते पुसोनि पाही ।
युगानयुगीं अवतार दाही । याचेनि संगें मज घडती ।। ३ ।।
तिहीं त्रिभुवनीं उदार । मुक्ति तुम्हापाशीं साचार ।
परि भक्तिविण मुक्ति असार । कोण पामर इच्छिल ।। ४ ।।
मुक्ति फलकट नैश्वर । फळ एक विठ्ठल सार ।
विष्णुभक्तीसी ज्याचा निर्धार । त्याचे चरण वंदीन माथां ।। ५ ।।
विष्णुविण कीर्तन न करीं । भक्तिविण नसे क्षणभरी ।
कीर्तन करीन गजरीं । रामकृष्णगोविंद ।। ६ ।।
मज नामाचें अमृत । माझें मुक्ति दास्य करी ।
तूं मूळ माता जाणसी जरी । तरी तुजसीं हें गुह्य बोलिलों ।। ७ ।।
नामदेव परतोनी पाहे । तंव ज्ञानदेवें उभारिले बाहे।
म्हणे विष्णुभक्ति ऐसी आहे । आइक माते इचा बडिवारू ।। ८ ।।

ॐ १९२ ॐ

भक्त अमर स्वस्तिक्षेम । चरणरजें डौरलें व्योम ।
मग कैलासीं मंदाकिनी सोम । नीळकंठें सिरीं धरिता
धन्य विष्णुचरणींची गंगा । स्नपन होत महालिंगा ।
भीमरथीं मृत्युलोकीं सवेगा । इंद्रायणीसमरसें ॥ २ ॥
भोगावती पाताळा गेली । मग विष्णुचरणीं गुप्त ठेली ।
मग पुरोनियां उरली । त्र्यंबक सिखरीं ॥ ३ ॥
मग कितेका काळें भागीरथी । भगीरथें आणिली भारथीं ।
सगर उद्धरिले त्वरितीं । विष्णतीर्थें करूनियां ॥ ४ ॥
ऐसी त्रिभुवनीं ज्याची थोरी । तो मुकुटमणी हा हो श्रीहरी ।
त्यांतें सोडिलिया मुक्ति चारी । काय आम्हां तारिती ॥ ५ ॥
सर्वे तीर्थें ज्याचे रंक । आम्ही तयाचे सेवक ।
ज्याचेनि नामें हें त्रैलोक्य । नाम घेतां तरत ॥ ६ ॥
तो पूर्ण बीजमंत्र आम्ही जाणों । विष्णुविण कांहीं नेणों ।
पूर्ण ब्रह्म काय म्हणों । हा महिमा तूं जाणसी ॥ ७ ॥
ज्ञानदेवें नमस्कारिले हरी । निवृत्ति सोपान झडकरीं ।
मुक्ताई भेटली लवकरीं । ज्ञानदेवा करीं धरियलें ॥ ८ ॥

ॐ १९३ ॐ

मग संतोष जाला हरिभक्तां । ज्ञानदेव झाला बोलता ।
निवृत्तीसी म्हणे तुम्ही जावें आतां । त्र्यंबका सीखरीं ॥ १ ॥
करूनि नमस्कार हरिसी । वेगीं यावें वैकुंठासी ।
नित्य हरिचरणापासीं । तुम्हीं आम्हीं सोपान ॥ २ ॥
मुक्ताई म्हणे ज्ञानदेवा । मज विठोबासी निरवा ।
मजवरी लोभ असों द्यावा । रुक्मिणीमाता आदिकरूनि ॥ ३ ॥
पुंडलिकासी निरवावें । समस्तांसी क्षेम सांगावें ।
कृपादृष्टीं अवलोकावें । मजलागीं ज्ञानदेवा ॥ ४ ॥
ज्ञानें करुनि विज्ञान । भक्तीसी करावें निरूपण ।
द्यावे समाधिसंजीवन । तुम्ही यावें शीघ्रवत ॥ ५ ॥

निवृत्तीनें दिधलें उत्तर । आम्ही जाऊं वेगवत्तर ।
सोपानासी मार्गी निरंतर । समाधीसी बैसवूनि ।। ६ ।।
तंव बोलिला यादवराणा । तुम्ही सांगितल्या समाधीच्या खुणा ।
परी नामयावरी जाणा । माझी कासवदृष्टी ।। ७ ।।
नामा म्हणे विठोबासी । तूं स्वामि दीनाचा होसी ।
गेलें निधान ज्ञानदेव दाखविशी । मज नयनीं प्रत्यक्ष ।। ८ ।।

११४

ऐसें बोलोनियां हरी । रुक्मिणीसीं विचार करी ।
यासी भोजनें परोपरी । अन्नें निफजवावीं ।। १ ।।
संतोष जाला हरिभक्तां । जेथें स्वयें हरी भोक्ता ।
कर्ता आणि करविता । सर्व चाळक विठ्ठल ।। २ ।।
तंव दिव्यग्राम उभवुनि । भक्तीं देखिले नयनीं ।
विश्वकर्मा येऊनी । उत्तरापंथें निर्मिले ।। ३ ।।
तंव अष्टमहासिद्धी । सर्व सामोग्रीची समृद्धि ।
कर जोडोनी कृपानिधी । विनविती आनंदें ।। ४ ।।
दिव्यवनें दिव्यवल्ली । दिव्यसुमनें समग्र जालीं ।
वैकुंठीहुनि आलीं । महाविष्णुकारणें ।। ५ ।।
तेथें सुगंध परिमळ । जवादि कस्तुरी निर्मळ ।
चिंतामणी देती ढाळ । नानाकीळ दीप्तीचे ।। ६ ।।
चंदनाचे खांब उभारिले । पवळ वेलीचे शोभले ।
मुक्ताफळाचे घोस मिरवले । रत्नखचित दामोदरें ।। ७ ।।
चंपक सुमनाचियां हारी । सेवंती वाटोगर नानापरी ।
नानापुष्पें परिमळ आगरीं । दिव्यवनें कीं शोभती ।। ८ ।।
आंबे खजुरिया पोफळी । फणसें नारिंगें नारिकेळीं ।
कर्दळी वाडिन्नलीया सरळी । उदक पाट वाहताती ।। ९ ।।
तेथें भ्रमर रुणुझुणु करित । कोकिळा सुश्वरें बोलत ।
पारवे आनंदें घुमघुमित । सुखें संवादती निजगजरें ।। १० ।।
तालालोरी गीती गाती । गोपाळ वीणे वाजविती ।

नाना परी बागडे धरिती । देव पाहती विमानीं ।। ११ ।।
थकलीं योगियांचीं ध्यानें । निश्चळ राहिलीं आसनें ।
निवृत्ती सोपानें । तेथें देवडे उभे असती ।। १२ ।।
नामा जातो लोटांगणीं । वैकुंठ उतरलें मेदिनीं ।
आळंकापुर पाटणीं । उत्तरापंथें देखिलें ।। १३ ।।
जेथें त्रिभुवनिचें निधान । स्वयं आपण भगवान ।
तेथें सकळ काम होती पूर्ण । जाणती खुण अंतरंग भक्त ।। १४ ।।
नामा म्हणे ऐसीं विंदानें । भक्तीलागीं जगजीवनें ।
प्रत्यक्ष वैकुंठ भुवनें । दासा सुखसंपन्न करावया ।। १५ ।।

११५

ऐसें देखिलें वैष्णवीं । वैकुंठ नगरी चिरंजीवी ।
आणि ज्ञानदेव गोसावी । विष्णुमूर्ती चतुर्भुज ।। १ ।।
तालालोरी वाजविती पावा । समाधान होतसे जीवां ।
नामा विनवितो केशवा । तुझ्या दरुशनें निवालों ।। २ ।।
तंव रुक्मिणीनें विनविलें । यासि भोजन सारा कां वहिलें ।
तंव अक्रूरें पाचारिलें । समस्तांसीं देखा ।। ३ ।।
उद्धव घालित आसनें । ताटें विस्तारिलीं बोनें ।
राही रुक्मिणी विचक्षणें । पंचामृतें वाढिती ।। ४ ।।
समस्त भक्त दाटले । पांतीकर एकवटले ।
नानापरी भात विस्तारिले । परिमळित मघमघां ।। ५ ।।
वरी मिरवे मुगांचें वरण । कथिका वाढिली संपूर्ण ।
नाना कोरिकें विस्तीर्ण । रुक्मिणी वाढितसे ।। ६ ।।
कामधेनूचें घृत । पयोदधिक्षीर वाढित ।
नानापत्र शाखा शोभत । वैष्णवांचां ताटीं ।। ७ ।।
ऐसें समस्तांसीं संपूर्ण । ताटें जालीं विस्तीर्ण ।
तंव देव बोलती आपण । ज्ञानदेवासी ।। ८ ।।
निवृत्ती सोपान बोलवा । मुक्ताईस वेगीं आणवा ।
पांथिकरासी रिघावा । ताटीं बैसवा समस्तांसी ।। ९ ।।

विष्णुमूर्ती चतुर्भुज । पूजी ब्राह्मण द्विभुज ।
तुळसी मंजिरी केसिराज । त्यांचे मस्तकीं वाहतसे ।। १० ।।
चरणतीर्थ घेतलें । तेणें समस्त मंदिर शिंपिलें ।
आपण मुखीं घातलें म्हणे । कृतकृत्य जालों मी ।। ११ ।।
नामा तिष्ठत उभा द्वारीं । त्यासीही रुक्मिणी ताट करी ।
ऐसीं भोजनें परोपरी । जालीं वैष्णवांचीं ।। १२ ।।

११६

ऐसे भक्त जेवुनि धाले । समस्त पांतिकरु उठिले ।
गोपाळें विडे दिधले । आपुलेनि करकमळें ।। १ ।।
धन्य धन्य तें भोजन । धन्य धन्य तें निधान ।
धन्य धन्य तो वृक्ष अज्ञान । धन्य नारायण आळंकापुरी ।। २ ।।
विठ्ठलें दिधलें वचन । यांसी घाला रे आसन ।
तंव उद्धवें आपण । समस्तां बैसकार दिधले ।। ३ ।।
पूजिलें गंधाक्षता लावुनि । टिळे उटी कर्पुर चंदनीं ।
ऐसे तिये वैकुंठभुवनीं । वैष्णवांसी पूजी हरी ।। ४ ।।
तंव म्हणे रुक्मिणी । नामा आणा बुझावुनि ।
आपलेनि हातें चक्रपाणि । त्यासी घांस घालावे ।। ५ ।।
ऐसें सांगतां हरीसी । बुझाविती नामयासी ।
तो स्फुंदत उकसा बुकसीं । मग चहूंकरीं उचलिला ।। ६ ।।
सवें संतांचा मेळा । तयामाजीं परब्रह्म पुतळा ।
नामा बुझावोनी तत्काळा । देहावरी आणिला ।। ७ ।।
तंव विस्तारुनी आणिलें ताट । माजी षड्रस अन्ने बरवंट ।
रुक्मिणी आणि जेथें वैकुंठ । भक्तांसहित उभे असती ।। ८ ।।
नामयातें संबोखोनि हरि । बैसविला मांडियेवरी ।
कवळ घ्यावया मुख पसरी । निजकरें हरी घालितसे ।। ९ ।।
नामा आनंदें डुलत । तप्त जाला प्रेमें ओसंडत ।
सकळ संतां कवळ देत । आपुलेनि निजकरें ।। १० ।।

॥ ११७ ॥

ऐसा येकवळा भक्तांचा । भोक्ता हरी वैकुंठींचा ।
उतरोनी आळंकापुरीं साचा । करी भक्तांचा उत्छाव ॥ १ ॥
ऐसे जेवुनि धाले । हरिकरेंचि निवाले ।
मग सुखे रहिवासले । सकळै भक्त वैकुंठीं ॥ २ ॥
देव म्हणती निवृत्तीसी । तुम्ही जावें त्र्यंबक सिखरासी ।
मग समाधी सरिसी । गंगोदकें करूनि घ्यावी ॥ ३ ॥
तंव सोपान म्हणे स्वामी । पूर्वी बोलिले होतेति तुम्ही ।
कऱ्हे पठार संवत्सरे ग्रामीं । समाधी देऊं म्हणोनि ॥ ४ ॥
देव म्हणती संतासि पुसा । हा ज्ञानदेव असे सरिसा ।
हाहि दिव्यदेही आम्हांसरिसा । येईल तेथवरी ॥ ५ ॥
मुक्ताई म्हणे देवाधिदेवा । आम्ही करावी चरणसेवा ।
तुझेनि विचारें जी केशवा । समाधीधन भक्तांसी ॥ ६ ॥
ऐसा करिती विचार । तंव पातला राजा इंद्र ।
भक्तीं केलें जयजयकार । देवें दुंदुभी वाजविल्या ॥ ७ ॥
संत सनकादिकीं स्तोत्रें । मुखीं आरंभिलीं पवित्रें ।
गाती हरीनाम चरित्रें । ऋषिगण सकळीक ॥ ८ ॥
धन्य आळंकापुरी ग्राम । जेथें प्रत्यक्ष पुरुषोत्तम ।
उतरोनि वैकुंठधाम । सोहळा करी भक्तांचा ॥ ९ ॥
नामा नाचे हरिचे द्वारीं । ब्रह्मांड गरजे जयजयकारीं ।
निवृत्ति सोपान म्हणती हरी । आम्हां निरंतरीं सांभाळीं ॥ १० ॥

॥ ११८ ॥

नानागंधें तुलसीमाळा । वैष्णवीं घातलिया गळां ।
नमस्कार करिती गोपाळा । चरणरजा वंदिती ॥ १ ॥
दोहीं बाहीं देव्हडे । संत सनकादिक गाढे ।
जयजयकार पुढें । महाशब्दें गर्जिन्नले ॥ २ ॥
ऐसे इंद्रायणींचां तटीं । हरि रुक्मिणी जगजेठी ।
संत सनकादिकांची गोमटी । मांदी मिळाली असे ॥ ३ ॥

तंव पुंडरिकें नमस्कार केला । म्हणे तूं कां गा येथें विठो उगवला ।
बहुत दिवस येथेंचि राहिला । या ज्ञानदेवाकारणें ॥ ४ ॥
तरी पंढरीहुनि हे श्रेष्ठ । तूं येथें उभा अससी प्रगट ।
भूमी उतरलें वैकुंठ । ज्ञानदेवाकारणें ॥ ५ ॥
बहुत दिवस येथेंचि जाले । मी न देखें विटेवरी जंव पाउलें ।
तंव नयन माझे भुकेले । न राहाती देवराया ॥ ६ ॥
देव म्हणती पुंडरिका । तूं भक्त माझा निजसखा ।
आणि हा ज्ञानदेव देखा । दुजा न देखों आणिक ॥ ७ ॥
हे संत सनकादिक माझे । यांचेनि समागमें माझें वीजें ।
नामा डौरिन्नला यांचे चरणरजें । मग जावों रे पंढरीसी ॥ ८ ॥

॥ १११ ॥

सवें तीर्थे मिळालीं अनंतें । तीं सुखी करूनी कृतार्थे ।
संवत्सरा जावोनी सोपानातें । समाधीसी बैसवूं ॥ १ ॥
अनंत सुखाचिया रासी । उदैल्या भक्तांचिया मानसीं ।
आनंद जाला पुंडरिकासी । मग न बोले कांहीं ॥ २ ॥
सोपान म्हणे वैकुंठा । बिजें किजो महाश्रेष्ठा ।
संवत्सर ग्राम कऱ्हे तटां । वैकुंठासहित चालावें ॥ ३ ॥
इंद्रचंद्रब्रह्माहर देव । आणि गण मिळाले सर्व ।
तेहतीस कोडी देव । विमानीं आरूढले देखा ॥ ४ ॥
निवृत्ति सोपान ज्ञानदेवो । त्रिमूर्ति तिन्ही देवो ।
धर्मरक्षणार्थ पाहा हो । मनुष्यरूपें अवतरले ॥ ५ ॥
तिघेही उभे सन्मुख । तिघांही थोर संतोष ।
विनविती केशवास । स्वामी विनंति अवधारिजो ॥ ६ ॥
ये आळंकापुरीसी । स्थापावें कोटी तीर्थासी ।
जो जो भक्त येईल स्नानासी । तो वैकुंठासि आणावा ॥ ७ ॥
ऐसें आइकोनि श्रीहरी । म्हणे धन्य धन्य तुमची वैखरी ।
जगदोद्धार केला संसारीं । बावीस वरूषें असतां पैं ॥ ८ ॥
जो जो दिवस उगवला । तो तो ज्ञानदेवें सफळ केला ।

पद पदांतर कथिला । जेणें आत्माराम संतोषे ।। ९ ।।
पूर्वी अनंत भक्त जाले । पुढें ही भविष्य बोलिलें ।
परी निवृत्तीं ज्ञानदेवें सोडविले । अपार जीवजंतु ।। १० ।।
जो अभक्त मनुष्य जनीं प्राणी । ज्याचा भार न साहे मेदिनी ।
मग इहीं अवतार घेउनी । जग तारिलें कीर्तनें ।। ११ ।।
नामा पंढरीस नाचत । ज्ञानेश्वर आळंकापुरीं शोभत ।
सोपान संवत्सरीं मिरवित । निवृत्ति त्र्यंबकसिखरीं ।। १२ ।।

১০০০

ऐसें पांडुरंग बोलिले । मग सकळ तीर्थासी सांगितलें ।
आळंकापुरीं वसिजो वहिलें । भक्त तारावया ।। १ ।।
जो जो करील कीर्तन । तो तो तरेल जाण ।
आळंकापुरीं नारायण । स्वयें उभे असती ।। २ ।।
ऐसा निरोप तीर्थांसि । ते तिष्ठति अहर्निशीं ।
कीर्तन करितां गजरेंसि । वैकुंठासी नेवों म्हणती ।। ३ ।।
देव म्हणे यमुना नर्मदा । सरस्वति भागीरथी त्रिविधा ।
गंगा कृष्णा तुंगभद्रा । इंद्रायणीस मिळावें ।। ४ ।।
जो जो भक्त येईल स्नाना । तो पवित्र करावा ये क्षणा ।
वैकुंठ कैलासापर्यंत जाणा । त्यासी घेवुनि यावें ।। ५ ।।
हो म्हणती तीर्थें सकळें । मग मीनलीं आपुलेनि मेळें ।
गुप्त राहोनि यथाकाळें । आज्ञा शिरसा वंदिती ।। ६ ।।
गया काशी त्रिवेणी । त्या शोभती विठ्ठलचरणीं ।
ज्ञानदेवा समाधिरंगणीं । अखंड वाहों लागल्या ।। ७ ।।
सुवर्णाचा अश्वत्थ । द्वारीं स्थापुनि निवास ।
भोवते देव्हडे तापस । समाधीस बैसले ।। ८ ।।
देव म्हणे जो करील तप । तो होईल निष्पाप ।
केवळ होईल शिवरूप । आत्माराम साक्षात ।। ९ ।।
जप तप नेम मंत्र ध्यान । कोटि याग घडले पूर्ण ।
अथवा द्विजीं दिधलिया अन्न । चतुर्भुज नर होती ।। १० ।।

ऐसें वचन सांगे हरी । ज्ञानदेवासी धरिलें करीं ।
निवृत्ति सोपान अंतरीं । ध्यान धरोनी राहिले ।। ११ ।।
नामा म्हणे कोटि तीर्थांचें । तीर्थ वोळलें पैं साचें ।
पाप जाईल अनंत जन्मांचें । एक स्नान केलिया ।। १२ ।।

❧ १००१ ❧

मग अष्टदिशा व्यापुनी । तीर्थें राहिलीं स्थानीं स्थानीं ।
आळंकापुरीं पाटणीं । इंद्रायणीचां तटीं ।। १ ।।
धन्य धन्य सृष्टीतळीं । आळंकापुरी महितळीं ।
कीर्तन करितां वैष्णव मेळीं । ते चतुर्भुज नर होती ।। २ ।।
मग पुंडलिकासी सांगितलें । कृष्णपक्षीं येथें पाहिजे आलें ।
येरू म्हणे स्वामीनें सांगितलें । ते शिरसा वंदीन ।। ३ ।।
देव म्हणे आम्ही तुम्ही । पंढरीहुनि समागमीं ।
येवों आळंकापुरा ग्रामीं । सकळ तीर्थांसहित ।। ४ ।।
मग व्यास वाल्मिक बोलीविलें । त्यांसही हें तीर्थ सांगितलें ।
तें तिहीं शिवपीठ ऐसें म्हणितलें । जुनाट असे केशवा ।। ५ ।।
या शिवतीर्थाचा महिमा । कवणा वर्णवेल पुरुषोत्तमा ।
पंढरी पांडुरंग महात्मा । भीमातीरही उत्तम ।। ६ ।।
आणिक आइकें वो सर्वोत्तमा । येथें अधिक अष्टतीर्थ ग्रामा ।
पंचक्रोशीची उपमा । सिद्धि होती तात्काळ ।। ७ ।।
ब्रह्मा विष्णु इंद्र तप । आणि योगेश्वर उमप ।
पाताळी शेष समीप । याज खालता आहे ।। ८ ।।
स्कंदासी उपदेश स्थान । लोहोगिरीसी येऊन ।
पुरूरवा पुण्य क्षेत्रमहिमान । पूर्वी येथुनि जालें ।। ९ ।।
न भीमरथी नदी । भीमाशंकरा घेऊनि गेला नंदी ।
तेथुनि उगमीं पडली सर्वां आधीं । मग शंकरें तेथें स्नान केलें ।। १० ।।
ते भीमा माहात्म्य प्रसिद्ध । तो हा सिद्धेश्वर अगाध ।
महा योगेश्वरा निजबोध । आळंकापुर पाटणीं ।। ११ ।।

ऐसें व्यास बोले तये क्षणीं । नामा गेला लोटांगणीं ।
समाधी मूळपीठस्थानीं । आळंकापुरीं ज्ञानदेव ॥ १२ ॥

௵ १००२ ௵

मग व्यासपूजा सारिली । तैसीच वाल्मिकाची केली ।
वसिष्ठादिकीं अंगिकारिली । समस्त ऋषि पूजियले ॥ १ ॥
धन्य धन्य धरातळीं । येऊनियां देवीं सकळीं ।
माजीं सहित वनमाळी । आळंकापुरीं नगरीये ॥ २ ॥
मग साठी तीनशें गंगा । माजी शिव द्वादश लिंगा ।
अष्टोत्तर तीर्थें समर्थें पैं गा । तिहीं स्तवन आरंभिलें ॥ ३ ॥
कोटी तीर्थांचा रहिवास । अष्टभैरव सावकास ।
वसू कोटि गणेश । साठीसहस्त्र गणासहित ॥ ४ ॥
ऐसे रहिवासले षण्मास । दिव्यद्रुमफळें प्रतिदिवस ।
दिव्य अन्नें सावकाश । अमृत भक्षिती देव ॥ ५ ॥
ऐसा सकळ तीर्थांचा मेळा । तयामाजीं परब्रह्म पुतळा ।
करी ज्ञानदेवाचा सोहळा । आळंकापुर नगरिये ॥ ६ ॥
गरूड हनुमंता ऐसे । पुढें कामारी हृषिकेशें ।
साक्षात वसिजे महेशें । गौरीसहित आळंकापुरीं ॥ ७ ॥
नंदि श्रृंगीं त्राहाटण । प्रतिदिनीं विभूतीचें उधळण ।
जयजय शंकर शिव पूर्ण । ऐशीं स्तोत्रें गाताती ॥ ८ ॥
महा सभास्थळ वैकुंठ । सभे श्रेष्ठ वैकुंठपीठ ।
आणि शिवमूर्ती घनदाट । नीळकंठ सभेसी ॥ ९ ॥
रंभा उर्वशी नाचती । नारद तुंबर वीणे वाती ।
गणेश सारजा आळविती । सा राग एकवीस मूर्च्छना ॥ १० ॥
ऐसा रंग स्थिरावला । जयजयकारें घोष केला ।
तेणें चवकोनि उठला । पाताळींचा शेष ॥ ११ ॥
ऐकोनी विष्णुकीर्तन । तयासी आलें पैं स्फुंदन ।
मग उच्चारित रामकृष्ण । मृत्युलोकासि आला ॥ १२ ॥
सहस्त्र वदनें स्तुति करी । हर नमस्कारिले हरी ।

वाहुनि तुळसीमंजिरी । ज्ञानदेवा पूजियेलें ।। १३ ।।
नामा म्हणे ज्ञानउदयो । ज्ञानदेवा भाग्याचा पहा हो ।
आपण येऊनि वैकुंठरावो । समाधि दिधली निजहस्तें ।। १४ ।।

ॐ १००३ ॐ

ऐसे स्वर्गवासी अमर । ते आपुलाले ठायीं स्थिर ।
राहोनि करिती जयजयकार । पुष्पवृष्टी ज्ञानदेवावरी ।। १ ।।
धन्य धन्य तूं विष्णुभक्ता । ज्ञानदेवा तूं समर्था ।
म्हणौनि पडती पुष्पचळथा । ज्ञानदेवावरी ।। २ ।।
अनंत तीर्थांचा मेळ । उदकें शिंपिती ब्रह्मगोळ ।
लोहगिरी सुवर्णचळ । त्यावरी आळंकापुरी ।। ३ ।।
म्हणती धन्य धन्य हे जन । जेथें जो करील कीर्तन ।
तया जोडे वैकुंठस्थान । चतुर्भुज होऊन जाईल ।। ४ ।।
देव म्हणती इंद्रासी । तूं पूर्वी येथेंच होतासी ।
आणि ब्रह्मा रूद्र तापसी । पूर्वापर हे पुरी असे ।। ५ ।।
कृत त्रेत हे द्वापारादि । येथें सकळांची समाधी ।
धन्य ज्ञानदेव गोविंदीं । रतोनी येथें बैसले ।। ६ ।।
इंद्र म्हणे विष्णुभक्त थोर । प्रत्यक्ष हेहि हरिहर ।
निवृत्ती सोपान ज्ञानेश्वर । हेहि अवतार हरीचे ।। ७ ।।
ऐसें सांगितलें समस्तां । मग विदित जालें उभयतां ।
शक्र जाहला निघता । ब्रह्मा आदि करूनी ।। ८ ।।
शेषही पाताळासी गेला । पुंडरिक गोपाळ राहिला ।
आळंकापुरा स्थिरावला । सकळां भक्तां सहित ।। ९ ।।
सवें संतांचा मेळ । ऐसा राहिला गोपाळ ।
नामा म्हणे चक्रचाळ । पुढें कैसें वर्तलें ।। १० ।।

ॐ १००४ ॐ

गगनपंथें शुभ्र विमानें । देव लक्षिती अधोवदनें ।
तंव आळंकापुरीं कीर्तनें । टाळ मृदांग झणत्कारले ।। १ ।।

जयजयकार क्षितीं होत । महादोषां संहार घात ।
नामा असे नाचत । पांडुरंगापुढें ।। २ ।।
रामकृष्ण अवतार । चरित्र गाती सविस्तर ।
वैष्णवीं केला जयजयकार । पांडुरंग म्हणितलें ।। ३ ।।
ज्ञानदेव बैसले समाधी । पुढें आजान वृक्ष निधी ।
वामभागीं पिंपळ क्षितीं । सुवर्णाचा शोभत ।। ४ ।।
निवृत्ती सोपान खेचर । ज्ञानदेव मुक्ताई साचार ।
हे उत्तर द्वारासमोर । बैसते जाले ।। ५ ।।
देव म्हणे ज्ञानेश्वरा । चंद्र सूर्य जंव तारा ।
तुझी समाधि स्थिरा । राहो हे निरंतर ।। ६ ।।
जंववरी हें क्षितिमंडळ । जंववरी हें समुद्रजल ।
मग कल्पक्षयी यथाकाळ । माझां हृदयीं ठसावें ।। ७ ।।
आणिक एक सोपारें । ज्ञानदेव च्यार अक्षरें ।
जो जप करील निर्धारें । त्यासी ज्ञान होईल ।। ८ ।।
ऐसा दिधला आशीर्वाद । मग संतासीं बोले गोविंद ।
ज्ञानदेवा ऐसा उद्बोध । दुजा न देखो दृष्टीसी ।। ९ ।।
ज्ञाना म्हणे स्वामी माझा । अंगिकार केला वोजा ।
पावला भक्तांचिया काजा । गरुडारूढ होऊनी ।। १० ।।

१००५

ऐसे संतोषले देव । प्रसन्नरूपें माधव ।
मग बोलती ज्ञानदेव । विठ्ठलाप्रती ।। १ ।।
धन्य धन्य तूं विठ्ठला । धन्य धन्य प्रत्यक्ष देखिला ।
धन्य समारंभ येथिला । सोहळा करिसी भक्तांचा ।। २ ।।
तुझेनि आम्ही धन्य । ये जगत्रयीं देवा मान्य ।
म्हणती भक्तांसमान । न देखों त्रिभुवनीं ।। ३ ।।
तूं विश्वात्मा विश्वरूप । तूं जगाचें स्वरूप ।
तुज न लिंपे पुण्यपाप । सदा शुद्ध बुद्ध अससी ।। ४ ।।
तूं आम्हां भक्तां सरिसा । सवें हिंडसी जगदीशा ।

तुजविण अष्टदिशा । मज शून्य वाटती ।। ५ ।।
तरी तूं पाळिसी भक्त लळा । केला समाधीचा सोहळा ।
तो दाखविला मज डोळा । दिव्य दृष्टी देवोनी ।। ६ ।।
तूं सत्वरजतमात्मक । तूं सकळ जीवांचा चालक ।
तूंचि त्रिमूर्ती अवघा एक । विराटस्वरूप सकळ ।। ७ ।।
भक्तभाग्य भूमींतळीं । याकारणें तूं वनमाळी ।
दहा अवतार भूमंडळी । नाना चरित्रें खेळसी ।। ८ ।।
ऐसें महिमान अगाध । तें तुझें विश्वस्वरूप प्रसिद्ध ।
कोण भाग्याचा मी प्रबुद्ध । तो तूं मजकारणें आलासी ।। ९ ।।
नामा म्हणे ज्ञानदेवें । ऐसी स्तुति केली स्वभावें ।
तंव कृपा करूनियां देवें । अभयकर दीधला ।। १० ।।

१००६

चतुर्भुज श्याममूर्ति । शंखचक्राची आकृती ।
पीतांबराची दिव्य दीप्ति । पडिली सृष्टीवरी ।। १ ।।
धन्य धन्य ज्ञानदेव । धन्य धन्य तो माधव ।
मग आरंभिला अनुभव । ज्ञानदेवाचेनि मुखें ।। २ ।।
देव म्हणे ज्ञानेश्वरा । तू अवतरौनि माजि चराचरा ।
हरिला महादोषथारा । तुझेनि कवित्वें ।। ३ ।।
तुझें कवित्व माझ्या गोष्टी । जो परिसेल हे सृष्टी ।
तो येईल माझे भेटी । वैकुंठा पीठीं विष्णूच्या ।। ४ ।।
तुवा जो ग्रंथानुभव । गीतें सांगितला भाव ।
तें मुख्य ठेवणें राणीव । अनुभवीच जाणती ।। ५ ।।
तैसाची अमृतानुभव । सिद्ध पीठ केलें भाव ।
दाउनी मनोहर राणीव । निज गुह्य आमुचें ।। ६ ।।
वसिष्ठगीतेची टीका । भावार्थ काढिला श्लोका ।
ग्रंथ संचिला नेटका । करूनि रचना दाविली ।। ७ ।।
तूं महाब्रह्मींचा अंश । पदपदांतरीं केला प्रवेश ।
दाऊनियां उदास विशेष । या जीवांसी तारिलें ।। ८ ।।

तरी तूं आतां एक वेळ । माझी स्तुती करी निर्मळ ।
जेणें करूनि तरती सकळ । वक्ते श्रोते ग्रंथकार ।। ९ ।।
नामा म्हणे परमानंद । पावोनियां उद्‌बोध ।
केला ज्ञानदेव सावध । स्तुती उपरती मांडिली ।। १० ।।

꧁ १००७ ꧂

ऐसें आळंकापुर पीठींचे । भक्त नांदती दैवाचे ।
जे कां सागर भाग्याचे । ज्ञानउदयो प्रकासिते ।। १ ।।
मग षोडश उपचारीं । पूजा ज्ञानदेव आदरीं ।
दिव्यवाद्यें मंगळतुरीं । ओवाळिती पंचारतियां ।। २ ।।
ज्ञान सोपान निवृत्ती । मुक्ताई प्रत्यक्ष ज्योती ।
ओंवाळिती विष्णूमूर्ती । चतुर्भुज पैं ।। ३ ।।
पीतांबरधारी श्याममूर्ति । शंखचक्राची आकृती ।
उद्धव अक्रूर ढाळिती । चवरें वरी ।। ४ ।।
प्रत्यक्ष लक्ष्मी आपण । दिव्य स्वरूप प्रसन्न वदन ।
माजी मिरवे दिव्य सिंहासन । त्यावरी आरूढली ।। ५ ।।
पुढें गरूड जोडल्या करीं । उभा पक्षांचा फडत्कारी ।
सूर्य लोपे तेजाकारी । अमृतकरू नाम एक ।। ६ ।।
गोपाळ देव्हडे उभे । मंजुळ पावे वेणुप्रभें ।
शुभकाल सुप्रभें । माजी स्तुति मांडिली ज्ञानदेवें ।। ७ ।।
नामा म्हणे ऐका । पुढें ग्रंथाची पीठिका ।
तो तारील सकळ लोकां । एक एक अक्षर आईकतां ।। ८ ।।

꧁ १००८ ꧂

नमो काळकौतुहळ । नमो चक्रचालक गोपाळ ।
नमो विश्वप्रतिपाळ । प्रभंजन ।। १ ।।
नमो शिव शिवेशा । नमो शिवादि विश्वेशा ।
नमो रूपा अष्टदिशा । व्यापका नारायणा ।। २ ।।
नमो सकळ गर्भोद्‌भवा । नमो चित्तचाळक भावा ।

नमो विष्णुमूर्ती देवाधिदेवा । श्रीविठ्ठला ।। ३ ।।
नमो भजनशीळ व्यापका । नमो ज्योतिर्लिंगदीपका ।
नमो नमो तुज एका । आत्मव्यापका जगद्गुरु ।। ४ ।।
नमो श्रीये श्रीनिवासा । नमो आगमपरेशा ।
नमो ज्ञानगम्याधीशा । प्रतिकुळा ।। ५ ।।
नमो स्वलीळा विनटा । नमोस्तु ते वैकुंठपीठा ।
नमो रूपादिश्रेष्ठा । वैकुंठीचिया ।। ६ ।।
नमो दर्शनस्पर्शना । नमो उपरतिनिधाना ।
नमो तितीक्षा दारूणा । कमळालया ।। ७ ।।
नमो त्रिगंटी आदटा । नमो त्रिगुणा तूं उद्भटा ।
नमो सत्वरूप सदटा । ब्रह्मनामा ।। ८ ।।
नमो रजेश्वरा हरी । नमो विगळितसंहारी ।
नमो वाचा वक्ता करी । वाचाळ वाक्पुष्पी ।। ९ ।।
नमो तमहर्ताकर्ता । नमो सकळसंहर्ता ।
नमो काळकोळु दाता । रक्षिता हरिभक्तां ।। १० ।।
नमो हरिहरेश्वरा । नमो न देखों दुसरा ।
नमो वेदांत सागरा । सर्वेश्वरा तुज नमो ।। ११ ।।
श्रुती निरामय नमो । नमो ज्ञानरूप गमो ।
नमो द्वैतनिरसनसमो । करीं तूं निजकरें ।। १२ ।।
नमो व्यक्ताव्यक्त हरी । नमो मायासंहारकेसरी ।
नमो सर्वांच्या माजघरीं । नांदसी तूं आत्मारामा ।। १३ ।।
जीवशिव नमो तुज । ज्ञानविज्ञान तूं सहज ।
नमो सर्व जीवां बीज । तूंचि श्रीविठ्ठला ।। १४ ।।
लीलेस्तव नटारंभ । नमो जगदादि अखिलस्तंभ ।
उभा राहोनी प्रतीभ । भीमातीरीं पंढरिये ।। १५ ।।
नमो ऐशिया रूपेशा । नमो त्रैलोक्य विस्तारठसा ।
नमो आदि परेशा । जगदाधीशा युगादी ।। १६ ।।
नमो पुरुषोत्तम परेशा । नमो सकळही उदासा ।
करूनि जीवरूपा ठसा । नांदसी तूं चराचरीं ।। १७ ।।
मधुसूदना तुज नमो । मधुमाधवा हृदय रमो ।

नमो मधुर गीत समो । माजघरीं आत्मयाचिये ।। १८ ।।
त्रिविधतिमिर नाशा । परम परमानंदा उल्हासा ।
नमो पुरविसी आशा । हरिभक्तांची श्रीहरी ।। १९ ।।
नमो वासना चक्रचाळी । नमो तुंडवितंड गेली ।
नमो सर्वही हरली । प्रपंचरचना ।। २० ।।
नमो श्रीधर श्रीकर । नमो सर्व संगीं निर्विकार ।
नमो विकृती विकार । हरिसी नामें एकें ।। २१ ।।
नमो शांती दया क्षमा । नमो कृपाकर पुरुषोत्तमा ।
नमो कांसवदृष्टीसमा । निष्कलंक नाथा ।। २२ ।।
नमो द्विविध छेदका । नमो एकार्णव पावका ।
नमो द्वादश अर्का । सुभाषका वेद वक्त्या ।। २३ ।।
नमो चित्त चकोर हर्त्या । नमो सर्वकारण कार्यकर्त्या ।
नमो तुजवांचोनि सत्या । विवेक प्रत्यया पैं न ये ।। २४ ।।
नमो अद्वैत अनंता । नमो निर्द्वंद्व भोक्ता ।
नमो नित्यानित्य सरता । तुज नमो नमो ।। २५ ।।
नमो दुर्गतिहरणा । नमो सर्व हरण भरणा ।
नमो सर्व दृष्ट निवारणा । भय हरणा जगदीशा ।। २६ ।।
नमो शिव शक्ति समलिंगा। नमो भक्षक काळवेगा ।
रुद्रादित्या वसु पैं गा । सम सर्वांगा परम परेशा ।। २७ ।।
नमो कृत्रिम दहना । नमो कृश करण हरणा ।
नमो प्रतिपाळ करणा । नारायणा तुज नमो ।। २८ ।।
नमो इंद्रिय नियंत्या । नमो प्रपंच अकृत्या ।
नमो दीनादित्या । सकळ वृद्धि तूंचि ।। २९ ।।
नमो अवधूत दत्ता । नमो अपरमित मिता ।
नमो सर्वां वरिष्ठ सत्ता । तूं चाळिता हृषिकेशी ।। ३० ।।
नमो दृष्ट दर्पादर्पा । नमो चमत्कार गंगा सर्पा ।
नमो नमो हरण पापा । नमो स्वल्पा रामकृष्णा ।। ३१ ।।
नमो चतुर वेद दीप्ता । नमो हरण करण तूं सुप्ता ।
जागृति स्वप्न गुप्ता । सत्य सुप्ता महाविष्णु ।। ३२ ।।
नमो देवेश्वरा सूक्ता । महा मोहा हर्ता ।

मंद मंद नियंता । नमो नारायणा ।। ३३ ।।
क्षीर नीर निर्झरा । नमो विद्वद अनुकारा ।
नमो विवेक सागरा । महानादा ।। ३४ ।।
नमो मुखदंतसदना । नमो भक्षक भुवना ।
शुक्लांबरा शुक्लवर्णा । दयाघना गुणनिधी ।। ३५ ।।
मृतामृत नमो नमो । नमो श्रुतिशास्त्र समो ।
नमो हा गर्व गमो । पद्मगर्भानंतानंता ।। ३६ ।।
नमो चिदाकाशव्याप्ता । चित्सत्ता चळण सत्ता ।
चित्स्वरूपादिरूपा । भुवन दीपा महामूर्ती ।। ३७ ।।
नमो एक एकार्णव । नमो कल्पादि गुण वैभव ।
नमो सकळ हे देव । हे भाव पैं तुझे ।। ३८ ।।
गो गोपाळ नमो नमो । गोविंद गुणविष्णु धर्मो ।
नमो चित्त चिंतनीं रमो । सर्वकाळ तुझ्या चरणीं ।। ३९ ।।
ध्वज वज्रांकुशा । ध्वजनीळ विकासा ।
ध्वजांबरा अष्ट दिशा । नीळिमा भासती शामांकिता ।। ४० ।।
सुषुप्तीचे जें सत्य । तें नमो तुज कृत्य ।
असोस जे अमित्य । तें तें क्षमा करी स्वामी ।। ४१ ।।
नमो निर्धार नियता । नमो सुखरूप दाता ।
नमो आलिया पदार्था । क्षमा करी स्वामी ।। ४२ ।।
नमो चित्त विभ्रमा । नमोधार्य धैर्य नेमा ।
नमो पुराण पुरुषोत्तमा । पाहे कासव दृष्टी ।। ४३ ।।
पसाय दाना नमो । परम परेशा समो ।
ध्यानांतर गमो । तुझ्या चरणीं केशवा ।। ४४ ।।
आग्रह नियंत्या नमो । सुग्रह परी नमो ।
अनंता नित्य धर्मो । वैकुंठ गुण ग्राम नमो नमस्ते ।। ४५ ।।
अनादृश दृश्यमाना । दृशादृश्य नित्यघना ।
सुखरूप जगजीवना । तुज नमो स्वामी ।। ४६ ।।
दीप्तादीप्त अदृश्य । जीवन दिसती सादृश्य ।
जीवमय हें भाष्य । तुज नमो स्वामी ।। ४७ ।।
परम पर ब्रह्मा । आदि ब्रह्मा तूं रामा ।

भक्तांलागीं साउमा । तुज नमो ।। ४८ ।।
नमो नमो एक तत्वा । बाह्य मुद्रा शुद्ध सत्वा ।
योगा रूढ परतत्वा । सबाह्य पावसी तुज नमो ।। ४९ ।।
वेदादि परम वक्ता । वेदादि तूंचि कर्ता ।
तुजवांचोनि सर्व सत्ता । नमो भोक्ता न देखों ।। ५० ।।
ज्योतिर्मय रूप तुझें । सर्व तत्वां तूंचि बीज ।
नमो तुज सहज । पुढती पुढती नमो नमो ।। ५१ ।।
परब्रह्म परात्पर । परम तत्व परम सार ।
परम गुह्य परम विचार । तुज नमो नारायणा ।। ५२ ।।
दिघड विघड सुघडा । जाडा जाड अवघड ।
द्वेता द्वैत जोडाजोड । कर्ता कार्यता तुज नमो ।। ५३ ।।
संख्या रहित जीवना । असंख्य जीव पाळणा ।
नमो तुज संजीवना । पुंडलिकधना पांडुरंगा ।। ५४ ।।
निर्गुण सगुण रूपा । देवा देव तूं सोपा ।
तुझी जाहलिया कृपा । नमन बापा तुझ्या चरणीं ।। ५५ ।।
नमो नमो तारका । तूं ब्रह्म नामा निशेखा ।
नमो तुजवांचोनि सखा । योगीयासी पैं नाहीं ।। ५ ।।
जुगादि जुगत्रय । जुग जोग योगमय ।
हे तुज पासाव होय । ऐसिया तुज नमो ।। ५७ ।।
नमो नमो नम । नाहीं नाहीं तुजसी सम ।
ऐसा परापश्यंती नेम । वदलिया चारी ।। ५८ ।।
चहूं मुक्ति परतत्वा । पंचभूजा शुद्ध सत्वा ।
षड् मार्ग गुण सत्वा । ग्रास न करिसी तुज नमो ।। ५९ ।।
विद्वद चिद्विलासा । भानुबिंबा प्रति प्रकाशा ।
नेमो तेज तेजसा । आदिसूर्या ।। ६० ।।
ऐसा चहूं ग्रंथाचा क्लेशु । वाउगाचि वाहे सोसू ।
त्रिमिर त्रिगुण असोसू । तो सत्वांशु तोडी माझा ।। ६१ ।।
साहीं नाडी चक्र भ्रमें । वाहातां इंद्रियांची ग्रामें ।
ते अडखळोनि साउमे । नये ऐसें करीं नमो ।। ६२ ।।
बाध्य बाधा कर्माची । सर्व सत्ता या भ्रमाची ।

नमनें करूनियां तुमचीं । तुम्हासी अर्पिलीं स्वामी ।। ६३ ।।
यम धर्माचिया सत्ता । कर्म धर्माचिया पंथा ।
कर्मधर्म विधाता । ऐसिया नेमिता तुज अर्पिला ।। ६४ ।।
दश शम समान । इडा पिंगळा सुशुम्न ।
साही चक्रे दरूषन । तुझीं तुज अर्पिलीं ।। ६५ ।।
मन पवन योग धारण । तूं यासी पैं कारण ।
समतुकें अवघे गुण । तुझ्या चरणीं निक्षेपिलें ।। ६६ ।।
हे भूत भौतिक प्रचंड । जन्म उत्पत्तीचें अंड ।
जन्म जुगादि ब्रह्मांड । खंड विखंड तूं जाणता ।। ६७ ।।
प्रचुर चर्या चित्ताची । धावन वळण अकोंचनाची ।
सूचना जे चमत्काराची । ते हि अर्पण तुज सदां ।। ६८ ।।
निर्वासना वासना युक्त । गुंफले राहिले जेथें चित्त ।
तेथें तूं धावोनि अनंत । सोडविसी वासनामय ।। ६९ ।।
सूक्ष्म अविचारा बोला । बोली नातुडे व्यर्थ गेला ।
तो म्यां बुझावोनि संबोखिला । मग लाविला तुझ्या पंथीं ।। ७० ।।
नित्य धर्माचिया वोळी । चळल्या चुकल्या कोण चाळी ।
त्यासी वेद तुझा पाळी । त्या तूं सांभाळी परब्रह्म ।। ७१ ।।
धृति स्मृतिंची वचनें । याची अंगराग मार्गस्थानें ।
कीर्तनीं गुण वर्णनें । हे हि नारायणें अंगीकारावीं ।। ७२ ।।
उदंड विदंड वितंड । देह द्वयाचे अभंड ।
जे जे दिसे भ्रंश अंडांड । ते शुभ्र चंड सांभाळी ।। ७३ ।।
देह भरणाची ममता । देह पोखिती जे सत्ता ।
त्याहि वरील सूक्ष्मता । ते कृपावंता सांभाळी ।। ७४ ।।
त्रिमिर त्रिगुण अवघे । जें जें आलें असेल वोघें ।
तें तें मी नेघे । तें तूं सकळ वेगें सांभाळीं ।। ७५ ।।
योनीचिया कष्टा । वरी वासना होती भ्रष्टा ।
त्या त्या करूनि प्रविष्टा । रत जालों तुझ्या चरणीं ।। ७६ ।।
विद्या वयसा कुळ । ब्रह्म कर्म आचारशीळ ।
गेले आले विव्हळ । ते तूं दयाळ सांभाळी ।। ७७ ।।
नाना जन्म अवतार । नाना शाखांचे निर्धार ।

नाना गोत्र उच्चार । तुझा विचार तूं जाणसी ।। ७८ ।।
पाठ वेदादि वचनें । शास्त्रदृष्टी अवलोकनें ।
कीर्तनी गुण वर्णनें । हें हि नारायणें अंगीकारावी ।। ७९ ।।
सर्वमय सर्व सपाट । त्यावरी करूनि चालिलों वाट ।
चंद्र सूर्य नक्षत्रें घनदाट । करूनि एकवट पायरी ।। ८० ।।
सर्व अंडांचे ब्रह्मांड । मी न म्हणे अंडांड ।
खंडें करूनियां विखंड । प्रचंड मी तुजसी बोलें ।। ८१ ।।
रोमरंध्रीं ब्रह्मांडें । सकळ विराटमय खंडें ।
ऐसी महत्तू ब्रह्म प्रचंडें । तुझ्या अंगीं दातारा ।। ८२ ।।
तं विश्वरूपाची घडी । तारक ब्रह्मचि उघडी ।
मियां निज दृष्टीनें चोखडी । तुझी मूर्ति न्याहाळिली ।। ८३ ।।
तें न सुटे निजकळे । येऱ्हवी हें ना कळे ।
तझ्या कृपागुणें आकळे । तुझिया दासा निज भक्तां ।। ८४ ।।
अनंत या नामाचा संकेत । मन मुरालें जेथें निर्धूत ।
तूंपणें परमाद्‌भुत । परमानंदा ।। ८५ ।।
गुणाग्र गोसावी राम । गुण समुद्र गुण ग्राम ।
सकळ भूतांचा विश्राम । तुज नमो ।। ८६ ।।
नमन केलिया विभूतीं । चित्त रमलें जाली विश्रांती ।
तुज देखिलिया श्रीपती । न राहे चित्तीं तळमळ ।। ८७ ।।
नमन हेंचि थोर दिसे । एऱ्हवीं तरंगाकार भासे ।
देखिलें तितुकें नासे । नैश्वर्य ऐसें श्रुति बोले ।। ८८ ।।
नमन हेंचि परम । नमन हेंचि सुवर्म ।
नमन हेंचि आत्माराम । कंरूं निघाली ।। ८९ ।।
नमन हाचि अनुभव । नमन हाचि मुख्य भाव ।
नमन हाचि पैं देव । देवाधिदेव तूं पावसी ।। ९० ।।
नमन हेंचि श्रेष्ठ पीठा । नेतसे तुझिया वाटा ।
तुज ऐसा श्रेष्ठा । मग वाटा काय कराव्या ।। ९१ ।।
नमन हेंचि तारक । नमन हाचि विवेक ।
नमनेंविण त्रैलोक्य । आडमार्गी रिघताती ।। ९२ ।।
नमन लटिकें नव्हे नव्हे । नमन भलतियासी न साहे ।

जैं साह्य सखा होय । श्री निवृत्ती ।। ९३ ।।
नमन एवढा मंत्र । नाहीं नाही धुंडितां शास्त्र ।
विचार लक्षण पात्र । तोचि जाणे येथींचे ।। ९४ ।।
नमन करी ब्रह्मा श्रेष्ठा । नाभीकमळीं धरी वैकुंठा ।
नमन करी नीळकंठा । तीर्थें मस्तकीं वंदिती ।। ९५ ।।
इंद्र चंद्र महेंद्र थोर । नमनेंविण नश्वर ।
अंडामध्यें चराचरा । नमनेंविण न तरती ।। ९६ ।।
श्री गुरु कृपा जैं होय । तैं नमनाची ऐसी सोय ।
पाऊनि सुगम उपाय । नमो नमस्ते तुज ।। ९७ ।।
नमस्ते नमस्ते नमस्ते । पुढतीं पुढतीं नमस्ते ।
समाधिसुख आस्ते । नमो नमन करितां ।। ९८ ।।
नमो नमो आदि पीठा । शिवादिक वरिष्ठा ।
येथे येऊनि वैकुंठा । समाधि शेज घातली ।। ९९ ।।
महाविष्णू तूं योगरूपा । महारूपाचिया स्वरूपा ।
महादित्या अमूपा । कोटी सूर्य तेजसा ।। १०० ।।
शंखचक्रानें मंडित । करकमळ तुझे मिरवत ।
पदक ह्रदयावरी शोभत । आणि श्रीवत्सलांछन । १०१ ।।
अनंत बाहूंचा मेळ । तो तूं चतुर्भुज गोपाळ ।
मुगुट विराजित तेजाळ । कोटी सूर्याहूनि प्रभा ।।१०२ ।।
पितांबर माळ कंठीं । सर्वांगीं चंदनाची उटी ।
हिरे माणिक कटीतटीं । अनेक कीळा फाकती ।। १०३ ।।
क्षुद्रघंटिकाचिया वोळी । घणघणाट तया तळीं ।
देहुडा पाऊलीं निश्चळीं । वेणु वाजविसी सुस्वरें ।।१०४ ।।
रुणुझुणु रुणुझुणु । ऐसा वाजविसी वेणू ।
सुंदर तूं श्यामतनु । अळंकापुरीं उभा अससी ।। १०५ ।।
सभोंवते गोपाळ तुझे । ते अंतरंग पैं सखे माझे ।
पुंडलिक तरि सहजे । प्राण सखा पैं माझा ।। १०६ ।।
ऐसा ज्ञान उद्‌बोध बोले । ज्ञानांजन निरसलें ।
विज्ञानहि हारविलें । दृश्य द्रष्टेंपणेसी ।। १०७ ।।

बापरखुमादेवीवरू । समाधि देऊनियां स्थिरू ।
वरी ठेवोनियां अभय करू । वर देऊनि राहिला ।। १०८ ।।

ॐ १००९ ॐ

ऐसी स्तुति नमनाची । केलिया भगवंताची ।
ऐकतां जाली रुची । म्हणे धन्य धन्य रे सख्या ।। १ ।।
कैसी स्तुति परिकर । जपतां नामावळी साचार ।
वेगीं तुष्टले हरिहर । निज ब्रह्म स्वरूप ।। २ ।।
वैष्णव सभोंवते उभे । तिंहीं जयजयकार प्रतिभे ।
करूनि रुक्मिणीवल्लभे । तया प्रसाद दिधला ।। ३ ।।
मागुता ज्ञानदेव वदे । धन्य धन्य तुझीं चरणारविंदें ।
तेथें रातलिया योगिवृंदें । ते चरण धन्य धन्य ।। ४ ।।
पुंडलिकें स्तवन । मांडावें तंव नारायण ।
म्हणे सन्मुख उभा सोपान । यासी समाधि देणें लागेल ।। ५ ।।
निवृत्ती मुक्ताई दोघें । तीं बुझाविलीं पांडुरंगें ।
उद्धव अक्रुर वेगें । तया संगें निरविलीं ।। ६ ।।
ज्ञानदेवासी उद्धव । बोले एकांतीचा भाव ।
तुम्हां तुष्टला देवाधिदेव । धन्य धन्य वैष्णव तुम्ही ।। ७ ।।
ज्ञानदेव म्हणे स्वामी । दीनें रंकें विठोबाचे आम्ही ।
धन्य धन्य भाग्याचे तुम्ही । जे निरंतर विष्णुसंगें ।। ८ ।।
उद्धव म्हणे ज्ञानेश्वरा । आम्ही जाणो कृष्णावतारा ।
परि पांडुरंग मूर्ति निर्धारा । तूं आणि पुंडलिक जाणसी ।। ९ ।।
नामा म्हणे ज्ञानदेवें । मागुतें स्तवन आरंभिलें भावें ।
तें ऐकावया देवें । एकचित्त केलें ।। १० ।।

ॐ १०१० ॐ

कर जोडोनियां पुढें । लोटांगण टाकिलें गाढें ।
म्हणे स्तवन करावया मी वेडें । काय जाणे तुझा महिमा ।। १ ।।
तरी पांडुरंगा तूं दयाळु । भक्त भाविकां कृपाळु ।

भीमातटीं उभा गोपाळु । पुंडलिकाकारणें ।। २ ।।
चंद्रभागा सरोवरीं । निरे भिवरेचां तिरीं ।
वाट पाहसी हरी । भक्तसाह्या कारणें ।। ३ ।।
तरी उदार शूर महिमेचा । खुंटलिया चारी वाचा ।
तेथ पवाडु मज कैंचा । वर्णावया सामर्थ्य ।। ४ ।।
शेषा ऐसा स्तुती करी । तया नाकळसीच श्रीहरि ।
जिव्हा चिरलिया भग्नधारी । मग मौन्येंचि राहिला ।। ५ ।।
तो तूं अळंकापुरीं येसी । मज दीना समोखिसि ।
देव म्हणे तूं होसि । साक्षात ज्ञानरूप ।। ६ ।।
ज्ञानदेवो साक्षात नाम तुझें । तें ज्ञान हृदयीचें माझें ।
हे जन तारावया काजें । तुवां अवतार घेतला ।। ७ ।।
नामा म्हणे देव हरी । पुढतोपुढतीं साहाकारी ।
वर देऊनि अंगिकारी । आपणची जाला ।। ८ ।।

१०११

तव अंतरिक्षीं गगनीं । देव बैसोनि विमानीं ।
वर्षताती दिव्य सुमनीं । पांडुरंगावरी ।। १ ।।
विठोबा गुणनिधी । सवें पंडलिक सुबुद्धि ।
लघिमा आणिमाती सिद्धी । सवें असती ।। २ ।।
मग नेमिलिया तिथी । कृष्णपक्ष अष्टमी समर्थी ।
नाम संकीर्तन संतसंगतीं । तो ब्रह्मप्राप्ति पावला ।। ३ ।।
नवमीं गजर कथेचा । तरि वैष्णव तोचि साचा ।
चतुर्भुज होईल हे वाचा । वदोनियां गेले ।। ४ ।।
सहज ते दशमी । दिंडी जागरण आश्रमीं ।
तो येईल वैकुंठ ग्रामीं । कीर्तन करीतची ।। ५ ।।
एकादशी श्रेष्ठ गाढी । नामस्मरणें कोटीयाग जोडी ।
येकी घडी युगाएवढी । एवढें सामर्थ्य इयेचें ।। ६ ।।
एकादशी दिननिशीं । जागरणी हृषिकेशी ।
कीर्तन करी अहर्निशीं । तरि तो तारिल सर्व जनां ।। ७ ।।

द्वादशीस क्षीराब्दी । कीर्तन करील आल्हादीं ।
तो पावन होईल गोविंदों । निजपदीं विष्णूचा ॥ ८ ॥
त्रयोदशीं उत्तम थोर । करिल दिंडी पताका गजर ।
टाळ मृदुंगे झणत्कार । तरि तो सकळ कुळ तारील ॥ ९ ॥
नामा म्हणे चतुर्दशीं । अमावास्येचा दिवशीं ।
ज्ञानदेवीं राहेल नेमेंसी । तरी तो तरैल भूतकाळीं ॥ १० ॥

१०१२

ऐसें वदोनि पांडुरंगें । समस्तांसी वस्त्रें दिलीं अंगें ।
देऊनि भूषणें अनेगें । रत्नमुक्ताफळें अलंकार ॥ १ ॥
धन्य जन्मले भूमंडळीं । कीर्तनीं नाचती गदारोळी ।
ते विष्णुसन्निध सर्वकाळीं । ऐसें वनमाळी बोलिले ॥ २ ॥
राही रुक्मिणी सत्यभामा । विचारिती पुरुषोत्तमा ।
बहुत अगाध येथिंचा महिमा । भूमीवरी वैकुंठ ॥ ३ ॥
म्हणे विठोजी जंववरी धरा । तंववरि समाधि स्थिरा ।
हरिकीर्तन करिती सैरा । चतुर्भुज होईल ॥ ४ ॥
हें शिवपीठ शिवाचें । हेंचि पूर्वस्थान अगस्तीचें ।
जाणोनि जन्म जाले चौघांचे । सर्व क्षेत्रांची आदिभूमि ॥ ५ ॥
पूर्वापार युगायुगीं । अनेक पुण्यें घडले यागीं ।
तपें तपिन्नलें महायोगी । तो हा आळंकापुरीं ठावो ॥ ६ ॥
येथें रामकृष्ण कथा । जो करील सर्वथा ।
तो पुढें पवेल व्यथा । भवबंधापासुनी सुटेल ॥ ७ ॥
सप्तद्वीप नवखंड । आणि अवघें गणितां ब्रह्मांड ।
त्याहूनि हें हो उदंड । पुण्य जोडेल नामें ॥ ८ ॥
ऐसें उत्तमोत्तम थोर । सकळ जीवांचें माहेर ।
नाम घेतां तरती चराचर । दिला वर रुक्मिणीवरें ॥ ९ ॥
नामा म्हणे देवराव । महिमा सांगतसे भाव ।
धन्य आळंकापुरी गांव । आदि ठाव वरिष्ठ ॥ १० ॥

७ १०१३ ७

नित्य अनुष्टान ये तीर्थी । त्याचे पूर्वज उद्धरिती ।
जे कां अन्नदान करिती । ते पावती वैकुंठीं ।। १ ।।
ऐसें तीर्थक्षेत्र सर्वोत्तम । आणिक नाहीं यासी सम ।
शिवपीठ हें मनोरम । आळंकापुरीं हें देख ।। २ ।।
न वर्णवे येथिंची थोरी । जेथें साक्षात श्रीहरि ।
येऊनियां झडकरी । ज्ञानदेवा समाधि दिधली ।। ३ ।।
अनंत पुण्य ज्याचें गांठीं । तरीच ज्ञानदेव पडे दिठी ।
जोडे तप कोट्यानुकोटी । ऐसे धूर्जटी बोलिले ।। ४ ।।
सिद्ध साधकाचें स्थळ । सर्व तीर्थाचें हेंचि मूळ ।
वास केलिया सर्वकाळ । तरि महादोष हरतील ।। ५ ।।
अजान वृक्षातळीं हरिकथा । नित्य जो नर करी तत्वतां ।
तो न जाय यमपंथा । ऐसें जगन्नाथ बोलिले ।। ६ ।।
द्वारीं सुवर्णाचा अश्वत्थ । नित्य पूजलिया स्वस्थ ।
लक्ष्मी न सांडी तया सत्य । सकळ आर्ती पूर्ण होती ।। ७ ।।
नित्य प्रदक्षिणा सप्त । तरी अगाध पुण्य त्वरित ।
पूर्वज वैकुंठासी जात । बेचाळिसां सहित ।। ८ ।।
नित्य विष्णूचें पूजन । नित्य नाम संकीर्तन ।
नित्य वैष्णव संत भोजन । धन्य पावन इहलोकीं ।। ९ ।।
नामा म्हणे आळंकापूर । मर्व क्षेत्रामाजीं मनोहर ।
पवित्रासी परम परिकर । त्रिभुवनीं दुर्लभ ।। १० ।।

७ १०१४ ७

ऐसें तीर्थ सर्वोत्तम । सांगतसे पुरुषोत्तम ।
शंकरादि परमधाम । ब्रह्मनाम वर्णित ।। १ ।।
क्षेत्रमहिमा अति अद्भुत । आदि सिद्धेश्वर कुळदैवत ।
समर्थ महाभागवत । नामें गर्जत सर्वकाळ ।। २ ।।
म्हणे पुंडलिक पूर्वीचें स्थळ । आणि शिवाचें मूळपीठ निर्मळ ।
तेथें निर्विकल्प सोज्वळ । तप विशाळ जोडिलें ।। ३ ।।

क्षेत्र पंढरीहुनी अधिक । ऐसें बोलती ब्रह्मादिक ।
म्हणती धन्य येथिंचे लोक । शुद्ध भाविक प्रेमळ ॥ ४ ॥
घडे महाविष्णूचें पूजन । तीर्थ व्रत संध्यास्नान ।
वाचे हरिनाम कीर्तन । श्रवणीं गुण विष्णुचे ॥ ५ ॥
विठोजी म्हणे ऐक भक्ता । तपोनिधी महंत तूं सर्वथा ।
ज्ञानदेवासारिखा वक्ता । मज आवडता न दिसे ॥ ६ ॥
तुम्ही दोघे असा या सृष्टीं । जग उद्धारीं पाटोवाटीं ।
कीर्तन करितां उठाउठी । तो वैकुंठीं पावावें ॥ ७ ॥
पुंडलिकें नमस्कारिले हरी ! चरणरज वंदिले शिरीं ।
म्हणे मी भाग्याचा उजरी । तूं कैवारी आमुचा ॥ ८ ॥
नामा म्हणे देवभक्त । एक होऊनि समस्त ।
निवृत्तिराज स्तुति बोलत । प्रेम अद्‌भुत दाटलें ॥ ९ ॥

॥ १०१५ ॥

परब्रह्म परममूर्ती । परमधाम परात्पर कीर्ति ।
परमप्रियो परंज्योती । श्रुतिस्मृति स्वानुभव ॥ १ ॥
अकळ विकळ निरंजन । ज्ञाताज्ञेय विवेकधन ।
संशय दृश्य निरसन । विश्वप्रिये ॥ २ ॥
नलिनीकमलविकाशा । नयनघन विश्वेशा ।
नमन चरणलेशा । चित्सुखा ॥ ३ ॥
चराचर सच्चिदानंदांग । शुद्धस्नान शंकर दिव्यांग ।
विष्णुमूर्ति पांडुरंग । सगुणरूप भीमातटीं ॥ ४ ॥
सजळ जळदघना । दशन कोटी सूर्यकिरणा ।
मुक्ताहार जडित रत्ना । किरिटी मुगुट विराजित ॥ ५ ॥
नीलोत्पल नीलवर्णा । श्यामसुंदरा मूर्तिघना ।
स्तवितां सहस्रवदना । नकळे पार तुझा ॥ ६ ॥
रजतमाचे मेहुडे । पाहतां तूं न सांपडे ।
नाहीं तुझिया पडिपाडें । भूमंडळीं दैवत ॥ ७ ॥
अनंत ब्रह्मांडधीशा । गुण न वर्णवे परेशा ।

तुंवा ज्ञानदेव सर्वेशा । अपणामाजीं सामावला ॥ ८ ॥
निवृत्ती म्हणे आम्ही दीनें । तारावीं तुम्ही नारायणें ।
मग काय आदरिलें सोपानें । तेथवरी येणें घडेल ॥ ९ ॥
ऐसी निवृत्तिदेवाची स्तुती । ऐकुनियां श्रीपती ।
नामा म्हणे देव तयाप्रती । बोलते जाले ॥ १० ॥
नारायणें स्तुति परिसिली । ऐकुनियां अव्यक्त बोली ।
म्हण तुवां गीतेची टीका केली । ते प्रमाण आम्हासी ॥ ११ ॥
नामा म्हणे हरी देवें । जाणोनियां अंतर्भावें ।
तुष्टले गुणगौरवें । निवृत्तीसी दिधलें ॥ १२ ॥

१०१६

म्हणे विठोजी शंकराचा । प्रत्यक्ष अवतार तुझा साचा ।
स्तुति केली असे वाचा । विस्मयाचा पूर मज ॥ १ ॥
वसति सप्तद्वीप नवखंड । त्यामाजीं अनंत ब्रह्मांड ।
रोमरंध्रीं ज्या अखंड । तो मनुष्यरूपें मेदिनी ॥ २ ॥
निवृत्तिनाथ नाना अवतारीं । तुमच्या सेवेसीं श्रीहरी ।
जें जें प्रेरसी कामारी । सांगितलें करी उगाचि ॥ ३ ॥
म्हणे देवाधिदेवा आतां । सांगाल तें करूं तत्वतां ।
हरूं भवार्णवाची चिंता । या त्रैलोक्याची ॥ ४ ॥
तंव निवृत्तीनें लोटांगण । म्हणे नाहीं तुज समान ।
आम्हांकारणें नारायण । साहाकारी होसी ॥ ५ ॥
आमुचा तपें समर्थें । तुवां सिद्धी पावदिली जगन्नाथें ।
सरते करूनियां आम्हांते । विष्णुमार्गें लाविलें ॥ ६ ॥
देव म्हणे तूं आधीं । विष्णुमार्गींची सकळ सिद्धी ।
जाणतां तूं एकत्र शुद्धी । निवृत्ती होसी ॥ ७ ॥
नामा म्हणे ऐसे लळे । पाळिले तयाचे गोपाळें ।
देऊनियां समाधिसोहळे । विष्णुधर्म प्रतिष्ठिला ॥ ८ ॥

ॐ १०१७ ॐ

ऐसा निवृत्ती स्थिरावला । महाविष्णु संतोषला ।
मग सोपानदेवें आरंभिला । स्तुतिवाद परियेसा ॥ १ ॥
जयजया तूं रामकृष्णा । भक्तभाविकां हरी तृष्णा ।
देहीं दीपक सहिष्णा । रामकृष्ण म्हणतांचि ॥ २ ॥
नरहरि नरकेसरी । टाळी वाउनियां गजरी ।
टाळ मृदंग झणत्कारी । जयजय कृष्ण म्हणों आम्हीं ॥ ३ ॥
एक हरिविण नाहीं सखा । त्रिभुवनीं आत्मा देखा ।
समाधिसुखविशेखा । चरणरजें डौरवावें ॥ ४ ॥
धन्य हे भूमिका देश । आपण हरि जगन्निवास ।
ज्ञानदेवीं केला वास । समाधिसुख घेउनी ॥ ५ ॥
निवृत्ती ऐसा श्रेष्ठ गुरू । तोहि समाधीसी होय स्थिरू ।
तरि पुढें काय करणें विचारू । तो सांगावा स्वामिया ॥ ६ ॥
देव म्हणे ब्रह्मावतारा । या अवघिया चराचरा ।
श्रेष्ठ तूंचि निर्धारा । मनुष्यरूपें अवतरलासी ॥ ७ ॥
सकळ हे तुझे व्यापक । चराचर हें त्रैलोक्य ।
अधर्म जालिया चाळक । अवतार घेती तिघे ॥ ८ ॥
ऐसें बोले पांडुरंग । सोपान निवाला सर्वांग ।
म्हणे सांकडें फेडितां श्रीरंग । तूंचि श्री विठ्ठला ॥ ९ ॥
नामा म्हणे सोपानदेवें । मागुती स्तुति आदरिली भावें ।
जेणे करूनियां बरवें । समाधिसेजेची ॥ १० ॥

ॐ १०१८ ॐ

मुक्ताई म्हणे देवा । तूं विसावा सर्वां जीवां ।
गुण गौरवा अनुभवा । आम्ही जाणों तुज ॥ १ ॥
सत्य सत्य जनार्दना । सत्य सत्य नारायणा ।
सत्य सत्य तूं आमुचें धना । जगज्जीवन जगदाकारा ॥ २ ॥
तुझेवांचोनि त्रिभुवनीं । दुजा न देखों नायकों कानीं ।
वेदशास्त्रपुराणीं । अगाध महिमा तुझा ॥ ३ ॥

तूं देवा देवोत्तम । योगियांचा विश्राम ।
शिवाचा ही आत्माराम । ऐसा नेम वेदाचा ॥ ४ ॥
तरी भक्तांलागीं ऐसा । पावसी तूं हृषिकेशा ।
तुजविण नाहीं भरंवसा । आणिकां देवांचा ॥ ५ ॥
तूं परत्रीचें तारूं । तुझा आगम निगम विचारू ।
तुज चिंतलिया संसारू । निरसे हेंचि सत्य ॥ ६ ॥
देव म्हणे मुक्ताबाई । चित्त समरसें जैं माझ्या ठायीं ।
तैं तया जन्मचि नाहीं । हे सत्य जाणावें ॥ ७ ॥
नामा म्हणे ऐसी स्तुति । मुक्ताबाई जंव करिती ।
तंव संत विनविती । महाविष्णूसी ॥ ८ ॥

१०१९

तंव पुंडलिक पुढारला । कर जोडोनि वदला ।
म्हणे वेदादिकां अबोला । तुझिया रूपाचा ॥ १ ॥
तो तूं प्रकट श्रीरंगा । भीमातटीं पांडुरंगा ।
येउनि आमुचिया लोभा । भक्तजनां तारिसी ॥ २ ॥
नेणों कोण भक्तपण । नेणों तुमचें महिमान ।
कोण तप कोण साधन । कोणें जन्मीं केलें होतें ॥ ३ ॥
नीरे भिवरेचां संगमीं । चंद्रभागेचां उगमीं ।
वेणुनाद परब्रह्मीं । गोपाळ गजरें गर्जती ॥ ४ ॥
तरी स्वामी दयाळा । महाविष्णू गोपाळा ।
भक्तालागीं कृपाळा । तारावया दासासी ॥ ५ ॥
माझें करूनियां मिस । राहिलास युगीं अठ्ठावीस ।
धरूनि सगुण गुणास । माझे भक्ति लोधलासी ॥ ६ ॥
तूं नियंता ईश्वरमूर्ति । सकळ गोसावी श्रीपती ।
तुजवांचोनी नेणें मती । दयामूर्ति परब्रह्मा ॥ ७ ॥
नामा म्हणे पुंडलिका । देवें म्हणती पुण्यश्लोका ।
स्तुति आदर केला निका । धैर्य विवेक तूंचि होसी ॥ ८ ॥

꧁ १०२० ꧂

मग सारोनी संध्यास्नान । देवभक्ति विष्णुपूजन ।
पंक्ति आदरिलें आपोशन । मागुती भोजन करिताती ।। १ ।।
धन्य धन्य तूं ज्ञानराजा । तूं आवडलासि केशिराजा ।
पंक्ति करोनि द्विजा । वाढितसे रुक्मिणी ।। २ ।।
राही रुक्मिणी सत्यभामा । वाढिती पंचामृत उत्तमा ।
पुंडलिक बोलावुनि साउमा । ज्ञानदेवा पंक्ति बैसविलें ।। ३ ।।
निवृत्ती सोपान मुक्ताबाई । गोपाळ देव्हढे दोन्हीं बाहीं ।
रुक्मिणी सत्यभामा राही । वाढिती अन्नें नानाविधे ।। ४ ।।
वैष्णव प्रेमळाचे पंक्तीं । प्रार्थना करितसे श्रीपति ।
सोपान ज्ञानदेव निवृत्ती । एकवट बैसविले ।। ५ ।।
गरुड तिष्ठत होता द्वारीं । त्यासी रुक्मिणी ताट करी ।
मग गर्जिन्नले जैजैकारीं । गोविंद श्रीराम उच्चारें ।। ६ ।।
देव आकाशीं पाहाती । ब्रह्मादिक वंचलों म्हणती ।
भाग्य केवढें यांचें क्षितीं । या भक्तजनांचें ।। ७ ।।
नामा म्हणे आळंकापुर । धन्य धन्य मनोहर ।
आपण येउनि सारंगधर । समाधि देती ज्ञानदेवा ।। ८ ।।

꧁ १०२१ ꧂

तंव विनवी ज्ञानदेव । सकळांचा जाणोनी ठाव ।
शुद्ध भक्ति प्रेमळ वैष्णव । सर्वभाव सख्य घेतां ।। १ ।।
बैसोनियां एक आसनीं । देवभक्त चक्रपाणि ।
तांबुल घेवोनियां वदनीं । सुखसंतोषें बोलती ।। २ ।।
मग पाचारिला गरूड । भक्त पुंडलिक प्रौढ ।
भक्त सोपान गम्यगूढ । जाणते भक्त ।। ३ ।।
केलें प्रयाणासि मुहूर्त । पंढरीस जावयाचें आर्त ।
संवत्सरा जाऊनि त्वरित । समाधी देऊं सोपाना ।। ४ ।।
ऐसा निर्धार करूनि । समस्तां भोजनें सारूनि ।
सिद्ध जाली माता रुक्मिणी । दिन अस्तमाना गेला ।। ५ ।।

जावोनी तया पुष्पकावरी । शयन आरंभिलें हरी ।
नारद तुंबर वैकुंठांभीतरीं । मंजुळ सुस्वरीं गातसे ॥ ६ ॥
भक्त भागवत भाग्याचे । तीहीं जयजयकार केला वाचे ।
ऐसें चतुर पाहार निशींचे । जागरण हरीचें कर्मिलें ॥ ७ ॥
नामा म्हणे निघतां हरी । ज्ञानदेवो प्रार्थना करी ।
देवा तूंचि वैकुंठहरी । आमचा हृदयस्थु ॥ ८ ॥

ॐ १०२२ ॐ

उगवला दिन प्रभात । स्नान संध्या सारोनी समस्त ।
उद्धव कर जोडोनी बोलत । पूर्ण आर्त सर्वांचें ॥ १ ॥
अनूपम इचा महिमा । न बोलवे जाहली सीमा ।
आता चला वेगीं पुरुषोत्तमा । आपले आश्रमा पंढरीसी ॥ २ ॥
गरूड सामोरा तिष्टत । भक्त भागवत समस्त ।
मुनी पुंडलिक विनवित । केलें दंडवत साष्टांगें ॥ ३ ॥
म्हणे ज्ञानदेव यजुर्वेदि । वाग्स्नेहो वाक्बुद्धी ।
परंपरा याचि वैखरी । यासी मंत्रोक्त दिधली ॥ ४ ॥
ऐसाचि सोपान मार्ग । तूंचि करितां पांडुरंग ।
ग्राम लेखनाचा प्रसंग । निरोपिला सांग कुळयाती ॥ ५ ॥
सकळवंश परंपरा । न सोडावें तुम्ही आचारा ।
आम्ही जातों पंढरपुरा । या विठोबा सांगातें ॥ ६ ॥
सकळां आलिंगन दिधलें । मग गरुडावरी आरूढले ।
ज्ञानदेवांनीं हरीचीं पाऊलें । दृढ धरिलीं निरंतर ॥ ७ ॥
नामा नाचे हरिद्वारीं । आनंद जाला आळंकापुरीं ।
विठ्ठल देवो निघाले पंढरीं । ज्ञानदेवा समाधि देवोनि ॥ ८ ॥

ॐ १०२३ ॐ

नामयाचा धरूनि हात । क्षणक्षणा पंढरिनाथ ।
ज्ञानदेवातें आठवित । कंठ सद्गदित करूनियां ॥ १ ॥

उद्धवासी म्हणे पांडुरंग । या सज्जनाचा न व्हावा वियोग ।
हें हृदय होतसे दोन भाग । जाणा अंतरंग तुम्ही माझें ।। २ ।।
त्याविण गोड मज न वाटे । ऐसे जिवलग कैचे भेटे ।
जे मनींचा वियोग दुःख तुटे । समाधान वाटे हृदयामाजीं ।। ३ ।।
ज्ञानदेवा ऐसो निधान । नाहीं धुंडितां त्रिभुवन ।
न संपडे न देखो जाण । तुझी आण उद्धवा ।। ४ ।।
धन्य धन्य हे तिघेजण । मुक्ताई मुक्तरूपें पूर्ण ।
हीं उद्धरिलें त्रिभुवन । भवदुःख दारुण नासीलें ।। ५ ।।
याचे निपडी पाडे । उपमेसी दीसे थोडे ।
परी ज्ञानदेवा ऐसें रत्न जोडे । हें न घडे कल्पांतीं ।। ६ ।।
माझे जिवींचें गुह्यगुज । हें उद्धवा सांगितलें तुज ।
कां नामदेव जाणे सहज । आणि सकळ संत सज्जन ।। ७ ।।
गुज सांगे रुक्मिणीसी । घडी घडी हृषिकेशी ।
तंव रुक्मिणीही मानसीं । या जीवलागासी आठवि ।। ८ ।।
ज्ञानदेव तरी तुमचा अंश । केवळ स्वयंप्रकाश ।
स्वात्मसुख निजरहिवास । स्वानंद असे उद्‌बोध ।। ९ ।।
निवृत्ति तुम्हां नाहीं भिन्नता । त्याचा आत्मा तुम्ही हो आनेला ।
शिव विष्णु आइक्यता । असे स्वभावता मुळींच ।। १० ।।
सोपान तरि पोटींचा । तो प्राण असे तुमचा ।
तेथें शब्द भिन्नपणाचा । कोठें मिरवेल ।। ११ ।।
संतभक्त सकळ मिळोनि । मस्तक ठेवला श्रीचरणीं ।
तंव बोले रुक्मिणी । तुम्हापासुनि दुरी नाहींत ।। १२ ।।
नामयानें धरूनि चरण । साष्टांगीं करूनि नमन ।
म्हणे तूं सर्वांचें स्वानंद जीवन । मी दीन काय बोलों ।। १३ ।।

॥ १०२४ ॥

भगवंत म्हणे नामयासी । हें यथार्थ तूं बोलसी ।
परी क्षणक्षणा गुण आठवती मानसीं । या ज्ञानदेवाचे ।। १ ।।
भक्त ज्ञानि आणि वैरागी । ज्ञानदेवा ऐसा चहुंयुगीं ।

ना शको न देखो याची लागीं । खंती वाटे बहुत ॥ २ ॥
उद्धवें चरणावरी ठेउनि माथा । कांहीं एक विनंति जगन्नाथा ।
ते सांगाजी कृपावंता । गुज अंतरीचें स्वामी ॥ ३ ॥
निवृत्ति ज्ञान सोपानासि । हे बैसविले जी समाधीसी ।
मुक्ताईची स्थिती कैसी । तें हृषिकेशी सांगावें ॥ ४ ॥
मग देव म्हणे तूं काय नेणसी । जरी प्रीतीनें आम्हां पुससी ।
तरी आइकें गा च्छिती ऐसी । उघडचि बोलों ॥ ५ ॥
तरी नाथाचा हात ईचा शिरीं । यालागीं ते सत्यसनातन अवधारी ।
महाकल्पाचा अवश्वरीं । हे सोडील दह ॥ ६ ॥
तंववरी तिचें शरीर । अभंग चिरकाळ निरंतर ।
महद्माया योगिणी साचार । मुक्ताबाई उद्धवा ॥ ७ ॥
देवगण बैसोनि विमाना । गेले आपूलिया भवना ।
सकळ महामुनि स्थाना । हरिचरणा वंदोनि ॥ ८ ॥
म्हणती ज्ञानदेवाच्या प्रसादें । देखिली विठ्ठल चरणारविंदें ।
रूप पाहातां डोळ्यां दोंदें । निघति स्वानंद सुखाचीं ॥ ९ ॥
तरी ज्ञानदेव हा पायाळ जाण । निवृत्तिदेव तोचि अंजन ।
सोपान तो नयन । तेथिचे सुखप्राप्ती ॥ १० ॥
ऐसें करूनि साधन । साधिलें श्रीविठ्ठल निधान ।
तेथिचे विभागीं ज्याचें भाग्य पूर्ण । तींही प्रत्यक्ष देखिलें ॥ ११ ॥
या निधानासी कुरवंडी । मुक्ताबाई देह भावाची सांडी ।
मग उभविली गुढी । आनंदाची सर्वकाळ ॥ १२ ॥
नामा म्हणे पंढरीसी । चालिले हृषिकेशी ।
भक्ताचि मांदी देवासरीसी । नाम घोष गर्जत चालिले ॥ १३ ॥

१०२५

ऐसियांचें चरित्र जो आवडी आईके । तो या भक्ताबरोबरी तुके ।
भोगी वैकुंठींचीं निजसुखें । बोलिले मुखें श्रीविठ्ठल ॥ १ ॥
धन्य धन्य ते भक्त । ज्या कारणें श्री भगवंत ।
ऐसे पवाडे करित । विश्व उद्धरी तेणें करूनि ॥ २ ॥

जे भाग्याचे होति । त्यासिच हे होय प्राप्ती ।
ते मागुते न येति पुनरावृत्ती । गर्भवासा ।। ३ ।।
नामा म्हणे नामस्मरण । तुटति प्रपंचधरण बंधन ।
सुख पावती निदान । समचरण देखलिया ।। ४ ।।

श्री ज्ञानेश्वरांची समाधी

৯ १०२६ ৩

मंगळमूर्ति सुखधामा । भक्तांचिया कल्पद्रुमा ।
निवृत्तीचिया पुरुषोत्तमा । नमो तुज ।। १ ।।
विद्यासागरा वैरागरा । संकटीं माउली ज्ञानेश्वरा ।
भरित दाटलें अंबरा । तो तूं योगेश्वरा मोक्षदायी ।। २ ।।
मति चालविली रसाळ । संत श्रोतियां केला सुकाळ ।
दिधलें पुरुषार्थाचें बळ । तें तूं केवळ संजीवन ।। ३ ।।
अमृतानुभव आनंदलहरी । ग्रंथ सिद्ध केला ज्ञानेश्वरी ।
संस्कृत प्राकृत वैखरी । वदविली माझी ।। ४ ।।
आता मोक्षाचिया वाटा । पाहिला षड्चक्र चोहटा ।
आज्ञा द्यावी वैकुंठा । ज्ञानदेव म्हणे ।। ५ ।।

৯ १०२७ ৩

आतां पदपदांतराची सेवा । संपादिली स्वामी केशवा ।
धन्य आमुचिया दैवा । जोडिला तुम्ही ।। १ ।।
आत्मविद्या बोलावया कारणें । सुख पावले श्रोते सज्जन ।

आतां जें आरंभिलें मनें । ते आपण सिद्धि न्यावें ।। २ ।।
भूवैकुंठ एक पंढरी । त्याहूनि आगळी आळंकापुरी ।
सिद्धेश्वरा शेजारीं । इंद्रायणी ।। ३ ।।
त्रिपुटी पश्चिम मोक्षाची वाट । प्रत्यक्ष कैलास सिद्धपेठ ।
गोपाळपुरीं केली गोष्ट । चौघीजणी ।। ४ ।।
नलगे कलियुगींचा वारा । जें जें बोलिलो जगदोद्धारा ।
मागितला थारा । पदीं तुझ्या ।। ५ ।।
आतां वैराग्याचें बळ । सिद्धि प्राप्तीचें फळ ।
ज्ञानदेवें घेतली आळ । जाणा स्थळ आवडीचें ।। ६ ।।

१०२८

अष्टोत्तरशें तीर्थे सारी । ओघें आलीं आळंकापुरी ।
वाद्यें वाजताती गजरीं । कीर्तन लहरी अमृताची ।। १ ।।
जैसा कस्तुरीचा सुगंधु । अनुभवी न म्हणतीच बद्धु ।
तैसा औटपिठाचा नादु । आठवी गोविंदु आवडीनें ।। २ ।।
बौद्ध अवतार चक्रपाणि । सत्रावी कळा माय रुक्मिणी ।
जाणत असे अंतःकरणीं । भक्त इच्छा ।। ३ ।।
भावें विठ्ठलें केली गोष्टी । ज्ञानदेवें अपूर्व इच्छिले पोटीं ।
जावें उठाउठीं । समुदायेंसी ।। ४ ।।

१०२९

विठ्ठल रुक्मिणीसहित गरुड हनुमंत । आणिक संत महंत जमा जाले ।। १ ।।
परिसा भागवत नामा पुंडलिक । पताकासहित उठावले ।। २ ।।
गंधर्व आणि देव आले सुरगण । चाललीं विमानें आळंकापुरीं ।। ३ ।।
लहान थोर सारे आले ऋषीश्वर । उतरले भार वैष्णवांचे ।। ४ ।।
नामा म्हणे देवा दिसती तांतडी । जाती मज घडी युगा ऐसी ।। ५ ।।

꧁ १०३० ꧂

पंढरीचा पोहा आला आळंकापुरीं । पंच कोसावरी साधुजन ।। १ ।।
पांडुरंगा संगे वैष्णवांचे भार । दिंड्या ते बाहेर निघाल्यासे ।। २ ।।
पताकांचे भार निघाले बाहेर । भेटती ऋषीश्वर पांडुरंगा ।। ३ ।।
अवघिया भेटी जाल्या त्या बाहेरी । मग आळंकापुरीं येते जाले ।। ४ ।।
सोपानानें मग केला नमस्कार । उतरिले पार पांडुरंगा ।। ५ ।।

꧁ १०३१ ꧂

हरिहरविधाता आले आळंकापुरी । इंद्रायणी तीरीं एक थाटी ।। १ ।।
योगियांचा सखा कोठें ज्ञानेश्वर । जाती ऋषीश्वर भेटावया ।। २ ।।
शून्याचिया पोटीं निरंजन गुंफा । ज्ञानयज्ञ सोपा सिद्ध केला ।। ३ ।।
उन्मनीं निद्रा लागलीसे फार । स्वरूपीं ज्ञानेश्वर जागा जाला ।। ३ ।।
नामा म्हणे देवा भली केली बुद्धी । लागली समाधि ज्ञानदेवा ।। ५ ।।

꧁ १०३२ ꧂

लागली उन्मनी वैराग्याची धुणी । जागा निरंजनी निरंतर ।। १ ।।
भूचरी खेचरी चाचरीच्या छंदें । अगोचरीच्या नादें सहस्त्र दळीं ।। २ ।।
औटहातध्वनी चित्तवृत्ती जेथें । उजळली ज्योत चैतन्याची ।। ३ ।।
नामा म्हणे देवा करा सावधान । नाहीं देहभान ज्ञानदेवा ।। ४ ।।

꧁ १०३३ ꧂

धन्य इंद्रायणी पिंपळाचा पार । धन्य ज्ञानेश्वर पुण्यभूमी ।। १ ।।
धन्य भागिरथी मनकर्णिका वोघा । आणिक हो गंगा त्रिवेणी त्या ।। २ ।।
धन्य ऋषीश्वर धन्य पांडुरंग । मिळाले ते सांग आळंकापुरीं ।। ३ ।।
नामा म्हणे धन्य भाग्याचे हे संत । जाला पहा एकांत ज्ञानोबाचा ।। ४ ।।

॥ १०३४ ॥

अल्याड पल्याड पताकांचे भार । मध्यें मनोहर इंद्रायणी ॥ १ ॥
पिवळ्या पारव्या आणिक हिरव्या । नीळवर्ण साऱ्या लखलखित ॥ २ ॥
जरी जर्तारी जाल्या रानभरी । विजा त्यावरी खेळताती ॥ ३ ॥
सर्पाकार दंड तारांगणावाणी । पताका तिकोनी दाटताती ॥ ४ ॥
नामा म्हणे तेथें पताकांचे भार । केव्हडें भाग्य थोर ज्ञानोबाचें ॥ ५ ॥

॥ १०३५ ॥

कैलासाचा वास अधिक सिद्धबेट । विष्णूचे वैकुंठ पुरातन ॥ १ ॥
भूमीवरी पंढरी तैसी आळंकापुरी । पंच कोशावरी पुण्यभूमी ॥ २ ॥
सुखाची हे मूर्ति नीलकंठलिंग । चक्रतीर्थ सांग मोक्ष भेटे ॥ ३ ॥
परमार्थ सुअर्थ देखतांची संत । सांगितली मात अनुभवाची ॥ ४ ॥
नामा म्हणे देवा हें स्थळ चांगलें । चित्त मन रंगलें ज्ञानोबाचें ॥ ५ ॥

॥ १०३६ ॥

पुसताती संत सांगा देवा मातें । पूर्वी येथें होतें कोण क्षेत्र ॥ १ ॥
देव म्हणे स्थळ सिद्ध हें अनादि । येथेंच समाधि ज्ञानदेवा ॥ २ ॥
अष्टोत्तरशें वेळां साधिली समाधी । ऐसें हें अनादि ठाव असे ॥ ३ ॥
नामा म्हणे देवा सांगितलें उत्तम । ज्ञानअंजन सुगम देखों डोळां ॥ ४ ॥

॥ १०३७ ॥

स्वानंदें देवभक्तां भेटी । वोरसोनि कंठीं आलिंगावें ॥ १ ॥
देव म्हणे भले आठवलें तुज । ते हे संधी मज कळली असे ॥ २ ॥
पदपदांतरें केला मार्ग सोपा । त्यांत माझी कृपा वोळली असे ॥ ३ ॥
देव म्हणे तुझी पुरवीन आळी । सुखी सही मंडळी वैष्णवांची ॥ ४ ॥
नामा म्हणे देवा आज्ञा देगा यासी । नेणूं काय आम्हांसी आरंभिलें ॥ ५ ॥

ॐ १०३८ ॐ

उदित जालें मन आतां काय अनुमान । करी शीघ्र प्रस्थान आज्ञा माझी ।। १ ।।
देवाचा हो कर धरोनी ज्ञानेश्वर । निघाला बाहेर योगिराज ।। २ ।।
मागें पुढें संत चालिले मिरवित । कौतुक पहात इहलोकीं ।। ३ ।।
नारा विठा गोंदा माहादा विरक्त । परसा भागवत उभें तेथें ।। ४ ।।
समुदाय वैष्णव मिळालासे भारी । महोत्सव गजरीं आरंभिला ।। ५ ।।
नामा म्हणे गुज दाविलें श्रीहरी । धन्य आळंकापुरीं पुण्यभूमी ।। ६ ।।

ॐ १०३९ ॐ

सारासार विचार करिती अवघे जन । हे ज्ञान अंजन दाविलें डोळां ।। १ ।।
पाहिलें गे माय अंतरींचें सुख । वैकुंठनायक उभा असे ।। २ ।।
ज्ञानदेवायोगें सकळांशी दर्शन । परब्रह्म निधान डुल्लतसे ।। ३ ।।
वोसंडले देव पाहोनियां प्रेम । डुल्लती सप्रेम अनुभवें ।। ४ ।।
अवघे जन कोडें घालिती सांकडें । सांगावे निवाडे नामयाचे ।। ५ ।।
देव म्हणे नामा विचारिलें आम्हां । ते कां संधी तुम्हां कळली नसे ।। ६ ।।

ॐ १०४० ॐ

देव म्हणे नामया ब्रह्मक्षेत्र आदी । येथेंचि समाधि ज्ञानदेवा ।। १ ।।
चौयुगां आदिस्थळ पुरातन । गेलें तें नेमून मुनिजन ।। २ ।।
चालिले सकळ जाले ते विकळ । अनादि हें स्थळ ज्ञानदेवा ।। ३ ।।
नामा म्हणे आम्हां सांगितलें हरी । दीर्घध्वनि करी वोसंडोनी ।। ४ ।।

ॐ १०४१ ॐ

खेद दुःख करी मनाचा कळवळा । प्रेमाश्रु डोळां दाटताती ।। १ ।।
नारा विठा गोंदा पाठविला महादा । साहित्या गोविंदा सांगितलें ।। २ ।।
काय काय आणूं सांगा हें प्रमाण । नेमियेला नेम पांडुरंगें ।। ३ ।।
तुळसी आणि बेल दर्भ आणि फुलें । उदक हें चांगलें भागिरथीचें ।। ४ ।।
नामा म्हणे देवा साहित्य करितां । आठवितें चित्ता खेद दुःख ।। ५ ।।

१०४२

साडेतीन पाउलें टाकिलीं निश्चळ । नेमियेलें स्थळ उत्तरायणीं ॥ १ ॥
देव म्हणे ज्ञाना होई सावधान । माग वरदान मज कांहीं ॥ २ ॥
ज्ञानदेव म्हणे शुद्ध कार्तिक मासीं । व्रत एकादशी स्वामीकडे ॥ ३ ॥
कृष्णपक्षीं व्रत हरिदिन परिपूर्ण । मागितला मान ज्ञानदेवें ॥ ४ ॥
नामा म्हणे देवा आवडीनें देतां । जोडलें हें संतां पियुष जें ॥ ५ ॥

१०४३

वोसंडोनी हरि आनंदला तेथें । पुण्य हे अगणित सांगितलें ॥ १ ॥
सर्वांगालागीं न्याहाळिलें परिपूर्ण । केलें निंबलोण आवडीनें ॥ २ ॥
आळंकापुरीं कोणी करील कीर्तन । तयालागीं येणें वैकुंठीचें ॥ ३ ॥
अस्ति नास्ति उदकी करिल ब्रह्मरूप । कोटी कुळांसहित उद्धरीन ॥ ४ ॥
जेथें ज्ञानदेव तेथें मी निशिदिनीं । येथें सुखें ज्ञानी डुल्लताती ॥ ५ ॥
नामा म्हणे आतां वोसंडले हरी । जडमूढावरी कृपा केली ॥ ६ ॥

१०४४

वन वृक्ष वल्ली ईश्वरासमान । ऋषि मुनिजन राहाती जेथें ॥ १ ॥
होऊनियां पक्षी कपोद कोकिळा । वेष्टियेलें स्थळा ब्रह्मबोधें ॥ २ ॥
मृत्तिका पाषाण पंचक्रोशीचे खडे । जाले पहा धडफुडे ब्रह्मरूप ॥ ३ ॥
पंचमहापातकी गेले आळंकापुरीं । न चाले त्याजवरी काळ यम ॥ ४ ॥
सांगताती देव ऐकती रुक्मिणी । नामा म्हणे चक्रपाणि वर दिला ॥ ५ ॥

१०४५

चक्रतीर्थी पाहा उभा तो गोपाळ । पुढें विणे टाळ वाजताती ॥ १ ॥
स्वर्गीहुनि पुष्पें वर्षती सुरवर । उभे ऋषीश्वर समुदायेंसी ॥ २ ॥
आणिक वाद्यें तेथें वाजती अपार । जाती ज्ञानेश्वर समाधीसी ॥ ३ ॥
नामा म्हणे देवा चुकों नेदी संधी । पोंहोचवितां सिद्धि बाळकासी ॥ ४ ॥

ॐ १०४६ ॐ

कोण जाणे माझे जीवींचा कळवळा । प्रेमाश्रु डोळां लोटताती ।। १ ।।
अवघियांचे मन दूषित तटस्थ । लहान थोर संत वोसंडती ।। २ ।।
तारियेले जड बा माझ्या कीर्तनीं । आठवती मनीं गुण तुझे ।। ३ ।।
नामा म्हणे येथें बोलवेना मज । जातसे निजगुज आवडीचें ।। ४ ।।

ॐ १०४७ ॐ

काय सांगों देवा ज्ञानोबाची ख्याती । वेद म्हैशामुखीं वदविले ।। १ ।।
कोठवरी वानूं याची स्वरूप स्थिती । चालविली भिंती मृत्तिकेची ।। २ ।।
अविद्या मायेचा लागों नेदी वारा । ऐसें जगदोद्धारा बोलविलें ।। ३ ।।
नामा म्हणे यांनीं तारिले पतित । भक्ति केली ख्यात ज्ञानदेवें ।। ४ ।।

ॐ १०४८ ॐ

अनुभव हा सागर गुह्य आणि ब्रह्म । उघडे अध्यात्म बोलियेलें ।। १ ।।
प्रगट हे गुह्य उकलिलें गाबाळ । केलें करतळमळ ज्ञानयानें ।। २ ।।
कोणाची कल्पना नुरेचि बा येथें । उघडा गुह्यार्थ सिद्ध केला ।। ३ ।।
करणें न करणें सांगितला पंथ । तिहीं लोकीं कीर्त वाढविली ।। ४ ।।
ज्ञान हें अंजन साधी संजीवनी । नामा म्हणे यांनीं ख्याती केली ।। ५ ।।

ॐ १०४९ ॐ

अहंकार पोटींचे उतरिले जहर । केला उपकार जगामाजीं ।। १ ।।
कामक्रोध उतें उतरिले दंभ । करपले कोंभ संशयाचे ।। २ ।।
विकल्पाचे पायीं घातियेली बेडी । केली ताडातोडी इंद्रियांची ।। ३ ।।
स्वर्गादिक सुखें कमाविली रोकडीं । वैकुंठासी शिडी लावियेली ।। ४ ।।
नामा म्हणे धन्य उभारिल्या ध्वजा । घातियेल्या शेजा सुखधामीं ।। ५ ।।

ॐ १०५० ॐ

कासाविस प्राण मन तळमळी । जैसी कां मासोळी जीवनाविण ॥ १ ॥
दाही दिशा वोस वाटती उदास । करिताती सोस मनामाजीं ॥ २ ॥
घातियेली घोण प्राण आला कंठीं । ज्ञानदेवासाठीं तळमळी ॥ ३ ॥
नामा म्हणे देवा वाटतसे खंती । चालली विभूति योगियाची ॥ ४ ॥

ॐ १०५१ ॐ

नानापरी मन आवरितों भारी । कांहीं केल्या हरि विसर न पडे ॥ १ ॥
दृश्यादृश्यांच्या दूर केल्या गोष्टी । उघडिली दृष्टि ज्ञानदेवें ॥ २ ॥
गीतेवरी टीका ग्रंथ केला सार । केवळ ईश्वर ज्ञानाचा हा ॥ ३ ॥
नामा म्हणे आतां देहासी विटला । स्वरूपी पालटला ज्ञानदेव ॥ ४ ॥

ॐ १०५२ ॐ

गंध आणि अक्षता पंचामृत उदक । धूप आणि दीप आणियेले ॥ १ ॥
संत सज्जनांचा मिळाला समुदावो । मध्ये ज्ञानदेवो चालतसे ॥ २ ॥
क्षेत्र प्रदक्षणा करावया उद्देशी । मुहूर्त देवापाशीं विचारिला ॥ ३ ॥
दशमीचे दिवशीं रिघावे बाहेर । हरिदिनीं जागर निशिदिनीं ॥ ४ ॥
द्वादशी पारणे सोडावें निश्चळ । नेमियेलें स्थळ सिद्धेश्वरीं ॥ ५ ॥
नामा म्हणे हरि नेमिला सिद्धांत । काय माझा अंत पाहातसां ॥ ६ ॥

ॐ १०५३ ॐ

ज्ञानेश्वरापाशीं आनंदी आनंद । नाचतो गोविंद कीर्तनासी ॥ १ ॥
दशमीच्या दिवशीं महोत्सव आळंकापुरीं । करितसे हरि आवडीनें ॥ २ ॥
हरिदिनीं जागरण होत सारी रात्र । बसोनि पंढरिनाथ स्वयें अंगें ॥ ३ ॥
द्वादशी पुण्यतिथी केली ज्ञानेश्वरा । पांच दिवस सारा महोत्सव ॥ ४ ॥
अमावास्ये दिवशीं केला गोपाळकाला । मग वैष्णवाला लाभ मोठा ॥ ५ ॥
नामा म्हणे देवा आनंद आळंकापुरीं । कांही दिवस हरि राहा येथें ॥ ६ ॥

ॐ १०५४ ॐ

विनविति संत आणिक सज्जन । नव्हे समाधान कांहीं केल्या ।। १ ।।
नानाचि प्रकार करितसे पोर । कांहीं केल्या स्थिर चित्त नव्हे ।। २ ।।
काय पाहावें याला विरक्त पुरुषाला । स्वरूपीं मिळाला ज्ञानदेव ।। ३ ।।
नामा म्हणे यांचें उचंबळलें प्रेम । म्हणोनि परब्रह्म मागें पुढें ।। ४ ।।

ॐ १०५५ ॐ

निवृत्ति सोपान आणिक मुक्ताई । जाताती पाहीं कोणीकडे ।। १ ।।
देवासी गुह्यार्थ केला पां एकांत । ज्ञानदेवें हित आरंभिलें ।। २ ।।
नामा म्हणे अवघे बसा एकीकडे । ऐकों या निवाडे गुज याचें ।। ३ ।।

ॐ १०५६ ॐ

निवृत्ति सोपान मुक्ताई पाकुटी । धरियेली कंठीं पांडुरंगें ।। १ ।।
कळवळिली मनी करिती दीर्घ धनी । आठविती मनीं ज्ञानदेव ।। २ ।।
विकळ जालें चित संत हे दुश्चित । नामा विकळ तेथ होत असे ।। ३ ।।

ॐ १०५७ ॐ

तिघांजणांलागीं केलें समाधान । सांगितली खूण अंतरींची ।। १ ।।
कलियुगीं जग आत्याती करिती । साहवेना कीं यासी कांहीं केल्या ।। २ ।।
पापी उद्धरिले पतित तारिले । जड पावविले मोक्षपंथीं ।। ३ ।।
नामा म्हणे याचें करितां समाधान । कळलें अंतःकरण मन यांचें ।। ४ ।।

ॐ १०५८ ॐ

निसंगासी संग न लगे आणिकाचा । परमार्थ हा साचा गहन केला ।। १ ।।
जड या जीवाचे हरविलें अज्ञान । नेले उतरुन भवसिंधु ।। २ ।।
ज्ञानियासी केली सिंधुसंजीवनी । जालें जनीं वनीं एक तारूं ।। ३ ।।
नामा म्हणे सत्य बा माझ्याचें बोलणें । करी निंबलोण पदीं त्यांचें ।। ४ ।।

॥ १०५९ ॥

फार आठवते निवृत्तीचे चित्तीं । सोपान स्फुंदती मुक्ताबाई ॥ १ ॥
आम्हां माता पिता नित्य ज्ञानेश्वर । नाहीं आतां थार विश्रांतीसी ॥ २ ॥
छळिलें ब्राह्मणें प्रतिष्ठानीं जातां । रेड्यामुखीं वेदांता बोलविलें ॥ ३ ॥
आला चांगदेव व्याघ्र वहान घेऊन । नेला अभिमान ज्ञानदेवें ॥ ४ ॥
नाना प्रकारचे आठविती शब्द । नामा म्हणे बोध भाविकाला ॥ ५ ॥

॥ १०६० ॥

देव म्हणे असे आठवाल फार । लागे उशीर समाधीसी ॥ १ ॥
रुक्माबाई म्हणे याजलागीं जाण । ब्रह्मीं ब्रह्म खूण मेळविली ॥ २ ॥
अवतार हे चौघे जाले कैशापरी । सांगा आम्हां हरी उकलोनी ॥ ३ ॥
शिव तो निवृत्ति सोपान ब्रह्मस्थिती । ज्ञानदेव मूर्ति विष्णूची हो ॥ ४ ॥
ब्रह्मणी हे कळा माय मुक्ताबाई । विचारूनि पाही स्वयं मुक्ता ॥ ५ ॥
नामा म्हणे याला नाही पां उपाधी । पूर्ण हे समाधि ज्ञानदेवा ॥ ६ ॥

॥ १०६१ ॥

अंतर बाहेर कळलें स्वरूप । स्वयें नंदादीप उजळिला ॥ १ ॥
येणें जाणें कोठे योगी पहा अवीट । सान वैकुंठ करूनि ठेवी ॥ २ ॥
ज्ञानियाला मरण म्हणती अज्ञान । वायां तुम्ही शीण करूं नका ॥ ३ ॥
घटाचिया योगें प्रतिबिंब भासे । काय म्हणे नासे निरालंब ॥ ४ ॥
दर्पणाचे योगें दुसरें देखणें । काय मुखें दोन त्यांसी जालीं ॥ ५ ॥
दृश्याचियामुळें जीव दिसे येथें । काय पा परमार्थ विटंबले ॥ ६ ॥
तंतूचियामुळे पटाला विस्तार । काय निराकार वायां गेलें ॥ ७ ॥
रुक्मादेवीवरें केलें समाधान । नामा म्हणे मौन धरूनि ठेले ॥ ८ ॥

॥ १०६२ ॥

छत्र चामरें उभा सन्मुख भोंवती । रुक्माईचा पति मध्यभागीं ॥ १ ॥
निंबे आणि नारळ गोण्याचीं पोफळे । उदंड तिहीं केळें आणि आणियलीं ॥ २ ॥

आणिक बहुता परी घेतली सामुग्री । पीत पीतांबरी मृगछाला ।। ३ ।।
भगवीं आभरणें घेतलें भस्म । अंगें परब्रह्म साह्य त्यासी ।। ४ ।।
नामा म्हणे स्वामी तिष्ठताती अंगें । मेळविली सांगे साहित्यासी ।। ५ ।।

ॐ १०६३ ॐ

उगमापासुनी गंगा सागरासी गेली । काय दोन जाली उदकें त्यांची ।। १ ।।
तैसा ज्ञानदेव जाला अनुभव । काय आम्हां देव दुरावला ।। २ ।।
सरिता सरोवराचे एके ठायीं झरे । लहान थोर सारे स्वरूपीं माझ्या ।। ३ ।।
रुक्मादेवीवरें उगविलें गाबाळ । संत कृपाळ डुल्लताती ।। ४ ।।
नामा म्हणे येणें मोहिलें चित्त । राहिले तटस्थ चौघेंजण ।। ५ ।।

ॐ १०६४ ॐ

आणिक वाद्यें तेथें वाजताती अपार । उठावले भार वैष्णवांचे ।। १ ।।
चिद्रत्नमंडप दिसला कल्लोळ । जैसे दीपमाळ दीप ठेले ।। २ ।।
नक्षत्र गोंधळ उसळती भारी । चक्रें त्याजवरी उल्लाळती ।। ३ ।।
मोतियें तोरणें लाविलीं अपार । झळकती तारे विभु ऐसे ।। ४ ।।
नामा म्हणे देवा नवल केलें गहन । पुंजाळिलें गगन ज्ञानदेवें ।। ५ ।।

ॐ १०६५ ॐ

निवृत्ति ज्ञानदेव उभे दोहींकडे । सोपान तो पुढें मुक्ताबाई ।। १ ।।
देहुडे सुरगण थक्क पडिलें लोकां । सुरू केला डंका वैकुंठींचा ।। २ ।।
चक्रतीर्थीं उभे देव साधुजन । करविलें स्नान ज्ञानदेवा ।। ३ ।।
देवाचें हें तीर्थ घेतलें ज्ञानेश्वरें । केला नमस्कार पादपद्मीं ।। ४ ।।
विठ्ठल रुक्मिणी ऋषि सुरवर । पूजा ज्ञानेश्वर करितसे ।। ५ ।।
नामयाच्या हातीं गंध अक्षता । पूजा महंता मान्य जाली ।। ६ ।।

ॐ १०६६ ॐ

टाळ विणे मृदंग वाजती अपार । नारद तुंबर गीत गाती ।। १ ।।
शुक वामदेव अंबऋषि सादर । मध्ये ज्ञानेश्वर ब्रह्मरूप ।। २ ।।
पिपिलिकेसी मार्ग जावया न मिळे । जाती भार मेळे वैष्णवांचे ।। ३ ।।
नामा म्हणे देवा दाविली नवाळी । पुरविली आळी ज्ञानोबाची ।। ४ ।।

ॐ १०६७ ॐ

दशमीचे दिवशीं केली प्रदशिणा । आणिक कीर्तना संत उभे ।। १ ।।
रात्रंदिवस त्यांही केला हरिजागर । हरिदिनीं थोर कृष्णपक्षीं ।। २ ।।
मग केलें स्नान भागिरथीचे तीरीं । संत महंता भारी पूजियेलें ।। ३ ।।
अवलोकिलें डोळां अंतर बाहेरी । मग सिद्धेश्वरीं येते झाले ।। ४ ।।
सिद्धेश्वरालागीं पूजिले निवळ । मागितलें स्थळ समाधीसी ।। ५ ।।
गंगा आणि गिरजा नीलकंठ ईश्वर । केला नमस्कार नामा म्हणे ।। ६ ।।

ॐ १०६८ ॐ

अष्टोत्तरशें वेळ समाधि निश्चळ । पूर्वी तुझें स्थळ वहनाखालीं ।। १ ।।
उठविला नंदी शिवाचा ढवळा । उघडिली शिळा विवराची ।। २ ।।
आंसन आणि धुनि मृगछालावर । पाहाती ऋषीश्वर वोसंडोनि ।। ३ ।।
वा माझी समाधि पाहिली जुनाट । केवळ वैकुंठ गुह्यगोप्य ।। ४ ।।
नामा म्हणे देवा पुरातन स्थान । ऐसें नारायणें दावियेलें ।। ५ ।।

ॐ १०६९ ॐ

नारा विठा गोंदा महादा पाठविला । झाडविली जागा समाधीची ।। १ ।।
हरिदिनी जागर केला निशीदिनीं । उदईक पारणीं द्वादशींचीं ।। २ ।।
गंगा गिरजा राही रुक्माबाई भामा । उठिल्या रांधण्या पारण्याच्या ।। ३ ।।
नाना प्रकारचे पाक ते अपार । मुनि ऋषीश्वर बोलाविले ।। ४ ।।
वैष्णव देव आणि आले सुरगण । करोनियां स्नान इंद्रायणी ।। ५ ।।

पिंपळाचे पारीं बैसविल्या पंक्ती । पात्रें ते श्रीपती वाढूं लागे ।। ६ ।।
नामा म्हणे देवा करणें साहित्यासी । येतो कासाविसी प्राण माझा ।। ७ ।।

५० १०७० ०३

सोवळ्यानें हरि वाढतो सकळां । मनींचा कळवळा कोण जाणे ।। १ ।।
रुक्माईचे कानीं सांगितली गोष्ट । विस्तारावें ताट ज्ञानदेवा ।। २ ।।
राही रुक्माबाई वाढिती आवडीनें । सोडितो पारणें ज्ञानदेव ।। ३ ।।
नामा म्हणे देवा परब्रह्म अन्न । जातों बोलावण ज्ञानदेवा ।। ४ ।।

५० १०७१ ०३

निवृत्ति सोपान मुक्ताई चवथी । अनेक विभूति ज्ञानेश्वरा ।। १ ।।
नामा पुंडलिक गरुड हनुमंत । परसा भागवता बोलविलें ।। २ ।।
विठ्ठल रुक्माई सत्यभामा राही । इतुके तयेठायीं जमा जाल्या ।। ३ ।।
विसोबा खेचर चांगा वटेश्वर । सांवता कुंभार एके ठायीं ।। ४ ।।
गंगा गिरजा दोघी नीळकंठ ईश्वर । मध्यें ज्ञानेश्वर घेतियेला ।। ५ ।।

५० १०७२ ०३

निवृत्ति मुक्ताईचें करिती समाधान । घेतला सोपान मध्यभागीं ।। १ ।।
ऐक्य अहिक्याची बैसली एकवटे । विस्तारिलीं ताटें रुक्माईनें ।। २ ।।
एक एकालागीं देताती प्रसाद । आतां ज्ञानराज पाहूं डोळां ।। ३ ।।
नामा म्हणे स्वस्थ जेवितां पंगती । घृतपात्र हातीं विस्तारितु ।। ४ ।।

५० १०७३ ०३

ज्ञानदेवालागीं चंदनाची उटी । पंचारती होती आनंदाच्या ।। १ ।।
गंध आणि अक्षता पुष्पपरिमळा । घेती वोसंगळा नामदेव ।। २ ।।
ज्ञानदेव स्वस्थ देवा वोसंगळा । माळा घाली गळां नामदेव ।। ३ ।।

൞ १०७४ ൟ

जेऊनियां स्वस्थ उठिले परिपूर्ण । केलें आचमन वैष्णवांनीं ॥ १ ॥
वैकुंठींचा प्रसाद पावेल निवाडे । गोंदा महादा विडे वांटिताती ॥ २ ॥
दोन प्रहरपावेतों आटोपलें भोजन । तृतीय प्रहरीं कीर्तन आरंभिलें ॥ ३ ॥
कीर्तनाच्या नादें मोहिला गोविंद । करावा उद्योग समाधीचा ॥ ४ ॥
नामा म्हणे देवा करितां उशीर । विकळ ज्ञानेश्वर जात असे ॥ ५ ॥

൞ १०७५ ൟ

मुगुट मनोहर कुंडलें मकाराकार । कांसे पीतांबर कसियेला ॥ १ ॥
खोविले गोशे स्वार गरुडावर । उठविले भार वैष्णवांचे ॥ २ ॥
केलें आचमन तीर्थी त्या तांतडी । आले उठाउठी सिद्धेश्वरीं ॥ ३ ॥
परमार्थ स्वार्थ जाल्या गुह्य गोष्टी । होताती भेटी ज्ञानदेवा ॥ ४ ॥
नामा म्हणे भेटा लहान थोर सारे । जातो ज्ञानेश्वर समाधीसी ॥ ५ ॥

൞ १०७६ ൟ

ब्रह्मादिक तेथें करिताती पूजा । घालिताती सेजा समाधीसी ॥ १ ॥
चिद्रत्न आसन उन्मनीची धुनी । समाधि सज्जनीं पाहियेली ॥ २ ॥
धुवट वस्त्राची घडी ते अमोल । तुळसी आणि बेल आंथरिले ॥ ३ ॥
दुर्वा दर्भ वरी टाकिले मोकळे । पुष्पें तीं सकळें समर्पिलीं ॥ ४ ॥
नामा म्हणे येथें छाया निरंतर । सुखी ज्ञानेश्वर सुखावला ॥ ५ ॥

൞ १०७७ ൟ

लावियेला दीप निरंजन ज्योति । प्रकाशल्या दीप्ती तन्मयाच्या ॥ १ ॥
पूजूनि समाधि निघाले बाहेर । प्रेमें ज्ञानेश्वर डुल्लतसे ॥ २ ॥
अनुमानिलें स्थळ सभोंवती सारें । धन्य ज्ञानेश्वरें कृपा केली ॥ ३ ॥
देव आणि नामा रुक्माई राही । स्फुंदती ठायीं ठायीं संतजन ॥ ४ ॥

ॐ १०७८ ॐ

निवृत्ति सोपान पुढें मुक्ताबाई । देवा सांगा कांहीं निजगुज ।। १ ।।
देव ज्ञानेश्वर बैसले जवळीं । घेतियेली आळी सोपानानें ।। २ ।।
ज्ञानदेवें खूण सांगितली देवा । पूर्ण तूं विसांवा सज्जनांचा ।। ३ ।।
सोपानाचे हात देवाचिये हातीं । तेव्हां आपमूर्ति कासाविस ।। ४ ।।
म्लान वदनें निवृत्ति सद्गुरू सागर । येऊनि ज्ञानेश्वर चरणीं लागे ।। ५ ।।
नामा म्हणे याचे अंतर परिपूर्ण । नाहीं देहीं भान निवृत्तीसी ।। ६ ।।

ॐ १०७९ ॐ

पांडुरंग निवृत्ति उभे दोघेजण । आरंभिलें नमन ज्ञानदेवें ।। १ ।।
नामा पुंडलिक उभे दोहोंकडे । ज्ञानराज पुढें उभे ठेले ।। २ ।।
गंध आणि अक्षता पुष्प परिमळ । आणियेले जळ भागिरथीचें ।। ३ ।।
अनंत स्वरूपाचीं अनंत हीं नावें । नमन ज्ञानदेवें आरंभिलें ।। ४ ।।
नामा म्हणे देवा नमनाची रीती । नमन सर्वांभूतीं मान्य जालें ।। ५ ।।

ॐ १०८० ॐ

पुढें ज्ञानेश्वर जोडोनियां कर । बोलतो उत्तर स्वामिसंगें ।। १ ।।
पाळिलें पोसिलें चालविला लळा । वा माझ्या कृपाळा निवृत्तिराजा ।। २ ।।
स्वामीचिया योगें जालों स्वरूपाकार । उतरलों पार मायानदी ।। ३ ।।
निवृत्तीनें हात उतरिला वदना । त्यागिलें निधाना आम्हालागीं ।। ४ ।।
नामा म्हणे देवा देखवेना मज । ब्रह्मीं ज्ञानराज मेळविला ।। ५ ।।

ॐ १०८१ ॐ

वोसंडोनि निवृत्ति आलिंगों लागला । आणिकांच्या डोळां अश्रु येती ।। १ ।।
अमर्यादा कधीं केली नाहीं येणें । शिष्य गुरूपण सिद्धी नेलें ।। २ ।।
गीतार्थाचा अवघा घेतला सोहळा । गुह्यगौप्यमाळा लेवविल्या ।। ३ ।।
फेडिलीं डोळ्यांचीं अत्यंत पारणीं । आतां ऐसें कोणी सखे नाहीं ।। ४ ।।

काढोनियां गुह्य वेद केले फोल । आठवती बोल मनामाजीं ।। ५ ।।
नामा म्हणे संत कासावीस सारे । लाविती पदर डोळियांसी ।। ६ ।।

꧁ १०८२ ꧂

देव म्हणे ऐसें आठवाल कोठवर । होईल उशीर समाधीशी ।। १ ।।
निरंजनीं समाधि निरंतर तुम्हांसी ।। व्यर्थ कासाविसी होऊं नये ।। २ ।।
निवृत्तीसी पोटीं धरिलें देवानें । केलें समाधान अवघियांचें ।। ३ ।।
ब्रह्मणि ही कळा पुढें मुक्ताबाई । देवा सांगा कांहीं आम्हांलागीं ।। ४ ।।
देव म्हणे तुज येणें जाणें नाहीं । अनुभवोनि पाही जीवन्मुक्ती ।। ५ ।।
म्हणे मुक्ताई सख्या ज्ञानेश्वरा । प्रार्थना तुम्ही करा देवालागीं ।। ६ ।।
ज्ञानदेवें वचन घातलें देवांवर । विश्वाचे माहेर पांडुरंग ।। ७ ।।
नामा म्हणे स्वामि प्रेमाचिया रंगें । बोलावणें स्वांगें करूं आम्ही ।। ८ ।।

꧁ १०८३ ꧂

ज्ञानदेवें देवा घातलें वचन । करा समाधान सोपानाचें ।। १ ।।
समुदायेसीं तुम्हां करूं बोळवण । ऐसाचि सोपान ब्रह्मकरू ।। २ ।।
तीर्थावळी वेळें नेमियलें स्थान । तेथें पोचविणें मजलागीं ।। ३ ।।
विठ्ठल रुक्माई उभी समाधान । दिधलें वचन ज्ञानदेवा ।। ४ ।।
नामा म्हणे देवा स्थिरावलें मन । करितां समाधान अवघियांचें ।। ५ ।।

꧁ १०८४ ꧂

निवृत्तिदेव म्हणे सांगतो या वाचे । राहाणें चौघांचें एकरूप ।। १ ।।
त्रिवेणीचा ओघ जैसा एके ठायीं । तैसी मुक्ताबाई आम्हांमध्यें ।। २ ।।
ब्रह्माविष्णुहर जैसे एके ठायीं । तैसी मुक्ताबाई आम्हांमध्यें ।। ३ ।।
रज तम गुण सत्व गुणाठायीं । तैसी मुक्ताबाई आम्हांमध्यें ।। ४ ।।
भूचरी खेचरी चांचरी ते पाही । अगोचरा ठायीं मुक्तगंगा ।। ५ ।।
प्रथम ज्ञानेश्वरें काढियेली वाट । धरियेलें वैकुंठ आळंकापुरीं ।। ६ ।।

इंद्रनीळ पर्वत नेमिला सोपाना । निवृत्तीसी जाणा त्रिंबकेश्वर ॥ ७ ॥
चौथी मुक्ताबाई नेमियली तापी । नामा म्हणे ख्याती केली यांनीं ॥ ८ ॥

❀ १०८५ ❀

निवृत्तिदेव म्हणे करितां समाधान । कांहीं केल्या मन राहात नाहीं ॥ १ ॥
बांधल्या तळ्याचा फुटलासे पाट । ओघ बारा वाट मुरडताती ॥ २ ॥
बांधल्या पेंढीचा सुटलासे आळा । तृण रानोमाळा पांगलेसे ॥ ३ ॥
हरिणीविण खोपी पडियेली वोस । दशदिशा पाडसें भ्रमताती ॥ ४ ॥
मायबापें आम्हां त्यागियेलें जेव्हां । ऐसें संकट तेव्हां जालें नाहीं ॥ ५ ॥
नामा म्हणे देवा पेटला हुताशन । करा समाधान निवृत्तीचें ॥ ६ ॥

❀ १०८६ ❀

देव रुक्माबाई आणिक साधुजन । करिती समाधान निवृत्तींचें ॥ १ ॥
ज्ञानियानी ऐसी करावी जंव खंती । अज्ञानाचा किती पाड आला ॥ २ ॥
धन्य तुमचा महिमा बोलती पुराणीं । दृश्य कांहीं मनीं आठवूं नये ॥ ३ ॥
आकाशाचे ठायीं अभ्रें येती जाती । कोण त्याची खंती करूं पाहे ॥ ४ ॥
अवतारादिक गेले आले अपार । जैसा का विस्तार मृगजळाचा ॥ ५ ॥
नामा म्हणे देवें धरियेलें हातीं । उठविली विभूति निवृत्तिराज ॥ ६ ॥

❀ १०८७ ❀

गरुड हनुमंत मुक्ताई सोपान । देव साधुजन आनंदले ॥ १ ॥
मागें पुढें संत पताकांचे भार । मध्यें ज्ञानेश्वर मिरवतो ॥ २ ॥
टाळ आणि विणे मृदंग गायन । करिती कीर्तन सुस्वरेंसी ॥ ३ ॥
जयजयकार ध्वनि करिती सुरगण । वर्षती सुमन स्वर्गीहुनी ॥ ४ ॥
हरिपाठ गजर करिती अपार । नामा म्हणे भार उठविले ॥ ५ ॥

ॐ १०८८ ॐ

सर्व स्वस्ति क्षेम वैष्णव मंडळी । बैसलेती पाळी समाधीच्या ।। १ ।।
पताकांची छाया दुणावली फार । सिद्ध ज्ञानेश्वर तेव्हां जाले ।। २ ।।
अजानवृक्षदंड आरोग्य अपार । समाधीसमोर स्थापियेला ।। ३ ।।
कोरड्या काष्टीं फुटियेला पाला । तेव्हां अवघियाला नमस्कारी ।। ४ ।।
नामा म्हणे देवा घार गेली उडोन । बाळें दाणादाण पडियेलीं ।। ५ ।।

ॐ १०८९ ॐ

मुंग्यांचिये विवरीं लागलीसे आग । पुढें आणि मागें जालें नाहीं ।। १ ।।
राही रुक्माई आणि सत्यभामा । ओवाळिती प्रेमा ज्ञानेश्वरा ।। २ ।।
उभारिल्या गुढिया आणि तोरणें । छाया सुदर्शन धरियेलें ।। ३ ।।
नारा विठा गोंदा भेटला महादा । उभे जागोजागा राहिलेती ।। ४ ।।
विसोबा खेचर चांगा वटेश्वर । केला नमस्कार अवघियांनीं ।। ५ ।।
गोरा कुंभार सांवता माळी । नामा तळमही वत्सा ऐसें ।। ६ ।।

ॐ १०९० ॐ

परसा भागवतें केला नमस्कार । सारे लहान थोर जमा जाले ।। १ ।।
सकळांचिया पायीं नमियलें नमना । केली प्रदक्षिणा समाधीसी ।। २ ।।
प्रथम पायरी बाहेरील जेथ । उभा पंढरीनाथ भेटावया ।। ३ ।।
देव म्हणे बापा अमृत नेदी पाट । फार केले कष्ट जगासाठीं ।। ४ ।।
नामा म्हणे यांनीं अनुभवाच्या नौका । पार केलें लोकां जडमूढां ।। ५ ।।

ॐ १०९१ ॐ

देव निवृत्ति यांनी धरिलें दोन्ही कर । जातो ज्ञानेश्वर समाधीसी ।। १ ।।
नदीचिया माशा घातलें माजवण । तैसें जनवन कालवलें ।। २ ।।
दाही दिशा धुंद उदयास्ताविण । तैसेंचि गगन कालवलें ।। ३ ।।
जाऊनि ज्ञानेश्वर बसले आसनावरी । पुढें ज्ञानेश्वरी ठेवियेली ।। ४ ।।
ज्ञानदेव म्हणे सुखी केलें देवा । पादपद्मीं ठेवा निरंतर ।। ५ ।।

तीन वेळां जेव्हां जोडिलें करकमळ । झांकियेले डोळे ज्ञानदेवें ॥ ६ ॥
भीममुद्रा डोळा निरंजनीं लीन । जालें ब्रह्मपूर्ण ज्ञानदेव ॥ ७ ॥
नामा म्हणे आतां लोपला दिनकर । बाप ज्ञानेश्वर समाधिस्थ ॥ ८ ॥

১০৯২

निवृत्तीनें बाहेर आणिले गोपाळा घातियेली शिळा समाधीसी ॥ १ ॥
सोपान मुक्ताई सांडिती शरीरा । म्हणती धरा धरा निवृत्तीसी ॥ २ ॥
आणिकांचीं तेथें उद्विग्न तीं मनें । घालिताती सुमनें समाधीसी ॥ ३ ॥
नामदेवें भावें केली असे पूजा । बापा ज्ञानराजा पुण्यपुरुषा ॥ ४ ॥

१०९३

अवघी जयजयकारें पिटियेली टाळी । उठली मंडळी वैष्णवांची ॥ १ ॥
सह मंडळी सारे उठले ऋषीश्वर । केला नमस्कार समाधीशी ॥ २ ॥
पंचद्वारें संत रिघाले बाहेर । सखा ज्ञानेश्वर आळंकापुरीं ॥ ३ ॥
इंद्रायणी केलें अवघ्यांही आचमन । करिती समाधान निवृत्तीचें ॥ ४ ॥
सोपानासी पोटीं धरिलें देवानें । संवत्सरगांवीं जाणें नेम केला ॥ ५ ॥
मुक्ताबाईलागीं सांगितली खूण । जाय तो सोपान स्थिर असा ॥ ६ ॥
त्रिवर्ग तीं ऐसीं राहिलीं एकमनें । जाणोनियां खूण नामा म्हणे ॥ ७ ॥

१०९४

देवसमागमें परतले भार । केला हरिगजर समाधीसी ॥ १ ॥
नव दिवस संत समाधीजवळी । देव चंद्रमौळी कीर्तनासी ॥ २ ॥
शुद्धमार्गेसर दशमी भोजनें । विधि नारायणें संपादिली ॥ ३ ॥
एकादशीं कीर्तन द्वादशीं पारणीं । मग ऋषि मुनि संतोषले ॥ ४ ॥
त्रयोदशीं देव रिघाले बाहेरी । धन्य आळंकापुरीं ज्ञानराज ॥ ५ ॥
नामा म्हणे धन्य पलाटण पाउलीं । पंचक्रोश ठेलीं सकळ तीर्थें ॥ ६ ॥

ॐ १०९५ ॐ

धन्य आळंकापुरीं शिवपीठ शिवाचें । अगस्ति ऋषीचें पूर्वस्थळ ।। १ ।।
त्रिवर्गी म्हणितलें जातां जातां हरी । आम्हां कौंडण्यपुरीं आज्ञा द्यावी ।। २ ।।
इंद्रनीळ पर्वत नेमिला सोपान देवा । तोंवरी करूं सेवा अंबिकेची ।। ३ ।।
देव म्हणे भलें आरंभिलें तुम्हीं ।आज्ञा घेतों आम्ही पंढरीसी ।। ४ ।।
इंद्रनीळ पर्वतीं समाधि सोपान । सर्वत्र आमंत्रण देवें दिलें ।। ५ ।।
देवभक्तालागीं जालें समाधान । मग सुरगण आंवतिले ।। ६ ।।
नामा पुंडलिक निघाले बाहेरी । गरुडावरी देव स्वार जाले ।। ७ ।।

ॐ १०९६ ॐ

समाधी परिपूर्ण बैसले ज्ञानेश्वर । उठविले भार वैष्णवांचे ।। १ ।।
आळंकापुरीं सव्य घेतली ते संतीं । दिली भागीरथी ज्ञानालागीं ।। २ ।।
भैरवापासुनि उगम निरंतर । रानोमाळ झरे तीर्थ गंगा ।। ३ ।।
सैंघ इंद्रायणी वाहाती मिळोनी । अखंड क्षणीं वोघ जाती ।। ४ ।।
चालिलें विमान गंधर्व सुरगण । यात्रा परिपूर्ण जाली म्हणती ।। ५ ।।
तीर्थ महोत्साह जाला सारासार । देव ऋषीश्वर परतले ।। ६ ।।
वैष्णवांचे भार निघाले बाहेर । केला जयजयकार सर्वत्रांनीं ।। ७ ।।
पंढरीचा पोहा निघाला बाहेर । गरुडावरी स्वार देव जाले ।। ८ ।।
नामा म्हणे ऐसा सुखी ज्ञानेश्वर । जाला असे स्थिर ब्रह्मबोधें ।। ९ ।।

श्री सोपानदेवांची समाधी

॥ १०९७ ॥

मग उड्डाण केलें गरुडें । गगन आक्रमिलें चंडें ।
वरी आरुढले प्रचंडें । भक्त देव सकळिक ।। १ ।।
पक्षाचेनि फडत्कार । ग्राम ठाकिला संवत्सर ।
गिरीकडे पठार । शिखरी गरुड उतरला ।। २ ।।
ते दिनीं समारंभ केला । महा उत्सव तरिसी जाला ।
जयजयकार प्रवर्तला । विमानें दाटलीं आकाशीं ।। ३ ।।
दृष्टी देखावया कौतुक । शिवगण आले सकळिक ।
कर्ता ब्रह्मांडनायक । ते कौतुक अवलोकिती ।। ४ ।।
मुनि पुंडलिक उतरला । संगतीं वैष्णवांचा मेळा ।
समाधि लक्षण डोळां । पाहती देव सकळिक ।। ५ ।।
हातें खाणोनि भूमिका । अमृत शिंपुनी सुगंधिका ।
महामंगळिक सुखा । वेदघोष आरंभिले ।। ६ ।।
नामा म्हणे सुखसंगतीं । वैष्णव हरिनाम गर्जती ।
लक्ष्मी नारायेण क्षितीं । उमरोनि समाधि देताती ।। ७ ।।

ॐ १०९८ ॐ

भक्तां समागमें हरी । सत्वर आले संवत्सरीं ।
ब्रह्मानंद परोपरी । चरण धरी सोपानदेव ।। १ ।।
भागीरथी सर्वे सरिता । धावोनि आली गंगा माता ।
यमुना सरस्वती उभयतां । एकात्मता कऱ्हेमाजीं ।। २ ।।
इंद्र चंद्र तेहतीस कोडी । नवनाथ सिद्ध सौंगडी ।
भक्त सनकादिक प्रौढी । वेद परवडी गर्जती ।। ३ ।।
गगनामाजीं देवांगना । वर्षाव करिती दिव्यसुमना ।
म्हणे निवृत्तीनाथ सोपाना । चरणावरी ठेवी तूं ।। ४ ।।
पुष्पकारूढ जाले देव । आणिक मागुती आले सर्व ।
पांडुरंग दैव सदैव । सोपानदेव बाळमूर्ति ।। ५ ।।
इंद्रनीळ पर्वत आहे । तेथोनि ठाव जावया पाहें ।
सप्तपाताळी शेष वाहे । दीर्घदेह फणी असे ।। ६ ।।
जावोनी त्यासी श्रुत करावें । गरुडासि बोलिलें देवरावें ।
मार्गी चालिला लवलाहें । क्रमित जावें सप्तपाताळीं ।। ७ ।।
नामा म्हणे अमृतकरीं । मुख कुरवाहोनी श्रीहरी ।
सोपान समाधिभीतरीं । आपण पुढारीं बैसले ।। ८ ।।

ॐ १०९९ ॐ

ऐसा सोपान संबोखिला । महा उत्सव आनंद जाला ।
अभय वर दिधला । गर्जिन्नला देवराणा ।। १ ।।
म्हणे तूतें न विसंबे । संवत्सरीं असेन स्वयभें ।
या वटेश्वरीं सगुण सुलभे । समारंभ प्रतिवर्षी ।। २ ।।
सिद्धसाधकाचें स्थळ । तो हा वटेश्वर सानुकुळ ।
यासी म्हणती सोडविल नीळकंठ । शीतळ प्रथम नाम ।। ३ ।।
पूर्वी हे ब्रह्मयाचें स्थान । तेणें येथें तप साधिलें गहन ।
प्रत्यक्ष शंकर सुप्रसन्न । आशीर्वचन बोलिले ।। ४ ।।
इंद्रनीळ पर्वत रूप । प्रत्यक्ष नारायण स्वरूप ।
असे कौंडिण्यपुर समीप । माता साक्षेपें ।। ५ ।।

ऋषिगण गंधर्व । क्षेत्रपाळ मल्हारी देव ।
इंद्र चंद्र ब्रह्मदेव । शुद्ध ठाव नेमिला ॥ ६ ॥
नामा म्हणे जनार्दन । बहुत संतोषला सोपान ।
अंगें ब्राह्मण सनातन । शुद्ध अधिष्ठान दिधलें ॥ ७ ॥

॥ ११०० ॥

सोपान म्हणे देवोत्तमा । पूर्वी येथें होता ब्रह्मा ।
आणि तुम्हीं सर्वोत्तमा । कोणे स्थळीं होतां देवा ॥ १ ॥
देव म्हणे कथा परिस । कोट्यानुकोटी युगांस ।
आम्हीं होतों पंढरीस । अनंत कल्पें गेलीं ॥ २ ॥
अनंत भक्तांचिया मेळीं । अनंत वैष्णवें भूमंडळीं ।
माजीं गवसले सकळीं । केली आगळी पुंडलिकें ॥ ३ ॥
येणे प्रसन्न केलें शंकरा । शंकरें मज दाखविलें निर्धारा ।
आपण राहोनि पाठमोरा । विश्व तारिलें कीर्तनें ॥ ४ ॥
भक्ताचेनि आराधनें । साधियेलें बहुत पुण्ये ।
माझें जालेंसे येणें । एक कारण पुंडलिकाचें ॥ ५ ॥
पूर्वापार पंढरीसी । होती विष्णुमात ऐशी ।
निर्धार करोनि मानसीं । अहर्निश अनुष्ठान ॥ ६ ॥
येथोनि पूर्वभाग पंढरी । पश्चिमभागीं ब्रह्मा अवधारी ।
अवतार कऱ्हे पाठारीं । महादेव शिखरीं मानदेसी ॥ ७ ॥
तेहतीस कोटी देवस्थळी । पूर्व पश्चिम वैश्य मंडळी ।
उग्र तप साधिलें चंद्रमौळी । या इंद्रनीळ पर्वतावरी ॥ ८ ॥
द्रोणाचळ इंद्राचळ । हनुमंतें आणिला विशाळ ।
त्याच्या शाखा अधोमूळ । तो हा इंद्रनीळ पर्वत ॥ ९ ॥
येथें वल्ली सुवर्णाकार । गुप्त असतीं त्या निर्धार ।
दिसे अस्तमानीं अंधार । दीप आकार जगाप्रती ॥ १० ॥
येवोनियां दक्षिणद्वार । गोकर्ण महाबळेश्वर ।
पाताळद्वारीं पूजा शंकर । बेलपत्र अद्यापि निघती ॥ ११ ॥

नामा म्हणे देवाधिदेव । सांगितला स्वानुभाव ।
अधिष्ठान गुढाव । सोपानदेव निवांत ।। १२ ।।

॥ ११०१ ॥

पूर्वकथा संवत्सरनगरीं । सांगितली असे अवधारी ।
मग शेषाद्रि पर्वतावरी । गरुड शिखरीं उभा असे ।। १ ।।
धन्य धन्य हा सोपान । धन्य समाधि संपूर्ण ।
प्रत्यक्ष येऊनि नारायण । अभयदान दिधलेंसे ।। २ ।।
अनंत वैष्णव प्रेमळ । दिंडी पताका टाळ घोळ ।
रामकृष्ण नाम सरळ । भक्त सर्वकाळ नाचती ।। ३ ।।
दिव्य उतरलीं विमानें । देव वर्षती सुमनें ।
इंद्र चंद्र देवगणें । लोटांगण घालती ।। ४ ।।
समाधिसुखाचा आनंद । अंगें करीतसे गोविंद ।
कथा सांगितली अभेद । श्रोते सन्निध सकळीं ।। ५ ।।
म्हणती धन्य धन्य सोपान । देव पुरुष चतुरानन ।
संत महंत वैष्णव प्रमाण । रामकृष्ण गाताती ।। ६ ।।
नामा म्हणे देवराव । मनोरथ पूर्ण करोनि सर्व ।
अपार गुणकीर्ति लाघव । न कळे माव कोणाशीं ।। ७ ।।

॥ ११०२ ॥

सोपान समाधी बैसला । सकळीं पुष्पवर्षाव केला ।
जयजयकारें भूगोल कोंदला । आनंद दाटला महीवरी ।। १ ।।
धन्य धन्य हा सोपान । वर्णितसे श्रीभगवान ।
क्षणोक्षणीं माझी आठवण । उद्विग्न मन होतसे ।। २ ।।
नारद तुंबर अक्रूर उद्धव । पुंडलिकादि करूनि सर्व ।
मुनिदेवगण गंधर्व । स्तुतिस्तव बोलती ।। ३ ।।
म्हणती चौघेजण भाग्याचे । जें निदान ब्रह्मादिकांचें ।
तें निजध्यान शंकराचें । सकळ जीवांची जीवनकळा ।। ४ ।।
तो प्रत्यक्ष येऊनि अनंत । याची परिचर्या करित ।

भक्ता साह्य होऊनि भगवंत । पूर्ण आर्त करावया ।। ५ ।।
निजभक्तांचें कौतुक । करोनि ब्रह्मांडनायक ।
तया वर्णिती सनकादिक । वरकड मशक बापुडें ।। ६ ।।
पुंडलिक विस्मयें बोलती । हे चौघे भाग्याच्या मूर्ती ।
यांच्या नामें जग उद्धरती । पावे विश्रांति जगासी ।। ७ ।।
नामा म्हणे सकळ जगाचा । उदय जाहलासे दैवाचा ।
सुकाळ केला स्वानंदाचा । ब्रह्मविद्येचा मृत्युलोकीं ।। ८ ।।

ॐ ११०३ ॐ

सद्‌गुरु सागरा दीनबंधु । अनाथनाथा सुरैकसिंधु ।
चातकातें कृपाबिंदु । प्रसाद द्यावा ।। १ ।।
गुरु आणि गणपति पुरातन । सिद्धांत वेदांत जुनाट जुना ।
दयाळा पातकहरणा । रक्षीं रक्षीं स्वामिया ।। २ ।।
तूं अंतरीचें जाणतां । तूं इच्छेचा दाता ।
तूं हृदयीं प्रेरक होता । कमळालया ।। ३ ।।
दृश्यादृश्य करितां पार । चौऱ्यांशी लक्ष योनी दुर्धर ।
चुकवूनि उतरसी पार । संकटीं स्वामिया ।। ४ ।।
निवृत्ति प्रवृत्ति दोन्ही थडी । मधीं माया नदी उघडी ।
बोधभावें घालिसी सांगडी । पार उतरिसी स्वामिया ।। ५ ।।
सोपान आपला अंकित । पद्महस्तें करावें मुक्त ।
जो मनें इच्छिला अर्थ । सिद्धि न्यावा स्वामिया ।। ६ ।।

ॐ ११०४ ॐ

तूं सद्‌गुरु आनंद भरित । तुझा आदि ना अंत ।
तूं प्रकाशा प्रकाशमंत । तुज नमो स्वामिया ।। १ ।।
बुद्धिपालका वैभवा । तूं देवाधिदेवा ।
तूं जाणसी अंतरींचा गोवा । उगवीं उगवीं स्वामिया ।। २ ।।
तूं सत्त्वरूपाची चौघडी । आणि परेची पैलथडी ।
बोधभावें करी उघडी । पार उतरी स्वामिया ।। ३ ।।

तूं विश्रांतीचें स्थळ । तूं निर्गुणानिगुण निर्मळ ।
निवृत्तिमतीचा विशाळ । पुरवी आळ सोपानाची ।। ४ ।।

॥ ११०५ ॥

स्पष्ट जोडोनियां कर । मी दासानुदास अपार ।
प्रार्थना करुनि नमस्कार । उतरी पार भवाब्धि ।। १ ।।
निवृत्ति मुक्ताई परियेसी । योगीराज जाला उदयासी ।
वद्य कार्तिक मासीं । आळंकापुरीं जावें लागे ।। २ ।।
ज्ञानदेवें मागितला मान । देव वैष्णवांचें आगमन ।
येऊनि गंधर्वाचें विमान । विधि नारायण संपादिला ।। ३ ।।
इंद्रनीळ पर्वत पुरातन । पूर्वी येथें ब्रह्मयाचें स्थान ।
कौंडण्यपुरीं अंबिकाभुवन । महाब्रह्म योग माया ।। ४ ।।
तिची भावें केली पूजा । परमार्थ साधिला स्वहित काजा ।
मुक्ताई आणि निवृत्तिराजा । सोपान सहजा सिद्ध जाले ।। ५ ।।

॥ ११०६ ॥

धन्य कऱ्हेचे पाठारीं । इंद्रनीळ पर्वत महागिरी ।
जैसें आळंकापुरीं । तैसें पुण्यक्षेत्र हें ।। १ ।।
ऐसें अनुमानिले स्थळ । पूर्वापार निर्मळ ।
सिद्धी पाववी आळ । माय बापा ।। २ ।।
मग सुमूहूर्त अमृतयोग । सिद्ध संकेत ज्ञानमार्ग ।
पहिला चंद्र स्वांग । गमन केलें योगिराजें ।। ३ ।।
निवृत्ति सोपान मुक्ताई । आळंकापुरीहुनी आले पाही ।
मृदंग वाजती घाई । कीर्तन नवाई काय सांगू ।। ४ ।।
समाधि सावधान । सुखी ज्ञानेश्वर निधान ।
जाला पां स्थिर सोपान । भेटीलागीं ।। ५ ।।
केलें समाधिस नमन । विज्ञापिले सर्वजन ।
करा आमुची बोळवण । शेवटींची ।। ६ ।।

ॐ ११०७ ॐ

देव म्हणे नाम्या मार्गशीर्ष गाढा । जावें सासवडा उत्सवासी ।। १ ।।
सोपानासी आम्हीं दिधलें वचन । चला अवघेजण समुदाय ।। २ ।।
आळंकापुरीची यात्रा केली सांग । मग पांडुरंग सिद्ध जाले ।। ३ ।।
दुरोनि पताका दिसती मनोहर । उठावले भार वैष्णवांचे ।। ४ ।।
निवृत्ति मुक्ताई घेतला सोपान । जातो नारायण कऱ्हेतीरीं ।। ५ ।।
नामा म्हणे देव गंधर्व सुरगण । चालिले सोपान समाधीसी ।। ६ ।।

ॐ ११०८ ॐ

भक्तांचें तें साह्य करणे पांडुरंगा । म्हणोनि तीर्थगंगा उगविलें ।। १ ।।
जान्हवी मंदाकिनी भोगावती मिळुनी । दुजी हे त्रिवेणी या भूमीसी ।। २ ।।
निर्झर जीवन वाहती निरंतर । तेथें वटेश्वर उतरले ।। ३ ।।
दुरोनि हें स्थळ दिसे मनोहर । उतरले भार वैष्णवांचे ।। ४ ।।
नामा म्हणे स्थळ आदि हें अनादि । येथेंची समाधी सोपानासी ।। ५ ।।

ॐ ११०९ ॐ

उतरिली विमाने स्वर्गींचें राऊळ । पताका रानोमाळ मिरविताती ।। १ ।।
सोपान मुक्ताई सद्‌गुरु निवृत्ति । रूक्माईचा पति मध्यभागीं ।। २ ।।
टाळ मृदंग वाजताती विणे । नारद गायन करीतसे ।। ३ ।।
नामा पुंडलिक चालती आवडीनें । संत साधूजन मिरवती ।। ४ ।।
लहान थोर संत चालती मिळोन । करिती बोळवण नामा म्हणे ।। ५ ।।

ॐ १११० ॐ

भोगावती तीरीं दिधला मंडप । साधू आपरूप पांडुरंग ।। १ ।।
रखुमाई राही बसल्या अनेक । सखा पांडुरंग उतरला ।। २ ।।
वद्य मार्गशीर्ष दशमी जागर । हरिदिनी गजर कीर्तनाचा ।। ३ ।।
क्षेत्रप्रदक्षिणा केली असे संतीं । आले भोगावती अवघेजन ।। ४ ।।

निवृत्ति मुक्ताई दुश्चित्त अंतःकरण । साहित्य नारायण करीतसे ।। ५ ।।
नामा म्हणे देवा आधीं नेमा स्थळ । मग हें सकळ साहित्य करूं ।। ६ ।।

॥ ११११ ॥

वटेश्वरें वृत्तान्त सांगितला सकळ । पूर्वी आमुचें स्थळ याच क्षेत्रीं ।। १ ।।
येथूनियां वाट जातसे पाताळा । उघडिली शिळा समाधीची ।। २ ।।
आसन मनोहर मृगछालावर । पहाती ऋषीश्वर आनंदानें ।। ३ ।।
सोपान वटेश्वर करिती एकांत । कळलें मनोगत नामा म्हणे ।। ४ ।।

॥ १११२ ॥

सोपान वटेश्वर पातले समोर । केला नमस्कार निवृत्तीसी ।। १ ।।
म्हणे मुक्ताबाई जाती दोघेजण । ऐसें नारायणे बुझाविलें ।। २ ।।
गरुड हनुमंता परिसा भागवता । मग साधुसंता श्रुत केलें ।। ३ ।।
गंधर्वा आणि देवा कळला वृत्तान्त । जाती उभयतां समाधीसी ।। ४ ।।
नामा म्हणे यांनीं आरंभिलें हित । करितो स्वहित पांडुरंग ।। ५ ।।

॥ १११३ ॥

सोपान वटेश्वर उभे ठेले पुढती । पंचारत्या होती आनंदाच्या ।। १ ।।
गंध आणि अक्षता वाहियेल्या सहज । देव निवृत्तिराज पूजियेले ।। २ ।।
धूप आणि दीप आणिलें संपूर्ण । पूजिलें गगन सोपानानें ।। ३ ।।
दाही दिशा दृष्टि अवलोकिली सारी । गगन अंकुरीं डवरिलें ।। ४ ।।
चक्र सर्पाकार विजा लखलखती । ज्योति प्रकाशति रानोमाळ ।। ५ ।।
नामा म्हणे देवा उदय जाला सकळ । सोपानदेवें मूळ दाखविलें ।। ६ ।।

॥ १११४ ॥

शेंदूर पारवे नीळवर्ण ठसे । जनीं वनीं दिसे परब्रह्म ।। १ ।।
मुक्ताफळ भरित सबाह्य कोंदलें । रूप हे चांगलें विठोबाचें ।। २ ।।
श्वेत पीतवर्ण आंत तारांगण । अंकुरलें गगन नानारूपें ।। ३ ।।

ज्योतिर्मय ब्रह्म एकांतीचें पहाणें । समाधि नारायणें उदय केली ॥ ४ ॥
संत स्वरूप अवघें अवलोकिलें मनें । नमन नामा म्हणे आरंभिलें ॥ ५ ॥

ॐ १११५ ॐ

निवृत्ति म्हणे ऊर्मी तुटल्या श्रृंखळा । मार्ग हा मोकळा आम्हां जाला ॥ १ ॥
पांडुरंग पाश आवरिला आपला । म्हणोनि फुटला मार्ग आम्हां ॥ २ ॥
आवरिली माया पुरातन आपुली । म्हणोनि आम्हां जाली बुद्धि ऐसी ॥ ३ ॥
नामदेवें मस्तक ठेवियलें पायीं । आतां खेद कांहीं करूं नका ॥ ४ ॥

ॐ १११६ ॐ

जाती ब्रह्मादिक जाती चराचर । मायिक व्यवहार ऐशा परी ॥ १ ॥
प्रकृति पुरुषाचा मांडियेला खेळ । जाईल सकळ नाशिवंत ॥ २ ॥
चंद्र सूर्य जाईल जाईल मृगजळ । जाती तिन्ही ताळ शून्यापोटीं ॥ ३ ॥
होईल निरामय अवघे चराचर । ब्रह्मींचा विस्तार होईल ब्रह्मीं ॥ ४ ॥
नामा म्हणे स्वामी जाता ती सकळ । ब्रह्मीं माया मूळ जाली कैसी ॥ ५ ॥

ॐ १११७ ॐ

धन्य आमुचे भाग्य परब्रह्म संगें । साहित्य स्वआंगें करितसे ॥ १ ॥
नाशिवंत देह जाईल कीं अंतीं । नीचाची संगति कोण काज ॥ २ ॥
पाहिला गे माय ब्रह्मींचा आवर्तु । जीव आणि जंतु विस्तारिले ॥ ३ ॥
निवृत्ति मुक्ताई केलासे विवेक । आपपर लोक दुजें नाहीं ॥ ४ ॥
नामा म्हणे चित्त केलें स्थिर । देव ऋषीश्वर उठावले ॥ ५ ॥

ॐ १११८ ॐ

पांडुरंग म्हणे सख्या निवृत्तिराजा । झाडा आतां शेजा समाधीच्या ॥ १ ॥
नारा विठा महादा पाठविला गोंदा । झाडावया जागा समाधीच्या ॥ २ ॥
परिसा भागवत चांगदेव हातें । आणिलें साहित्य समाधीचें ॥ ३ ॥
तुळसी बुका बेल दर्भ आणि फुलें । उदक चांगलें भोगावतीचें ॥ ४ ॥

भस्म पितांबर भगवीं तीं वस्त्रें । योगी दिगंबर समागमें ।। ५ ।।
नामा म्हणे देवा उठवा ऋषीश्वर । होईल उशीर समाधीसी ।। ६ ।।

ॐ १११९ ॐ

उठिले वैष्णव घेऊनि नारायणा । चालिले ते स्नाना अवघे जन ।। १ ।।
गंध आणि अक्षता विसोबाचे हातीं । पूजा ते करिती सोपानाची ।। २ ।।
सोपान वटेश्वर सोंवळे जाले सांग । निवृत्ति पांडुरंग पूजियेले ।। ३ ।।
गंधर्व आणि सुरगण पूजिती सोपान । यथाविधी प्रमाण संपादिलें ।। ४ ।।
नामा म्हणे पूजा केली हृषिकेशी । चला पारण्याशी अवघे जन ।। ५ ।।

ॐ ११२० ॐ

राही रखुमाई ऋद्धिसिद्धि जेथें । पडले पर्वत पक्वानांचे ।। १ ।।
बैसल्या त्या पंक्ति भोगावती तीरीं । पात्रें टाकी हरि वैष्णवाला ।। २ ।।
विसोबा खेचर पुंडलिक संगें । वाढी पांडुरंग वैष्णवाला ।। ३ ।।
संतसभेमाजीं निवृत्ति सोपान । यथाविधी प्रमाण संपादिलें ।। ४ ।।
रखुमाईला देवें सांगितली खूण । सोडितो पारणें सोपानदेव ।। ५ ।।
नामा म्हणे स्वामी जातो बोलावण । आणितो सोपान भोजनासी ।। ६ ।।

ॐ ११२१ ॐ

चांगा वटेश्वर मुक्ता निवृत्तीश्वर । सांवता कुंभार ऐहिक ते ।। १ ।।
एके ठायीं मिळाले परब्रह्म गवसून । वटेश्वर सोपान मध्यभागीं ।। २ ।।
सोपान वटेश्वर घेतले वोसंगळा । माळा घाली गळां पुंडलिक ।। ३ ।।
सोपान वटेश्वर पूजिती आवडीनें । संगतीं निधान पांडुरंग ।। ४ ।।
आनंदानें सारे बैसले एकवट । विस्तारिलें ताट रखुमाईनें ।। ५ ।।
नारा विठा गोंदा बोलाविला माहादा । नामा म्हणे पूजा अवघे जन ।। ६ ।।

॥ ११२२ ॥

उठिले वैष्णव आटोपलें भोजन । केलें आचमन भोगावतीं ।। १ ।।
अवघ्यांनीं घेतला सोपान वटेश्वर । गोंदा महादा साचार विडे देती ।। २ ।।
निशिदिनीं कीर्तन केलें द्वादशी । वद्य त्रयोदशी मार्गशीर्ष ।। ३ ।।
भोगावतीं केलें अवघ्यांनीं स्नान । चालिले सोपान समाधीसी ।। ४ ।।
नामा म्हणे देवा स्थळ मनोहर । उठावले भार वैष्णवांचे ।। ५ ।।

॥ ११२३ ॥

कळवळी मन नाहीं देहभान । वटेश्वर सोपान सोंवळे जाले ।। १ ।।
संत साधुजन होत कासाविसी । आले समाधीपाशीं तांतडीनें ।। २ ।।
समाधीभोंवतें कुंकुमाचे सडे । पाहाती निवाडे अवघे जन ।। ३ ।।
वरी मृगछाला दिसताती लाल । दर्भ आणि फुलें समर्पिलीं ।। ४ ।।
दुर्वा आणि वेल टाकिले मोकळे । साहित्य सकळ समर्पिलें ।। ५ ।।
निवृत्ति पांडुरंग बैसले येऊन । नमन सोपान करितसे ।। ६ ।।

॥ ११२४ ॥

नमो अगणित गुणा । नमो अगम्य ध्याना ।
नमो कलिविध्वंसगहना । कालरूपा ।। १ ।।
नमो शून्यादि क्षरा । अक्षरा तूं हरा ।
हरिहर सर्वेश्वरा । नमो तुज ।। २ ।।
वेदविदा विद्वदा । सहज बोधा परमानंदा ।
अनादि आनंदा । गोविंदा तुज नमो ।। ३ ।।
नमो चित्त विभ्रमा । नमो वृत्ति ध्यानागमा।
नमो आगमसमा । ऐशिया परमात्मा तुज नमो ।। ४ ।।
नमो अनंता अशेषा । नमो सकळ महेशा ।
जीव शिवादि विश्वेशा । नमो तुज ।। ५ ।।
देव देवोत्तमा सकळा । देवाधिदेवा वेगळा ।
नमो तुज गोपाळा । चक्रचाळका हरी ।। ६ ।।

नमो विष्णु कृष्णरूपा । नमो शुद्धादिरूपा ।
नमो नमो भुवनदीपा । नारायणा आदिनाथा ।। ७ ।।
नमो योगिया योगोत्तमा । नमो सर्वांचा तूं आत्मा ।
नमो नमो परब्रह्मा । सर्वारामा आत्मया ।। ८ ।।
नमो नमो नमन । तूं जगादि जगजीवन ।
जगज्जनकु जनार्दन । आनंदघन महामूर्ति ।। ९ ।।
नमो कौतुहलहळणा । नमो भक्त प्रेमपाळणा ।
परात्पर निधाना । परादि वाचा ।। १० ।।
परेहि परतत्त्वा । नाहीं जेथें रजतमसत्त्वा ।
वेदादिका देउनी महत्त्वा । पाळण करिसी धर्माचें ।। ११ ।।
अनंत योगाधीशा । अनंत नामाधिवासा ।
अनंत तपें सहसा । न जोडसी तूं स्वामी ।। १२ ।।
ऐशिया विश्वेश्वरादि शिवा । नमो तुज महादेवा ।
होय जयावरी कृपाहेलावा । तरी सर्व सुख देशी ।। १३ ।।
भुक्ति मुक्ति विशेषा । दवडुनी मी माझी आशा ।
सांडुनी रजतम दुराशा । चरणी चित्त रमलें ।। १४ ।।
नमो उद्‌बोध विशद । तया वरील जो बोध ।
वरी झळके प्रसिद्ध । तो शुद्धाशुद्ध रस देई ।। १५ ।।
निर्विकाराचा विकार । स्वस्वरूपाचा निर्धार ।
सर्वरूप होऊनि निर्विकार । ग्रास न करिशी माझा ।। १६ ।।
शमदमादि समश्रेष्ठा । आदिअनादि वरिष्ठा ।
सकळा होऊनि विशिष्टा । भुवनपदा दावी ।। १७ ।।
अनंत अनंतेश्वरा । अरुपाचाही आकारा ।
ग्रास न करुनी निर्धारा । सांठवी हृदयीं आपुला ।। १८ ।।
नाथ दीनानाथा दीनेशा । चित्ताचित्त समरसा ।
नमो शिवादि शिवेशा । आदि प्रभु ।। १९ ।।
नमो नमो रामा । नमो नमो भवादिश्रमा ।
नमो योगादि विश्रामा । आदिपती तुज नमो ।। २० ।।
अवधूत महादत्ता । सकळ दृष्ट तूंचि हर्ता ।
नमो सकळ कर्ता । आदिसत्ता पैं तुझी ।। २१ ।।

नमो दशानंद परेशा। नमो तुज ऐशिया जगदिशा ।
तुजविण व्यर्थ भरंवसा । आणिकां देवांचा ।। २२ ।।
नमो नमो हरी मुकुंदा । नमो नमो पावविसी परमपदा ।
ऐशिया तुज सदा । पुढती नमो नमो ।। २३ ।।
वामदक्षिण परिपूर्णा । अधउर्ध्व शून्यपणा ।
नमो तुज सर्वाभरणा । समाधि देशी तुज नमो ।। २४ ।।
वीर्य धैर्य संपन्नगुणा । निराशा आशा अवगुणा ।
तुज स्मरतां पूर्णनिधाना । पावविसी परमपदा ।। २५ ।।
चतुराचतुर शून्या । वेदशास्त्र श्रुतिमौन्या ।
सकळजन सौजन्या । नांदसी सभराभरित ।। २६ ।।
मंजुळ शब्दाचिया गुणा । मंजुळ नादाचिया ध्याना ।
विश्वरूप अनन्या । वैकुंठीं नांदसी सदा ।। २७ ।।
जगद्गुरु जगद्पालका । जगदादि जगन्नायका ।
वेदादि विवेका । कर्ता हर्ता जगदीशा ।। २८ ।।
नारायणा पूर्णचैतन्या । पूर्णापूर्ण सौजन्या ।
श्रुतितुजमाजिं मौन्या । मौन्यारूपी नांदसी सदा ।। २९ ।।
तूं परमेश्वर परेपरता । सकळ देहीं देहहर्ता ।
सकळ रूपें हे सत्य वार्ता । वेद बोलोनी गेले ।। ३० ।।
ऐशिया नमो हो देवा । महामूर्ति निरंजन ठेवा ।
तो तूं पुंडलिक अनुभवा । रूपरेखें आलासी ।। ३१ ।।
विनट विठ्ठलमूर्ति । युगें अठ्ठावीस कीर्ति ।
वीटे नीट लक्ष्मीपती । भक्तालागीं तिष्ठसी ।। ३२ ।।
भक्तालागीं दयाळु । दीनदयानिधि गोपाळु ।
तूं द्वारकेचा भूपाळु । बाळलीला अवतरलासी ।। ३३ ।।
निराभिवरासंगम । चंद्रभागेचा उगम ।
माजीं सर्वात्माराम । वृंदावनीं खेळसी ।। ३४ ।।
वैकुंठादि वैकुंठवासा । वैकुंठरूपा जगदीशा ।
सर्वज्ञा हृषिकेशा । त्राहे त्राहे स्वामिया ।। ३५ ।।
समाधिधन देवा तूंचि । समाधी सेज तूंचि रची।
समाधि हे जिवाची । शिवाशीं मेळवी ।। ३६ ।।

अनंत जन्माचें संचित । अनंत दोष दुर्घटित ।
अनंत नामाचा संकेत । हारपे तुजमाजीं ।। ३७ ।।
ऐसी सोपान स्तुति करीत । तेणें संतोषला पंढरीनाथ ।
त्यां जग तारिलें समस्त । कीर्तनें करूनी ।। ३८ ।।
नामा म्हणे ऐसें स्तवन । सोपान देवें केलें संपूर्ण ।
मग बोले जगज्जीवन । तयाप्रती ।। ३९ ।।

॥ ११२५ ॥

आतां स्तुति पुरे पुरे सोपाना । प्रेमळाचिया निधाना ।
संतुष्ट जालों रे वचना । एक एका तुझिया ।। १ ।।
तूं अवतार चतुरानन । ऐसें बोलिले जगज्जीवन ।
तंव स्तवन करितां सोपान । तो मौन्यच राहिला ।। २ ।।
सर्वोत्तम म्हणे चतुरा । महा विचाराच्या सारा ।
पवित्ररूपा परिकरा । सकळ जनासी तूंची ।। ३ ।।
मग पाचारिलीं तीर्थें । जे जे तीर्थरूप सामर्थ्यें ।
म्हणे उदक द्यावें स्नानातें । सोपानदेवासी ।। ४ ।।
गंगा जान्हवी मंदाकिनी । भोगावती भीमरथी तिन्ही ।
येती जालिया माध्यान्हीं । पंचारती घेऊनियां ।। ५ ।।
योगि सिद्ध प्रसिद्ध । नाथादि नारायण नवविध ।
आणि सनकादिक अगाध । नारद तुंबर पातले ।। ६ ।।
देवी आदरिलें स्तवन । ऋषीं वेदघोष आरंभिले पूर्ण ।
सनकादिकीं भाष्य जाण । हा हा हु हु गंधर्व ।। ७ ।।
मंगळ तुरे वाजती । महावैष्णव हरिकथा करिती ।
नामा म्हणे पुढतो पुढती । चरणा लागे सोपान ।। ८ ।।

॥ ११२६ ॥

नमो ज्योतिर्मय ब्रह्मा । आनंद ईश्वर पुरातन ।
नमो नारायण कमळ-कोंदणा । नमो नमो स्वामिया ।। १ ।।
नमो सद्गुरु निवृत्ति । नमो रखुमाईच्या पति ।

नमो ज्ञानमूर्ति । अगम्य पुरुषा ॥ २ ॥
नमो भक्ति मुक्ति चैतन्य माया । नमो कर्ता हर्ता काया ।
नमो आदि पुरातन पाया । परब्रह्मा ॥ ३ ॥
नमो विराट पुरुषा पुरातना । नमो जगज्जीवना करुणाघना।
चराचरपालका आनंदघना । अंगिकारी नमना माझिया ॥ ४ ॥
नमो ब्रह्मांडव्यापका । नमो गुणातीता मायांतका ।
चुकवी जन्ममरण एका । तारी विश्वकृपेने ॥ ५ ॥
नामे जळस्थळ रक्षिता । आदी अवसानी तारिता ।
नमो रोमारोम अव्यक्ता । नमो नमो दीनबंधू ॥ ६ ॥
नमो विराट महद्ब्रह्मा । निष्कंलक परब्रह्मा ।
योगियांच्या सुखधामा । नमो नमो दयाळा ॥ ७ ॥
औट हाती ध्वनी । नमो नमो अंतःकरणी।
नमो नमो सत्रावी त्रिवेणी । त्रिपुटी जेथे ॥ ८ ॥
नमो विटेवरी सदटा । नमो वैकुंठचिये पीठा ।
आदी अंती एकटा । नमो आदिपुरुषा ॥ ९ ॥
आदी अंती शेवटी । सहस्त्रदळी गुह्य पिठी ।
नमो उघडी दृष्टी । स्वरुपी तुझ्या ॥ १० ॥
नमो पायी पडली मिठी । नमो बांधिली हृदयी गाठी ।
तुझे स्वरुप हृदयसंपुष्टी । धरुन ठेविले स्वामिया ॥ ११ ॥
नमो गेले आले । नमो जाले ते जाले।
नमो सांभाळुनी तुझे । ठेवी आम्हां ॥ १२ ॥

११२७

नमो नमो गणपति । नमो सरस्वती ।
नमो नमो रमापति । दीनबंधु ॥ १ ॥
नमो योगी दिगंतरा । नमो वैष्णवांचिया भारा ।
नमो गंधर्व ऋषीश्वरा । लहान थोरा ॥ २ ॥
नमो नमो अंतरी । नमो नमो दिशा चारी ।
नमो अंतरबाहेरी । एकत्व एक ॥ ३ ॥

नमो अनंता अनंत-नामा । जानकीश जगज्जीवना ।
जयजय रामारामा । तुज नमो ॥ ४ ॥
नमो मत्स्य कच्छ अवतार । नमो सिंह सुकर ।
नमो परशुराम फरशधर । वामना तुज नमो ॥ ५ ॥
नमो रामा वेदपाळका । नमो इंद्रियेचालका ।
नमो बोधभाविका । श्रीविठ्ठला ॥ ६ ॥
नमो कलंकी विनटला । पटला विठ्ठला ।
सारासार नटला । तुज नमो ॥ ७ ॥
निरामय निर्णय तुज । नमो नमो चतुर्भुज ।
नमो सर्व जगदात्मज । अनाथनाथा ॥ ८ ॥
नमो बारा ज्योतिर्लिंगा । नमो पंढरी पांडुरंगा ।
नमो भिवरा चंद्रभागा । नमो वैकुंठपीठा ॥ ९ ॥
मी काय जाणे नामस्थिती । नमन केले भोळे भक्ती ।
नमन श्रीपती । मान्य जाले ॥ १० ॥
नमन निवृत्ति ज्ञानेश्वरा । नमो सोपान वटेश्वरा ।
नमन मुक्ताबाई निझरा । सत्रावीच्या ॥ ११ ॥
नमो हंसा सुअक्षरा । व्यापका चराचरा ।
नमो नमो अव्यक्त विषयवरा । पांडुरंगा ॥ १२ ॥
नमन तुमचे तुम्ही केले । नमन सहजासहज जाले ।
नेणे काय आले गेले । सद्गुरुनाथा ॥ १३ ॥

॥ ११२८ ॥

उभयतांनी नमन केले सथासांग । अर्थी पांडुरंग साह्य केला ॥ १ ॥
कळवाळिले संत वैष्णवांचे भार । आणिक योगेश्वर स्फुंदताती ॥ २ ॥
गरुड हनुमंत विसोबा खेचर । लाविती पदर डोळियासी ॥ ३ ॥
निवृत्ति मुक्ताबाई चांगदेवासहित । परसा भागवत शोक करी ॥ ४ ॥
नामा म्हणे देवा खेद सिंधू लोटा । उठा आता भेटा सोपाननासी ॥ ५ ॥

ॐ ११२९ ॐ

सोपानदेवे ग्रंथ केला होता सार । ठेविला समोर निवृत्तीच्या ।। १ ।।
सवे मुक्ताबाई सद्गुरु निवृत्ति । लक्ष्मीचा पति घेतलिया ।। २ ।।
जयजयकार ध्वनि होताती अपार । जाती योगेश्वर समाधीसी ।। ३ ।।
राही रखुमाई निळकंठ जवळी । समाधिच्या पाळी अवघे जण ।। ४ ।।
समाधि पायरीवरी वटेश्वर सोपान । मागितला मान पांडुरंगा ।। ५ ।।
प्रतिवर्षी भेटी देऊं उभयतां । आळंकापुरीं जातां उत्सवासी ।। ६ ।।
नामा म्हणे देवा कृपा केली फार । दिधला कीं वर भक्तराज ।। ७ ।।

ॐ ११३० ॐ

निवृत्ति मुक्ताईनें धरियेलें मौन । वटेश्वर सोपान त्यागियेला ।। १ ।।
समाधि पताकांची पडली सावली । उतरले खालीं योगीराज ।। २ ।।
पांडुरंगासंगें गेले ऋषीश्वर । सोपान वटेश्वरीं बैसविले ।। ३ ।।
शिवाचा अवतार सद्गुरु निवृत्ति । मुक्ताबाई सखी तुम्हांपाशीं ।। ४ ।।
अंतरीचें जाणतां वा पंढरीनाथ । आले अश्रुपात सोपानासी ।। ५ ।।
सोपानाची बोळवण करितसे हरी । दीर्घ ध्वनी करी नामदेव ।। ६ ।।

ॐ ११३१ ॐ

धूप आणि दीप उजळिल्या ज्योति । तेव्हां ओसंडती अवघे जन ।। १ ।।
सोपान वटेश्वरें केला नमस्कार । उतरले पार भवसिंधू ।। २ ।।
घेतियेलें तीर्थ तंव झालें विकळ । झांकियेले डोळे ब्रह्मबोधें ।। ३ ।।
निवृत्ति मुक्ताई राहिलीं बाहेरी । आतां तुम्ही हरि सांभाळावें ।। ४ ।।
देव ऋषीश्वर निघाले बाहेर । केला नमस्कार नामदेवें ।। ५ ।।

ॐ ११३२ ॐ

जयजयकारें टाळी पिटली सकळां । घातियेली शिळा समाधिसी ।। १ ।।
निवृत्तिमुक्ताईनें घातियेली घोन । करितो समाधान पांडुरंग ।। २ ।।
सोपान वटेश्वर सुखधामीं शेजा । करिताती पूजा समाधीची ।। ३ ।।

खेद दुःख जालें अवघ्या साधूजनां । केली प्रदक्षिणा समाधीसी ।। ४ ।।
निवृत्तिमुक्ताईनें वंदिली समाधि । देहभान शुद्धि हारपली ।। ५ ।।
नामा म्हणे देवा उठा अवघेजण । करूं आचमन भोगावतीं ।। ६ ।।

꧁ ११३३ ꧂

वैष्णवांनीं केली समाधि प्रदक्षिणा । गेले आचमना भोगावतीं ।। १ ।।
सारी रात्र कीर्तन केलें त्रयोदशीं । चतुर्दशी दिवशीं भोजनें केलीं ।। २ ।।
अमावास्ये जागरण केलें परिपूर्ण । प्रतिपदे गमन वैष्णवांचें ।। ३ ।।
निवृत्ति मुक्ताई जाली उदासी । आतां हृषिकेशी बोळवावें ।। ४ ।।
चांगा म्हणे माझी करा बोळवण । घेऊनि नारायण समागमें ।। ५ ।।
नामा म्हणे देवा माघ मास नेमा । चांगदेवा प्रेमा समाधि देऊं ।। ६ ।।

꧁ ११३४ ꧂

सव्य हातें नगर घेती ऋषीश्वर । केला नमस्कार समाधीसी ।। १ ।।
परतले देव आणि सुरगण । चाललीं विमानें वैष्णवांचीं ।। २ ।।
निवृत्ति मुक्ताबाई चांगदेव संगें । रूक्मिणी पांडुरंग समुदायेंसी ।। ३ ।।
नामा म्हणे देव गंधर्व ऋषिमुनी । जाती उत्तरायणीं निवृत्तिराज ।। ४ ।।

꧁ ११३५ ꧂

निवृत्तिदेवासंगें देव ऋषीश्वर । उठावले भार वैष्णवांचे ।। १ ।।
प्रतिपदीं देव निघाले बाहेर । केला नमस्कार समाधीसी ।। २ ।।
अवघियांसहित वैष्णव मंडळी । सवें वनमाळी चालताती ।। ३ ।।
गोदातीरा जाया निवृत्ति उद्देशी । सह समुदायेंशी उठावले ।। ४ ।।
नामा म्हणे घेतला नारायण संगें । चालिले अनेगें भक्तराज ।। ५ ।।

श्री चांगदेवांची समाधी

११३६

निवृत्तिदेवा योग्य गंगेचें तें स्नान । करूं अवघेजण आवडीनें ॥ १ ॥
तीर्थयात्रा होईल देवसमागमें । केवढा महिमा रामें सांगितला ॥ २ ॥
मार्गीं चालताती भक्त आणि हरी । आले भुलेश्वरीं अवघेजण ॥ ३ ॥
भुलेश्वरालागीं पूजा केली सांग । भक्त पांडुरंगें तीन रात्रीं ॥ ४ ॥
तेथून वैष्णव चालियेले हरी । आले सिद्धेश्वरीं देवभक्त ॥ ५ ॥
पाराशर ऋषींचें स्थळ पुरातन । राहिले नारायण पंचरात्र ॥ ६ ॥
नामा म्हणे देवा जावें कपिलेश्वरा । आनंद ऋषीश्वरा जाला फार ॥ ७ ॥

११३७

कौतुकानें तेथें आले सावकाश । उभे हरिदास कीर्तनासी ॥ १ ॥
दहा दिवस तेथें राहियेले स्वस्थ । अवघ्यांचा मनोरथ पूर्ण जाला ॥ २ ॥
क्षेत्रींचा महिमा पुसिती देवासी । जना आगळी काशी सांगियेली ॥ ३ ॥
येथोनियां वाट जाते वाराणसी । मुनि आणि ऋषि आनंदले ॥ ४ ॥
नामा म्हणे देवा दिवस जाले फार । लागेल उशीर समाधीसी ॥ ५ ॥

ॐ ११३८ ॐ

चालिले घेऊनि देव ऋषीश्वरा । आवघियां पुढारां गरुडदेव ।। १ ।।
दिवसानुदिवस चालिले सत्वर । पहावें गोदातीर म्हणोनियां ।। २ ।।
धन्य गोदातीर धन्य कचेश्वर । जाती ऋषीश्वर स्नानालागीं ।। ३ ।।
सारा पौष मास गेला कचेश्वरीं । नित्य गंगातीरीं स्नानसंध्या ।। ४ ।।
पाहिला कचेश्वर पाहिली ती गोदा । आली प्रतिपदा माघमास ।। ५ ।।
नामा म्हणे देवा जावें पुण्यस्तंभा । मनोहर जागा सिद्धेश्वर ।। ६ ।।

ॐ ११३९ ॐ

उठले वैष्णव कीर्तन गजरीं । आले सिद्धेश्वरीं आश्रमासी ।। १ ।।
पौर्णिमेपावेतों राहिले निश्चल । नेमा आतां स्थळ समाधीसी ।। २ ।।
निवृत्ती मुक्ताई संगें आला चांगा । म्हणती पांडुरंगा उठा आतां ।। ३ ।।
ज्ञानदेवासाठीं उत्सव आळंकापुरीं । तैसा कऱ्हेतीरीं सोपानासी ।। ४ ।।
तैसी चांगयाची पुरवावी आळी । नामा वनमाळी उठावले ।। ५ ।।

ॐ ११४० ॐ

दशमीचे दिवशीं ठेविलें प्रस्थान । साधियेला येणें देव गुरु ।। १ ।।
दिधला मंडप सिद्धेश्वरासमोर । उठावले भार वैष्णवांचे ।। २ ।।
सर्व स्वस्थ तेथें बैसले मिळून । नारद कीर्तन पुढें होत ।। ३ ।।
धन्य पुण्यस्तंभ धन्य गंगातीर । धन्य दिसती भार पताकांचे ।। ४ ।।
नामा म्हणे देवा निजभक्तीसाठी । अंगें होसी कष्टी पांडुरंगा ।। ५ ।।

ॐ ११४१ ॐ

गोदातीरीं उत्सव करिती जगजेठी । चांगदेवासाठीं समारंभ ।। १ ।।
निवृत्ति मुक्ताबाई संगें पंढरिनाथ । आले मंडपांत समुदायेंसी ।। २ ।।
निवृत्ति पांडुरंग बैसले निवाडे । चांगदेव पुढें उभे ठेले ।। ३ ।।
जोडियेले कर चांगदेवें पुढतीं । करिती विनंति वोसंडोनी ।। ४ ।।
नामा म्हणे देवा उठिलें अंतःकरण । नाहीं देहभान चांगयासी ।। ५ ।।

༺ ११४२ ༻

चवदाशें वर्षें शरीर केलें जतन । नाहीं अज्ञानपण गेलें माझें ।। १ ।।
अहंकारें माझें बुडविलें घर । जालों सेवा थोर स्वामीसंगें ।। २ ।।
तापत्रयीं तापलों महाअग्नीं जळालों । अविवेकीं जालों मंदमती ।। ३ ।।
काय माझा देह वायांविण व्यर्थ । आलों शरणागत पांडुरंगा ।। ४ ।।
अभिमाने आलों श्रीआळंकापुरीं । अज्ञान केलें दुरी मुक्ताईनें ।। ५ ।।
नामा म्हणे योग दुःखाचें शरीर । काय याचा घोर करूनियां ।। ६ ।।

༺ ११४३ ༻

नाना दुःख माया आठवती मना । आतां नारायणा कृपा करी ।। १ ।।
माझ्या पातकांचा लागूं नेदी अंत । ऐसें माझें चित्त साक्ष असे ।। २ ।।
ज्ञानाग्नि माझी करा तृणवत । होऊनि कृपावंत श्रीहरी ।। ३ ।।
योगिराज यासी नाहीं पापदोष । केला उपदेश मुक्ताईनें ।। ४ ।।
नामा म्हणे देवा पेटलें अंतर । करा आतां स्थिर योगिराज ।। ५ ।।

༺ ११४४ ༻

अवघ्या विद्येचा करूनी अभ्यास । पावलों मी क्लेश देवराया ।। १ ।।
मुक्ताबाई योगें उतरलों भवसिंधु । तैशी दीनबंधु कृपा करी ।। २ ।।
पतितपावन नाम तुझें थोर । करी अंगिकार अनाथाचा ।। ३ ।।
धन्य आमुचें भाग्य जाहलें दर्शन । अंगें नारायण साहित्य करी ।। ४ ।।
चांगदेवें ऐसें आठविलें फार । केला नमस्कार नामा म्हणे ।। ५ ।।

༺ ११४५ ༻

कृपावंत जाली जेव्हां मुक्ताबाई । स्वरूप दिशा दाही दाखविलें ।। १ ।।
पाठीं पोटीं स्वरूप केलें सद्गुरूनें । तंव अभिमान गेला माझा ।। २ ।।
याच्या उपकाराची काय वर्णूं थोरी । ज्यांच्यासंगें हरि जोडियेला ।। ३ ।।
पुरे पुरे आतां आठविसी फार । होईल उशीर समाधीसी ।। ४ ।।
नामा म्हणे देवा उठा संतजन । करूं आतां स्नान गौतमींसी ।। ५ ।।

॥ ११४६ ॥

हरिपाठ गजरें केला जयजयकार । उटावले भार वैष्णवांचे ॥ १ ॥
टाळ मृदंग वाजती अपार । मिरविती भार वैष्णवांचे ॥ २ ॥
दोहीं बाहीं उभे पताकांचे भार । मध्यें मनोहर गौतमी ते ॥ ३ ॥
विसोबा खेचरें पुंडलिका हातें । आणिलें साहित्य समाधीचें ॥ ४ ॥
नामा म्हणे हरि चांगदेवा स्नान । घाली आवडीनें प्रेमयुक्त ॥ ५ ॥

॥ ११४७ ॥

निवृत्ति मुक्ताई गोविंद गोपाळ । उठले सकळ स्नानालागीं ॥ १ ॥
राही रखमाई सहसमुदायेंसी । मुनि आणि ऋषि उठावले ॥ २ ॥
करूनियां स्नान निघाले सकळ । नाचती गोपाळ गोदातीरी ॥ ३ ॥
चांगदेवें सोवळें होऊनियां त्वरें । देव ऋषीश्वर पूजियेले ॥ ४ ॥
धन्य गोदातीर आदि हे अनादि । उरकिली समाधि यथासांग ॥ ५ ॥
नामयाचे पुत्र नारा विठा गोंदा । जागा झाडी महादा समाधीची ॥ ६ ॥

॥ ११४८ ॥

चांगदेव योगी निष्काम चांगला । स्वरूपीं रंगला केशवाच्या ॥ १ ॥
सुगंध अक्षता पुष्पें परिमल । पूजिले सकळ साधुसंत ॥ २ ॥
राही रखमाई आणि पांडुरंग । पूजियले सांग चांगदेवें ॥ ३ ॥
पूजिली मुक्ताई सद्गुरु निवृत्ति । आणिक विभूति गौरविले ॥ ४ ॥
नामा म्हणे आतां नका राहूं स्थिर । होईल उशीर समाधीसी ॥ ५ ॥

॥ ११४९ ॥

उठियेलें देव गोपाळ मंडळी । बैसले ते पाळी समाधीचे ॥ १ ॥
निशीं सर्व कीर्तन वद्य माघमासीं । व्रत एकादशी गोदातीरीं ॥ २ ॥
द्वादशी पारणें वैष्णव सोडिती । बैसल्या त्या पंक्ती सिद्धेश्वरीं ॥ ३ ॥
सिद्धेश्वरीं पूजा केली चांगयानें । पात्रें नारायण टाकूं लागे ॥ ४ ॥
राही रखुमाई करिती पक्वानें । सोडितो पारणें चांगदेव ॥ ५ ॥

चांगदेवासंगें निवृत्ति मुक्ताई । बैसले ते पाही वैष्णवांत ।। ६ ।।
नामा म्हणे आतां करावीं भोजने । तातें रखुमाईनें विस्तारिलीं ।। ७ ।।

॥ ११५० ॥

एकमेळीं जेविती वैष्णव सकळ । वाढिती गोपाळ सकळांसी ।। १ ।।
पांडुरंगें केला चांगोबाचा सोहळा । माळ घाली गळां पुंडलिक ।। २ ।।
गंध आणि अक्षता विसोबाचे हातीं । महापूजा होती चांगोबाला ।। ३ ।।
आरत्या पंचारत्या करिती आनंदानें । नामा म्हणे प्रेमें वोसंडलें ।। ४ ।।

॥ ११५१ ॥

निवृत्ति मुक्ताईचे वोसंडले नयन । करितो समाधान पांडुरंग ।। १ ।।
विसोबा खेचराचे भरोनि येती डोळे । परिसा तळमळे पुंडलिक ।। २ ।।
नाना खेद करूनि सारिलें भोजना । जाती आचमना गंगेलागीं ।। ३ ।।
आंचवले देव वैष्णव ते ऋषी । जाती समाधीसी चांगदेव ।। ४ ।।
जेवूनियां संत बैसले निवाडे । गोंदा महादा विडे वांटिताती ।। ५ ।।
नामा म्हणे सवें उठे नारायण । आले अवघेजण समाधीपाशीं ।। ६ ।।

॥ ११५२ ॥

मुक्ताईनें चांगा घेतलासे पोटा । उठा आतां भेटा लहान थोर ।। १ ।।
भेटले ऋषीश्वर वैष्णव सकळीं । बैसले ते पाळी समाधीच्या ।। २ ।।
निवृत्ति-मुक्ताईसी केला नमस्कार । उतरिले पार भवसिंधू ।। ३ ।।
विठ्ठल रखुमाईसी केली प्रदक्षिणा । मग शुद्ध नमना आरंभिलें ।। ४ ।।
नामा म्हणे देवा निवृत्ति मुक्ताई । चांगा लागे पायीं जाऊनियां ।। ५ ।।

॥ ११५३ ॥

नमो अनादि चक्रपाणि । नमो निवृत्ति ज्ञानस्वामी ।
नमो सोपान संजीवनी । मुक्ताबाई ।। १ ।।
नमो सद्गुरु मुक्ताई । नमो स्वस्वरूप ठायीं ठायीं ।
नमो वंदितसे पायीं । नमो नमो परम पद ।। २ ।।

नमो सूर्येन्धशनी । नमो भ्रूमध्य आटणी।
नमो माय कुंडलिणी । योगियांची ।। ३ ।।
नमो त्रिविधताप हरण । नमो विषय निवारण ।
नमो स्वामि निष्काम । कर्ता हर्ता नमो ।। ४ ।।
नमो अर्ध नासिक धसनी । नमो पाटीपोटीं दाटणी।
नमो जनीं वनीं । चिन्मयछत्र ।। ५ ।।
नमो योगमाया दिगंबर । नमो व्यापक चराचर ।
नमो दाही अवतार । परब्रह्म नमो ।। ६ ।।
कंद कळीकाळ हरणा नमो । तुझेनि परब्रह्म गमो ।
शांति अव्यक्त क्षमो । श्रीहरी ।। ७ ।।
नमो संसार निरसिता । नमो माया हर्ता ।
नमो अद्वय अनंता । पांडुरंगा ।। ८ ।।
नमो पातकसंहारी । नमो परब्रह्म खेचरी ।
नमो योग अगोचरीं । परमात्मा आत्मा ।। ९ ।।
नमो शिवशिवेशा । नमो आदिगुरु जगदीशा ।
नमो प्रकाश प्रकाशा । परब्रह्मा ।। १० ।।
पुरे पुरे येरझारा । नमो वेव्हार सारा ।
नमो शारंगधरा । अंतःकरण पाहासी ।। ११ ।।
नमो मुक्ताईच्या उपदेशा । नमो आदि अनंता जगदीशा ।
स्वरूपादि परेशा । जगद्गुरु नमो नमो ।। १२ ।।
नमस्ते नमस्ते निवृत्ति । नमस्ते नमस्ते ज्ञानमूर्ती ।
नमस्ते नमस्ते सोपान ज्योती । परेशा नमो ।। १३ ।।

११५४

लाविली कौपीन पितांबरी एक । त्यागिली अनेक महत् माया ।। १ ।।
सव्य हातें घेतलें संतसाधुजनां । केली प्रदक्षिणा समाधीसी ।। २ ।।
समाधीचे पाळी निवृत्ती वनमाळी । अंतरीं कळवळी मुक्ताबाई ।। ३ ।।
आणिकांच्या डोळां अश्रुपात येत । होईल कीं गुप्त योगिराज ।। ४ ।।
चांगदेवा दिधलीं विठोबाचीं पाऊलें । तीर्थ तें घेतलें देवगुरूचें ।। ५ ।।
नामा म्हणे हरि जाली आळवण । करा बोळवण चांगोबाची ।। ६ ।।

॥ ११५५ ॥

पुंडलिकें धरिला चांगोबाचा हात । तंव सकळ संत कळवळती ॥ १ ॥
पताकांचे भार समाधि भोंवते । तेव्हां साधुसंत उठावले ॥ २ ॥
यांच्या या ज्ञानाचा अंतपार नाहीं । भली मुक्ताई ओसंडली ॥ ३ ॥
संतसमागम फळला तुजला । एकांत फावला मुक्ताई ॥ ४ ॥
मसुरेप्रमाणें दावियेली खूण । तेंचि पूर्ण ब्रह्म योगियाचें ॥ ५ ॥
फार दिवस तुम्हीं रक्षिलें शरीर । मुक्ताईनें पार उतरिलें ॥ ६ ॥
नामा म्हणे देवा सद्‌गुरूचा महिमा । बाप पूर्ण आम्हां पांडुरंग ॥ ७ ॥

॥ ११५६ ॥

कुंकुम केशराचे समाधीसी सडे । पहाती निवाडे जनलोक ॥ १ ॥
गोदातीरीं महोत्सव चांगदेवा । पूर्ण तूं विसावा पांडुरंगा ॥ २ ॥
समाधीभोंवते उभे साधुसंत । उतरले आंत चांगदेव ॥ ३ ॥
निवृत्ति पांडुरंग गेले समागमें । वैष्णव रामराम बोलताती ॥ ४ ॥
राहि रखुमाबाई उभ्या दोहीं बाहीं । मध्यें मुक्ताबाई संबोखिती ॥ ५ ॥
नामा पुंडलिक करिती समाधान । स्थिर करा मन बोधभावें ॥ ६ ॥

॥ ११५७ ॥

समाधीशी शेज घातली मनोहर । बसविले वर चांगदेव ॥ १ ॥
आनंदाने टाळ्या पिटिति वैष्णवभार । लाविती पदर डोळियासी ॥ २ ॥
टाळ मृदंगाचा जाला झणत्कार । गेले योगेश्वर समाधीसी ॥ ३ ॥
सांडिलीं भूषणें भस्म आभरणें । जाले निमग्न परब्रह्मीं ॥ ४ ॥
झांकियेले नेत्र उन्मनीच्या संगें । निवृत्ति पांडुरंग ओसंडले ॥ ५ ॥
नामा म्हणे जाला समाधिस्थ योगेश्वर । निघाले बाहेर देवभक्त ॥ ६ ॥

॥ ११५८ ॥

भूचरी खेचरी चांचरी निश्चळा । अगोचरी डोळा स्थिरावली ॥ १ ॥
झांकिली समाधी संतसज्जनांनीं । तुलसी पुष्पें वरूनि वर्षताती ॥ २ ॥

निवृत्तीची मिठी विठोबाच्या गळां । आणिकांच्या डोळां अश्रू येती ।। ३ ।।
केलें समाधान विठ्ठल रखुमाईनें । निवृत्ति म्हणे राहणें काय आतां ।। ४ ।।
गेले योगिराज राहिले ठायीं ठायीं । आतां मुक्ताई जाईल कीं ।। ५ ।।
स्वरूपींचे ओघ जातील स्वरूपीं । नामा म्हणे निरोपी पांडुरंग ।। ६ ।।

॥ ११५९ ॥

देवें समाधान केलें अवघेजण । चला आचमना गौतमीसी ।। १ ।।
वद्य त्रयोदशी दिधली समाधी । महोत्सव गोविंदीं समर्पिला ।। २ ।।
गर्जती वैष्णव विठोबाच्या नामा । थोर तुझा महिमा दीनबंधु ।। ३ ।।
समाधि प्रदक्षिणा केली अवघींजणीं । जाली बोळवणी चांगयाची ।। ४ ।।
कीर्तन करीत आले गौतमीसी । देव मुनि ऋषि आंचवले ।। ५ ।।
अवघ्यांनीं आचमनें केलीं गोदातीरीं । नामा म्हणे हरी आतां उठा ।। ६ ।।

॥ ११६० ॥

आचमन करुनि आले सिद्धेश्वरा । हरि ऋषीश्वरा आर्जविती ।। १ ।।
निवृत्ति मुक्ताईला त्यागूं नये कोणी । आतां उत्तरायणीं गमन करूं ।। २ ।।
पांच दिवस उत्सव केला चांगदेवा । विश्वाचा विसावा श्रीहरी ।। ३ ।।
वैष्णवांनीं समाधि बांधली साजिरी । सुवर्णाचा वरी पिंपळ तो ।। ४ ।।
केला नमस्कार वैष्णवांनी जेव्हां । मुक्ताई तेव्हां वोसंडली ।। ५ ।।
नामा म्हणे देवा तीर्थक्षेत्र चांगलें । चित्त मन रंगलें चांगयाचे ।। ६ ।।

॥ ११६१ ॥

शुद्ध फाल्गुन मासीं वैष्णव हृषिकेशी । पंचमीचे दिवशीं सिद्ध जाले ।। १ ।।
निवृत्तिराज म्हणे जावें म्हाळसापुरीं । जेथें ज्ञानेश्वरी पूर्ण जाली ।। २ ।।
उठावले भार देवऋषीश्वर । केला नमस्कार समाधीसी ।। ३ ।।
सव्यहातें क्षेत्र घेतलें वैष्णवांनीं । चाललीं विमानें नेवाशासी ।। ४ ।।
नामा म्हणे देव निघाले बाहेर । कीर्तन गजर पुढें होती ।। ५ ।।

मुक्ताबाईंची समाधी

॥ ११६२ ॥

तेथोनि वैष्णव आले नेवाशासी । सहसमुदायेंसी देवराव ॥ १ ॥
म्हाळसेलागीं पूजा केली असे निगुतीं । राहिले दहा रात्रीं हृषिकेशी ॥ २ ॥
येथोनि चलावें पुढती शारंगधरा । जावें टोकेश्वरा स्नानालागीं ॥ ३ ॥
चहूं युगा आदि स्थळ पुरातन । आले नारायण गोदातीरीं ॥ ४ ॥
नामा म्हणे येथें रहावें हृषिकेशी । विजयादशमीशीं सिद्ध होऊं ॥ ५ ॥

॥ ११६३ ॥

देव म्हणे राहणें न घडेचि येथें । जावे आतां पुढतें उद्योगासी ॥ १ ॥
निवृत्तिराज म्हणे शुद्ध प्रतिपदा । जाऊं जी गोविंदा प्रतिष्ठाना ॥ २ ॥
अनादि जें स्थळ दाविलें नारायणें । मग प्रतिष्ठाना येते जहाले ॥ ३ ॥
चक्रतीर्थी पोहा म्हणती आला थोर । वैष्णवांचे भार उतरले ॥ ४ ॥
नामा म्हणे हरी सहज आली वाट । आपेगांव कोठें सांगा स्वामी ॥ ५ ॥

॥ ११६४ ॥

मायभूमि पाहूं यांची आम्हीं डोळां । चलावें गोपाळा सहजासहज ॥ १ ॥
भक्त त्र्यंबकपंत मूळ पुरुष आदि । तयाची समाधि आपेगांवीं ॥ २ ॥
आपेगांवीं आले देव ऋषीश्वर । उतरले भार वैष्णवांचे ॥ ३ ॥
धन्य यांचें कुळ धन्य यांचा वंश । धन्य यांचें कुशीं योगिराज ॥ ४ ॥
नामा म्हणे आम्हां दाविलें नारायणें । जालीं चौघीजणें याचि क्षेत्रीं ॥ ५ ॥

॥ ११६५ ॥

निवृत्ति मुक्ताईनें पाहुनि स्थळ डोळां । आलासे उमाळा ओसंडोनी ॥ १ ॥
तात आणि माता गेलीसे येथून । तेव्हां आम्ही लहान पांडुरंगा ॥ २ ॥
निवृत्ति ज्ञानेश्वर कोरान्नाचें अन्न । सांभाळी सोपान मजलागीं ॥ ३ ॥
तया योगें हरि क्रमियेलें काळा । फुटलासे मेळा तापसांचा ॥ ४ ॥
नामा म्हणे यांचें कळवविलें मन । करी समाधान पांडुरंग ॥ ५ ॥

॥ ११६६ ॥

पाहिली गे माय पूर्वभूमि आपुली । बहुत सन्मानिली वैष्णवांनीं ॥ १ ॥
चैत्रमास शिवरात्र उत्सव आगळा । जावें पां वेरुळा घृष्णेश्वरा ॥ २ ॥
दशमीचे दिवशी निघाले बाहेर । उठावले भार वैष्णवांचे ॥ ३ ॥
वेरूळ नगर असे पुरातन । विश्वकर्मा यानें कीर्ति केली ॥ ४ ॥
अगाध तें पुण्य बोलताती ऋषि । जावें वेरुळासी नामा म्हणे ॥ ५ ॥

॥ ११६७ ॥

मुक्ताई उदासी जाली असे फार । आतां हे शरीर रक्षूं नये ॥ १ ॥
त्यागिले आहार अन्नपाणी सकळीं । निवृत्तिराज तळमळी मनामाजीं ॥ २ ॥
गंधर्व सुरगण उठले सहमेळा । गेले ते वेरूळा अवघेजण ॥ ३ ॥
वेरुळाचा महिमा सांगे हृषिकेशी । जवा आगळी काशी म्हणोनियां ॥ ४ ॥
वेरुळाची यात्रा केली यथासांग । मग पांडुरंग निघते जाले ॥ ५ ॥
चालिले श्रीरंग वैष्णवांचे भार । पाहावें तापीतीर नामा म्हणे ॥ ६ ॥

॥ ११६८ ॥

निवृत्तिराज म्हणे आतां पंढरिनाथा । मुक्ताईला जपा अवघेजण ॥ १ ॥
वेधली चित्तवृत्ति स्वरूपीं निमग्न । नाहीं देहभान मुक्ताईला ॥ २ ॥
अवघेजण जपती जपे नारायण । चालती घेऊन मध्यभागीं ॥ ३ ॥
निवृत्तिराजें रिली मुक्ताई हातीं । सांभाळित जाती निशिदिनीं ॥ ४ ॥
पदोपदीं जपे निवृत्तिराज करें । आणिक ऋषीश्वर सांभाळिती ॥ ५ ॥
नामा म्हणे देवा जातां तातडीनें । पुढें स्थळ कोण नेमियेलें ॥ ६ ॥

॥ ११६९ ॥

तापीचिये तीरी महत्ग्राम थोर । असे सोमेश्वर पुरातन ॥ १ ॥
वद्य वैशाख मास दशमी निर्मळ । उष्णकाळ फार तापतसे ॥ २ ॥
तेथें परशुरामें मारियेला बाण । पाहती पुरातन पश्चिमेस ॥ ३ ॥
पाहिले माय आम्हीं तापीतीर । उतरले भार वैष्णवांचे ॥ ४ ॥
धन्य तापीतीर दिसे मनोहर । दोही थडी भार पताकांचे ॥ ५ ॥
नामा म्हणे हरी आवडीचें स्थळ । कण्हेर कमळ उदय जाला ॥ ६ ॥

॥ ११७० ॥

फुलले अनेक तरुवर तेथ । दुर्वा दर्भ आंत डंवरले ॥ १ ॥
करंज जांभळी लागली एक थाटी । वरी बहु दाटी तरुवरांची ॥ २ ॥
अमृतफळें अपार विस्तारले फार । त्यामाजीं मयूर टाहो देती ॥ ३ ॥
कंठ कोकिळा त्या सुस्वर गायन । तरुवर सुमनें परिमळते ॥ ४ ॥
पारिजातकांची दाटी थाटी जाली भारी । आंत मैलागिरी डुल्लताती ॥ ५ ॥
नामा म्हणे देवा भला हा एकांत । मार्कंडेयें येथें तप केलें ॥ ६ ॥

॥ ११७१ ॥

सोनियाचीं झाडें अनेक कर्दळी । त्यांत रानकेळी फोंफावल्या ॥ १ ॥
सिताफळी भरित अवघी तापीथडी । दाट दिसती गाढी रामफळें ॥ २ ॥
तापीतीरीं ऋषि आणि शारंगधर । पाठीमागें भार वैष्णवांचे ॥ ३ ॥

धन्य महत्‌नगर धन्य सोमेश्वर । धन्य तापीतीर योगियांचें ।। ४ ।।
उष्णकाळीं छाया आवडती फार । म्हणती ऋषीश्वर रम्य स्थळ ।। ५ ।।
नामा म्हणे देवा रंगलें अंतःकरण । उतरती विमानें गंधर्वांची ।। ६ ।।

॥ ११७२ ॥

उदित कमळें नानावर्ण सुंदर । फुलले तरुवर नानारूपें ।। १ ।।
श्वेतपीतरक्त भ्रमर रुणझुण । होताती श्रवण वैष्णवांसी ।। २ ।।
गुंजारव भ्रमती रत्नकीळा फांकती । मनोहर दिसती सुरवरांला ।। ३ ।।
तरुवर गगनीं अंकुरले भारी । विजा तैं कोंदल्या बहुतांपरी ।। ४ ।।
गंधर्व गायनें आलापित सुस्वरीं । केलें स्पष्ट नयनी गुह्य गौप्य ।। ५ ।।
नामा म्हणे देवा मन जालें स्थिर । पडियेला विसर अविद्येचा ।। ६ ।।

॥ ११७३ ॥

निवृत्तीनें एकांत केला मुक्ताईशीं । गमन कोणे दिवशीं आरंभिलें ।। १ ।।
मुक्ताई म्हणे जावें यावें कोठें । अवघें निघोट स्वरूप स्वामी ।। २ ।।
गर्जतां गगन कडाडली वीज । स्वरूपीं सहज मिळयेली ।। ३ ।।
मावळला दीप ज्योत कोठें होती । सहज सामावती निरंजनीं ।। ४ ।।
नामा म्हणे हरि जाईल पाहतां । ऐसें माझे चित्ता कळों आलें ।। ५ ।।

॥ ११७४ ॥

आमुच्या स्वस्थानीं नाहीं पां अंधार । अवघीं चराचर प्रकाशत्वें ।। १ ।।
उदयु आणि अस्तु नाहीं स्वरूपासी । ऐसें मुनि ऋषि जाणताती ।। २ ।।
आम्हीं कधीं आलों स्वरूप सोडोन । जावें पालटोन जेथिल तेथें ।। ३ ।।
अंतर बाहेर स्वामीचें स्वरूप । स्वयें नंदादीप उजळिला ।। ४ ।।
वद्य वैशाखमासीं दशमीचे दिवशीं । गेले ते स्नानासी तापीतीरीं ।। ५ ।।
नामा म्हणे गोविंदा मनोहर पद्मनाभा । अंकुरला गाभा विराटाचा ।। ६ ।।

ॐ ११७५ ॐ

टाळ विणे मृदंग सुस्वर गायन । कोंदलें गगन दाही दिशा ।। १ ।।
प्रळयींच्या विजा वर्षती अपार । जाला धुंधकार दाही दिशा ।। २ ।।
करोनियां स्नान बैसले बाहेर । म्हणती अंधकार फार जाला ।। ३ ।।
झंझाट सुटला वारा कापूं लागे धरा । नभचि अंतरा कालवलें ।। ४ ।।
नामा म्हणे देवा जाली कैसी गती । पडलीसे भ्रांति अवघ्या जनां ।। ५ ।।

ॐ ११७६ ॐ

निवृत्तिराज म्हणे प्रळयींचा वारा । सुटला शारंगधरा ऐसें वाटे ।। १ ।।
हालतें गगन डोलती विमानें । गेलें देहभान अवघियांचें ।। २ ।।
अवघियांचे डोळे झांकले एकट । माध्यान्हीं अभूट वळुनि आलें ।। ३ ।।
निवृत्ति पांडुरंग राही रखुमाई । धरा म्हणती घाई मुक्ताईला ।। ४ ।।
नामा म्हणे केशवा जाहला उबाळा । कांहीं केल्या डोळा उघडों नेदी ।। ५ ।।

ॐ ११७७ ॐ

ऋषि म्हणती हरि पातलेसें विघ्न । आतां कैसे प्राण वांचतील ।। १ ।।
कोणाचिया शुद्धि नाहींचिया कोणा । म्हणती नारायणा मृत्यु आला ।। २ ।।
कडाडली वीज निरंजनीं जेव्हां । मुक्ताई तेव्हां गुप्त जाली ।। ३ ।।
वैकुंठी लक्ष घंटा वाजती एकघाई । जाली मुक्ताई स्वरूपाकार ।। ४ ।।
एक प्रहर जाला प्रकाश त्रिभुवनीं । जेव्हां निरंजनी गुप्त जाली ।। ५ ।।
गेलें निवारूनी आकाश अभूट । नामा म्हणे कोठें मुक्ताबाई ।। ६ ।।

ॐ ११७८ ॐ

उघडिल्या दिशा उघडिलें गगन । पाहिलें वदन भास्कराचें ।। १ ।।
निवृत्तिराजातें कळवळा वाटे भारी । आतां आम्हां हरि आज्ञा द्यावी ।। २ ।।
जयजयकारें टाळ्या पिटिती सकळ । नाचती गोपाळ तापीतीरीं ।। ३ ।।
सकळांचे चित्तीं येतो कळवळा । मुक्ताई डोळां पाहिली नाहीं ।। ४ ।।

नानापरि खेद करिती योगेश्वर । लाविती पदर डोळियांसी ।। ५ ।।
नामा म्हणे देवा कैसें आतां कांहीं । आम्हां मुक्ताई बोलली नाहीं ।। ६ ।।

ॐ ११७९ ॐ

ज्ञानेश्वरा तुम्हीं निरविलें सोपान । केली बोळवण पांडुरंगा ।। १ ।।
तो आम्ही उत्सव पाहिलासे डोळां । चांगोबाचा सोहळा दाविला हरी ।। २ ।।
होती ऐसी नाहीं जाली मुक्ताई । संत तया ठायीं स्फुंदताती ।। ३ ।।
रम्य स्थळ म्हणोनि राहिले एक मास । युगा ऐसे दिवस क्रमियेले ।। ४ ।।
अर्ध मास वैशाख अर्ध मास ज्येष्ठ । फार होती कष्ट निवृत्तिराजा ।। ५ ।।
मुक्ताई मुक्त केली केशवराजा । नामा म्हणे पूजा तापीतीरा ।। ६ ।।

ॐ ११८० ॐ

पूजियेली तापी पूजिला सोमेश्वर । उठावले भार वैष्णवांचे ।। १ ।।
कांहीं कोणावरी नाही पडलें ओझें । कष्टी निवृत्तिराज होत असे ।। २ ।।
आली गेली कैसी आम्हां कळलें नाहीं । कोठें मुक्ताई विसर्जिली ।। ३ ।।
नामा म्हणे देवा उठवा ऋषीश्वरा । निवृत्तीचें करा समाधान ।। ४ ।।

श्री निवृत्तिनाथांची समाधी

๑ ११८१ ๑

निवृत्तिराज म्हणे भलें केलें देवा । आतां जी केशवा सिद्ध व्हावें ॥ १ ॥
निवृत्तिदास म्हणे सहजासहज हरी । बोळविलीं सारीं सुखधामा ॥ २ ॥
दाही दिशा चित्त जालें असें सैरा । आतां शारंगधरा सिद्ध व्हावें ॥ ३ ॥
आतां माझे श्रम नको घेऊं हरी । जावें त्र्यंबकेश्वरीं समाधीसी ॥ ४ ॥
पार माझा प्राण आला असे कंठीं । आतां जगजेठी सिद्ध व्हावें ॥ ५ ॥
नामा म्हणे देवा दिवस नाहीं आतां । त्वरें वेगीं संता सिद्ध करा ॥ ६ ॥

๑ ११८२ ๑

विमानीं बैसली विठ्ठल सुखमूर्ती । घेतला निवृत्ति मध्यभागीं ॥ १ ॥
राही रखुमाई बैसले सुरगण । उठलीं विमानें गंधर्वांचीं ॥ २ ॥
गोपाळांचे भार उठले तातडीनें । चालिलीं विमानें सुरवरांचीं ॥ ३ ॥
आतां त्वरें चला तुम्ही सप्तश्रृंगा । कार्य हें गोंविदा सिद्धि न्यावें ॥ ४ ॥
आदि माया तेथें होईल दर्शन । संत साधुजन भेटतील ॥ ५ ॥
नामा म्हणे धन्य तुझ्या योगें हरी । तीर्थयात्रा सारी घडली आम्हां ॥ ६ ॥

॥ ११८३ ॥

टाळ हे मृदंग गायनें पुढतीं । रंजविती निवृत्ति अवघेजण ॥ १ ॥
गीतार्थ करिती योगी मुनिजन । रंजविती मन निवृत्तीचें ॥ २ ॥
आत्मसुख एक बोलती बोलणीं । ज्ञानराज मनी आठवतो ॥ ३ ॥
ज्ञानराजें आमुचे निवविले डोळे । आतां ऐसे खेळे नाहीं कोणी ॥ ४ ॥
ऐकावा हा अर्थ मुक्ताईच्या मुखीं । आतां ऐसी सखी नाहीं कोणी ॥ ५ ॥
नामा म्हणे स्वामी सांगतां प्रमाण । ऐकतां श्रवण खेद वाटे ॥ ६ ॥

॥ ११८४ ॥

अविट बोलणें बोलावें अनादि । जें गुह्य वेदीं सांपडेना ॥ १ ॥
कीर्ति पैं वैराग्य केलें सामराज्य । गुरुत्वासी लाज नाहीं आली ॥ २ ॥
नाशिवंत शरीर केलें अविनाश । घडविला विलास अध्यात्मींचा ॥ ३ ॥
अविट बोलणीं आठवती मनीं । आतां त्रिभुवनीं दिसेनात ॥ ४ ॥
तुझ्यामुळें हरि चालतो उगला । देहा आधीं गेला प्राण माझा ॥ ५ ॥
नामा म्हणे देवा करितां ऐसा घोर । सांडील शरीर निवृत्तिराज ॥ ६ ॥

॥ ११८५ ॥

जें जें सुख आम्हीं अनुभविलें मना । त्याचा नारायणा आठव होतो ॥ १ ॥
ऐसें पदोपदीं निवृत्तिराज कष्टी । कोणकोणाच्या गोष्टी आठवाव्या ॥ २ ॥
ज्येष्ठाच्या आधीं कनिष्ठाचे जाणें । केलें नारायणे उफराटें ॥ ३ ॥
उफराटें फार कळलें माझें मनी । वळचणीचें पाणी आढ्या गेलें ॥ ४ ॥
अवघ्यापरीस कष्टी केलें मुक्ताईनें । कांहींच बोलणें घडलें नाहीं ॥ ५ ॥
नामा म्हणे विठोबा ऐकशी बोलणें । अवघियांची मनें कळवळतीं ॥ ६ ॥

॥ ११८६ ॥

गहिनीनाथें मज सांगितलें सार । केली ज्ञानेश्वरें व्याख्या त्याची ॥ १ ॥
काढिला शोधून अनुभव मुक्ताईनें । ते ज्ञान सोपानें संपादिलें ॥ २ ॥
अनुभवें निवविला चांगा वटेश्वर । विसोबा खेंचर सिद्ध जाला ॥ ३ ॥

त्या ज्ञानें जाला चांगदेव विकळ । त्यागियेली सकळ अविद्या माया ।। ४ ।।
अज्ञानासी ज्ञान जालें तैं सहज । ऐसें निवृत्तिराज आठविती ।। ५ ।।
सप्तश्रृंगीं आले देव सुरगण । उतरिलीं विमानें नामा म्हणे ।। ६ ।।

११८७

देवीं देवेश शिवीं शिवेश । अगम्य सुरस आदिमाया ।। १ ।।
अष्टदिशा अगोचरें अष्टभुजा संहारकरें । असुरादि मंथन विरे कुलस्वामिनीये ।। २ ।।
वदताती देव आणि सुरगण । उतरिलीं विमानें ठायीं ठायीं ।। ३ ।।
सकळांनी पूजा केली आनंदानें । करिती कीर्तनें अंबेपुढें ।। ४ ।।
मंडपी बैसले निवृत्ति नारायण । नारदकीर्तनें पुढें होत ।। ५ ।।
नामा म्हणे देवी पहाती सकळ । पूजिती गोपाळ आनंदानें ।। ६ ।।

११८८

सप्तश्रृंगालागीं केली प्रदक्षिणा । आतां नारायणा सिद्ध व्हावें ।। १ ।।
मार्गी आदिमाया पूजिली आनंदी । म्हणती धन्य मांदी वैष्णवांची ।। २ ।।
चालतां चालतां दिवस जाले फार । होईल उशीर समाधीसी ।। ३ ।।
तीन रात्र तेथें राहिले गोपाळ । मग म्हणती सकळ चला आतां ।। ४ ।।
नामा म्हणे देव बैसले गरुडावर । उठावले भार वैष्णवांचे ।। ५ ।।

११८९

वंदिली अंबिका निघाले बाहेर । कीर्तन गजर पुढें होत ।। १ ।।
गोदातीरीं क्षेत्र धन्य त्र्यंबकेश्वर । उतरले भार वैष्णवांचे ।। २ ।।
म्हणती पांडुरंगें दावियेलें स्थळ । निवृत्तिराज विकळ पार जाले ।। ३ ।।
पंचमीचे दिवशीं गेले पंचवटी । उतरले तटीं गौतमीचे ।। ४ ।।
नामा म्हणे शेवट केला वनमाळी । रहाती ये स्थळीं निवृत्तिराज ।। ५ ।।

❀ ११९० ❀

सुंदर नारायण गौरविले फार । केला नमस्कार वैष्णवांनीं ।। १ ।।
सुरस सर्व तीर्थे आदि पुरातन । केली नारायणें तीर्थयात्रा ।। २ ।।
विसोबा खेचर परिसा भागवत । अनेक ते संत बसविले ।। ३ ।।
मध्ये निवृत्तिराज पांडुरंग पुंडलिक । पाहाती कौतुक गौतमीचें ।। ४ ।।
दशमीचे दिवशीं केलें तें प्रस्थान । विधि नारायण सांगतसे ।। ५ ।।
नामा म्हणे श्रीरंगा गौरविले सकळ । जालासे विकळ निवृत्तिराज ।। ६ ।।

❀ ११९१ ❀

सहसमुदायेंसी उठावें शारंगधरा । हरिहरेश्वरा जाऊं आतां ।। १ ।।
उठले वैष्णव आणि हृषिकेशी । आले त्र्यंबकासी निवृत्तिराज ।। २ ।।
एकादशी व्रत वद्य ज्येष्ठ मासीं । उत्सव निवृत्तीसी देवें केला ।। ३ ।।
द्वादशीं पारणें सोडिती वैष्णव । समारंभ देव करितसे ।। ४ ।।
राहिली ते शक्ति गळालें शरीर । देह अहंकार त्यागियेला ।। ५ ।।
कोणाची करावी पूजा कोणें कोणा । अवघे नारायणा करणें येथें ।। ६ ।।
नामा म्हणे देवा मुक्ताईची गती । सांडिलें निवृत्ति शरीरासी ।। ७ ।।

❀ ११९२ ❀

आपुलिया अंगें साहित्य श्रीरंगें । पुजियेले सांग संतसाधू ।। १ ।।
निवृत्तिदेवें केली विठोबाची पूजा । उभारिल्या ध्वजा पताकांच्या ।। २ ।।
पश्चिमेसी स्थळ अनादि समूळ । उघडिली शीळ समाधीची ।। ३ ।।
म्हणती योगेश्वर अनादि या शेजा । चिद्रत्नें ती पूजा केली असे ।। ४ ।।
नामा म्हणे देवा जागा निरंजनीं । युगादि हे धुणी धुपतीये ।। ५ ।।

❀ ११९३ ❀

तुळसी बेल पुष्पें समर्पिलीं वर । पाहाती ऋषीश्वर पहिली पूजा ।। १ ।।
नारा विठा गोंदा पाठविला महादा । झाडावया शेजा पुढें जाले ।। २ ।।
सभोंवतीं जागा झाडिली निर्मळ । अनादि हें स्थळ निवृत्तिराजा ।। ३ ।।

सभोंवते दीप लाविले समाधी । म्हणती पूजा आधीं केली असे ।। ४ ।।
अनादि हे पूजा केली म्हणती संत । आतां कोणी आंत उतरूं नये ।। ५ ।।
नामा म्हणे हरि काय स्थळ चांगलें । दुर्वा दर्भ फुलें वाहियेलीं ।। ६ ।।

ॐ ११९४ ॐ

पुष्करिणीकांठीं वैष्णवांचे भार । देव ऋषीश्वर जेवताती ।। १ ।।
अवघिया पात्रें वाढलीं नारायणें । सोडिती पारणें निवृत्तिराज ।। २ ।।
विठोबा रखुमाईनें घेतला निवृत्ति । जेविताती पंक्ति गोपाळांच्या ।। ३ ।।
जेवले वैष्णव आणि हृषिकेशी । गेले आचमनासी पुष्करिणीतें ।। ४ ।।
अवघे संत तेथें बैसले निवाडे । पुंडलिक विडे वांटितसे ।। ५ ।।
नामा म्हणे केशव बैसले कीर्तनास । होतो कासाविस निवृत्तिराज ।। ६ ।।

ॐ ११९५ ॐ

निवृत्तिदेवासाठीं स्फुंदती ऋषीश्वर । लाविला पदर डोळियांसीं ।। १ ।।
गरुडावर पुंडलिकें घातियेला साज । जाती निवृत्तिराज समाधीसी ।। २ ।।
चालती विमानें वाजतसे घंटा । उठा आतां भेटा अवघेजण ।। ३ ।।
समाधीभोंवते कुंकुमाचे सडे । पाहती निवाडे योगीराज ।। ४ ।।
कीर्तन गजरीं गेलीसे मंडळी । बैसली ते पाळी समाधीच्या ।। ५ ।।
नामा म्हणे पुढें उभे नारायण । आरंभिलें नमन निवृत्तिराजें ।। ६ ।।

ॐ ११९६ ॐ

नमो गणपति गजानना । नमो सरस्वति मंगलध्याना ।
नमो अगाध ब्रह्मपरायणा । नमो नमो स्वामी ।। १ ।।
नमो आदिमायादि सागरा । नमो चिदानंद दिगंबरा ।
एकत्व एक सारा । नमो नमो तुज ।। २ ।।
नमो मत्स्येंद्रनाथा अनादि । नमो सर्वव्यापका बुद्धि ।
नमो जुनाट युगादि । तुज नमो ।। ३ ।।
नमो सत्यकाळनाथ त्रिजगतीं । नमो पुढत पुढती।

योगेश्वरा आदि अंतीं । नमो नमो स्वामी ।। ४ ।।
नमो गहिनीनाथ अविनाशा। नमो सहजासहज प्रकाशा ।
नमो व्यापुनि दाही दिशा । आदि गुरु तुज नमो ।। ५ ।।
गुप्तनाथ तुज नमन । नमो सद्गुरु परब्रह्म पूर्ण ।
सदा स्वरूपीं अनुसंधान । नमस्ते नमस्ते ।। ६ ।।
नमो गैहिनीनाथ आदिगुरु । तूं संकटीं आदि तारूं ।
नमो संसारहर्ता हरू । सद्गुरुनाथा तुज नमो ।। ७ ।।
नमो कर्ता हर्ता नारायणा । नमो उदयाअस्तु गगनघना ।
नमो विराटपुरुषा जगज्जीवना । नमस्ते नमस्ते कुळस्वामी ।। ८ ।।
नमो त्रिपुटी गुप्तधना । नीलवर्णा कलंकी कोंदणा ।
नमो ज्योतिर्मय दारुणा । नमो नमो जगद्गुरु ।। ९ ।।
नमो पांडुरंग दयाळा । नमो गोविंदा गोपाळा ।
नमो वैष्णवां सकळां । योगिया ऋषीश्वरा नमो नमो ।। १० ।।
नमो सर्व चराचर । नमो अंतरबाहेर ।
नमो दहाही अवतार । जगद्भूषणा तुज नमो ।। ११ ।।
नमन नेणो कैसें व्यापी । नमन रंगलें विश्वरूपीं ।
नमन चिन्मय गुह्य गौप्यीं । नमो सर्वभूतीं निजगुरु ।। १२ ।।

११९७

धूप पंचारती गंधाक्षता वाहती । पूजिला निवृत्ति वैष्णवांनीं ।। १ ।।
प्रेमें आसुवें येती सकळांचिये डोळां । माळ घाली गळां पुंडलिक ।। २ ।।
निवृत्तिदेवें ग्रंथ केला होता सार । ठेविला समोर विठोबाच्या ।। ३ ।।
अवघ्या जनालागीं केला नमस्कार । उठावले भार वैष्णवांचे ।। ४ ।।
गोविंद गोपाळ आले ते सकळ । प्रेमें होती विकळ निवृत्तिराज ।। ५ ।।
केली आचमनें पुष्कर्णीचे तटीं । आले उठाउठी समाधीपाशीं ।। ६ ।।
नामा म्हणे देवा निवृत्तिसारखा योगी । नाहीं आतां जगीं दावावया ।। ७ ।।

၈ १११८ ၈

समाधीच्या पाळी बैसलीं सकळीं । केला या गोपाळीं जयजयकार ।। १ ।।
निवृत्तिच्या संगें पुंडलिक पांडुरंग । सिद्ध जाले सांग समाधीसी ।। २ ।।
निवृत्तिदेवें वंदिलीं सकळांची पाउलें । तीर्थ तें घेतलें विठोबाचें ।। ३ ।।
पताकांची छाया समाधीसी आली । उतरले खालीं निवृत्तिदेव ।। ४ ।।
पुंडलिक पांडुरंग गेले बरोबरी । बैसले आसनावरी निवृत्तिराज ।। ५ ।।
नामा म्हणे देवा काय पाहावें आतां । गेला पंढरिनाथा चिद्‌भानु तो ।। ६ ।।

၈ ११९९ ၈

निवृत्तिराज बैसले समाधीं सुचिंत । चिन्मय ते ज्योत उजळली ।। १ ।।
पुंडलिकें मिठी निवृत्तीच्या गळां । अवघियांच्या डोळां आसुवें येती ।। २ ।।
विठोबाचें हृदय आलेंसें भरून । झांकियेले नयन निवृत्तिराजें ।। ३ ।।
पुंडलिके आणिलें विठोबासी बाहेर । केला नमस्कार वैष्णवांनीं ।। ४ ।।
राही रखुमाई बैसल्या गहिंवरत । आणिक संत महंत वोसंडती ।। ५ ।।
नामा म्हणे हरि शुद्धि नाहीं सकळां । घाला आतां शिळा समाधीसी ।। ६ ।।

၈ १२०० ၈

नामा महादा गोंदा विठा जाले विकळ । झांकियेली शीळ समाधीची ।। १ ।।
गंधर्व आणि देव चिंतावले भारी । दीर्घध्वनि करी नारा विठा ।। २ ।।
गोंदा आणि महादा सांडिती शरीर । विसोबा खेचर फार कष्टी ।। ३ ।।
लोपलासे भानु पडला अंधार । गेला योगेश्वर निवृत्तिराज ।। ४ ।।
गेल्या त्या विभूति अनादि अवतार । आतां देवा फार आठवतें ।। ५ ।।
नामा म्हणे हरि धरवेना धीर । येती गहिवर वोसंडोनी ।। ६ ।।

၈ १२०१ ၈

परिसा भागवत करितसे शोक । म्हणती देवा दुःख अति जालें ।। १ ।।
द्वादशी समाधि दिधली निवृत्तीसी । जाले उदासी अवघेजण ।। २ ।।
देव म्हणे उठा करा आतां पूजा । घालूं पुष्पशेजा समाधीसी ।। ३ ।।

उठले सकळ होताती विकळ । गेले ते गोपाळ समाधीसी ॥ ४ ॥
घेतली समाधि सव्य वैष्णवांनीं । पूजिताती सुमनीं समाधीसी ॥ ५ ॥
नामा म्हणे अवघे करा प्रदक्षिणा । चला आचमना पुष्कर्णीसी ॥ ६ ॥

॥ १२०२ ॥

पांच दिवस उत्सव केला निवृत्तीसी । काला आमावास्येसी त्र्यंबकेश्वरीं ॥ १ ॥
प्रतिपदेसी हरि निघाले बाहेरी । कीर्तन गजरी पुढें होत ॥ २ ॥
कांहीं ऋषीश्वर राहियेले तेथें । गेले बहुत ते आळंकापुरीं ॥ ३ ॥
गरुडावरी सिद्ध जाले नारायण । चाललीं विमानें गंधर्वांचीं ॥ ४ ॥
नामा म्हणे देवा जावें आषाढीसी । आले एकादशी पंढरीये ॥ ५ ॥

॥ १२०३ ॥

जयजयकारें टाळी पिटिली सकळी । चालली मंडळी वैष्णवांची ॥ १ ॥
पंढरीचा पोहा निघाला बाहेरी । कीर्तन गजरीं पुढें होत ॥ २ ॥
विठोबा रखुमाई बैसलीं गरुडावर । केला नमस्कार वैष्णवांनीं ॥ ३ ॥
म्हणती तीर्थयात्रा जाली यथासांग । पाहिले प्रसंग समाधीचे ॥ ४ ॥
गेले योगिराज अनादि जे आदि । राहिल्या समाधि जगामाजीं ॥ ५ ॥
नामा म्हणे देवा गेले मुनिजन । राहिलें तें ज्ञान जगामाजीं ॥ ६ ॥

॥ १२०४ ॥

गेले दिगंबर ईश्वर विभूति । राहिल्या त्या कीर्ति जगामाजीं ॥ १ ॥
वैराग्याच्या गोष्टी ऐकिल्या त्या कानीं । आतां ऐसें कोणी होणें नाहीं ॥ २ ॥
सांगतील ज्ञान म्हणतील खूण । नयेचि साधन निवृत्तीचें ॥ ३ ॥
परब्रह्म डोळां दावू ऐसें म्हणती । कोणा नये युक्ति ज्ञानोबाची ॥ ४ ॥
करतील अर्थ सांगतील परमार्थ । नये पां एकांत सोपानाचा ॥ ५ ॥
नामा म्हणे देवा सांगूनियां कांहीं । नये मुक्ताबाई गुह्य तुझें ॥ ६ ॥

ॐ १२०५ ॐ

नानापरी खेद आठविती मना । आतां नारायणा सिद्धि न्यावें ।। १ ।।
समाधीसी केली आरति पंचारती । राहिली निवृत्ति स्वरूपीं तुझ्या ।। २ ।।
सुखाचे साधन जालीं चौघेजणें । केलीं नारायणें बोळवण ।। ३ ।।
पंचक्रोशावरी उभे ठेले भार । केला नमस्कार समाधीसी ।। ४ ।।
नामा म्हणे आतां जावें पंढरपुरा । समाधीचा सारा विधि जाला ।। ५ ।।

ॐ १२०६ ॐ

शेवटची समाधि जाली जैसी तैसी । तुज हृषिकेशी समर्पिली ।। १ ।।
आपुल्या सत्ताबळें चालविलें हरि । विष्णुदासावरी कृपा केली ।। २ ।।
नेणों कैसा होईल समाधीचा प्रसंग । बोलिलेति अंगें पांडुरंगा ।। ३ ।।
मुकियाला वाचा दिधली श्रीरंगें । इच्छिला प्रसंग सिद्धी नेला ।। ४ ।।
नामा म्हणे देव माय बाप विठ्ठल । म्हणोनि माझे बोल स्वीकारिले ।। ५ ।।

ॐ १२०७ ॐ

काय म्यां बोलावें किती माझी मति । तुम्ही रमापति गोड केलें ।। १ ।।
विश्वरूप घडी उघडिली धडफुडी । आतां काय थोडी कृपा म्हणूं ।। २ ।।
चिन्मय लहरी येती उन्मळुनी । दया नारायणीं थोर केली ।। ३ ।।
समाधि चरित्र केलें यथामति । रखूमाईचा पति आर्जविला ।। ४ ।।
समाधि चरित्र जो करील श्रवण । तयालागीं पेणें वैकुंठीचें ।। ५ ।।
नामा म्हणे देवगुरु धरील चित्तीं । उद्धरील पति रूक्माईचा ।। ६ ।।

ॐ १२०८ ॐ

समाधि श्रवण करिती निशिदिनीं । त्यांसि चक्रपाणि देईल भेटी ।। १ ।।
समाधि श्रवणाचा धरील जो विश्वास । नाहीं नाहीं दोष पातकांचा ।। २ ।।
समाधि विरक्ताची पतिता वाराणसी । कोटि कुळें त्याची उद्धरील ।। ३ ।।
जो कोणी बसेल समाधिश्रवणा । तया प्रदक्षिणा पृथ्वीची हे ।। ४ ।।

स्वहित साधन सांगितलें येथें । परिसा भागवत लेखक जाला ।। ५ ।।
नामा म्हणे हरि बोलिलों तुझिया बळें । वाहिलीं तुळसीदळें स्वामीलागीं ।। ६ ।।

॥ १२०९ ॥

आळंकापुरीस पांडुरंग गेले । समाधिस्थ केलें ज्ञानदेवा ।। १ ।।
उरकोनी सोहळा संगें संतमेळा । विठोबा राहिला आळंदीस ।। २ ।।
पाहे चक्रपाणि नाम्या डोळयां पाणी । कंठ तो दाटुनि उगा आहे ।। ३ ।।
पुसे रुक्मिणीकांत कां रे तूं निवांत । नाम्या शोकाक्रांत कोण्या दुःखें ।। ४ ।।

॥ १२१० ॥

नामा म्हणे देवा ज्ञानदेव सृष्टीं । पडेल कां दृष्टी पुन्हां आतां ।। १ ।।
ज्ञानाचा वियोग जडला हृद्रोग । भेटीचा प्रयोग करा देवा ।। २ ।।
ज्ञानदेव माझा दाखवा या वेळीं । जीव तळमळी त्याच्याविण ।। ३ ।।
संत अंतरला सखा जाला दूर । आतां पंढरपूर कैसे कंठूं ।। ४ ।।
तुमचें दर्शन ज्ञान कृपादान । पंढरीस येणें ह्याचसाठीं ।। ५ ।।

॥ १२११ ॥

तरीच येईन पंढरीस । दृष्टी देखेन ज्ञानेश ।। १ ।।
ज्ञानदेवा भेटी व्हावी । ऐशी सोय देवा लावी ।। २ ।।
ऐशियाच्या कृपादानें । तुम्हां संगतीं नाचणें ।। ३ ।।
पंढरीचें जें कां सुख । जाणे तो एक भाविक ।। ४ ।।

॥ १२१२ ॥

ज्ञानदेव पहावा डोळां । ऐसें वाटतें विठ्ठला ।। १ ।।
जगजेठी जगत्पाळ । माझी पुरवावी आळ ।। २ ।।
तुम्हां काय अवघड । लीळें झेला गिरिगड ।। ३ ।।
कल्पतरुतळीं वास । त्या घडे कां उपवास ।। ४ ।।
माझ्या कृपाळुवा देवा । हांकेसरसा घेशी धांवा ।। ५ ।।

॥ १२१३ ॥

ज्ञानदेव माझें सौख्यसरोवर । त्यांत जलचर स्वस्थ होतों ॥ १ ॥
दुर्दैव तापानें आटलें तें नीर । वर्षी रघुवीर कृपामेघ ॥ २ ॥
ज्ञानदेवाविण व्याकुळ हे प्राण । तूं जगज्जीवन देवा होसी ॥ ३ ॥
विठाबाई तूं गे जाणसी ना जाण । रक्षी मज कोण दुजें येथें ॥ ४ ॥

॥ १२१४ ॥

नामा हे वदतां डोळयां आलें पाणी । पडिला धरणीं देवापुढें ॥ १ ॥
नामदेव स्थिती पाहून श्रीपती । विस्मित ते चितीं स्तब्ध जाले ॥ २ ॥
कैशा रीती नाम्या संबोखूं मी आतां । कठीण अवस्था देव म्हणे ॥ ३ ॥
प्रेम उचंबळे ऐकतां ही आळ । बुझावी गोपाळ नाम्यालागीं ॥ ४ ॥

॥ १२१५ ॥

देव म्हणे नाम्या पाहे । ज्ञानदेव मींच आहे ॥ १ ॥
तो आणि मी नाहीं दुजा । ज्ञानदेव आत्मा माझा ॥ २ ॥
माझ्या ठायीं ठेवीं हेत । सोड खंत खंडी द्वैत ॥ ३ ॥
नाम्या उमज मानसीं । ऐसें म्हणे हृषिकेशी ॥ ४ ॥

॥ १२१६ ॥

ज्ञानदेवापुढें कथा । करी वारील हा व्यथा ॥ १ ॥
आत्मरूपी ज्ञानेश्वर । तोचि ज्ञानाचा सागर ॥ २ ॥
ज्ञानदेवी धरी भाव । स्वयें होय तूंचि देव ॥ ३ ॥
राम कृष्ण रे गोविंद । जप म्हणे तो मुकुंद ॥ ४ ॥

॥ १२१७ ॥

प्रेमळ तूं भक्ता माझ्या नामदेवा ॥ जीवींचा विसावा भक्त तूंची ॥ १ ॥
तुमचेनि माझें देवपण सत्य । चंद्रें पाझरत सोमकांत ॥ २ ॥

तुमचे भक्तीने आणिलें रूपासी । अवाच्य अविनाशी अरूप तें ।। ३ ।।
पंढरिचा राणा सांगतो ह्या खुणा । भक्तांच्या कारणा येणें मज ।। ४ ।।

꧁ १२१८ ꧂

नग जों तें सोनें लेण्याजोगें होते । मुदी कंकण तैं नामें त्यांची ।। १ ।।
मुशीमाजीं जेव्हां गेलें तें मुरोन । जालेसें सुवर्ण अभिन्न तें ।। २ ।।
तैसा ज्ञानदेव भक्त तो मी देव ।। लौकिक लाघव दासांसाठीं ।। ३ ।।
ज्ञानसमाधी हे नाशी रूप नांवा । अंतींचा मेळावा मजमाजीं ।। ४ ।।

꧁ १२१९ ꧂

तेज स्पर्शे ज्योती कर्पुरीं निघाली । दोन्ही तीं निमालीं एकदांची ।। १ ।।
आघातानें नाद घंटेंतून उठे । शेवटीं तो मिटे घंटेमाजीं ।। २ ।।
ब्रह्मीं माया स्फुरे चैतन्यप्रकाशें । शेवटी तें वसे ब्रह्मरूपीं ।। ३ ।।
पांडुरंग म्हणे ऐक नाम्या ज्ञान । वाटो समाधान तुझ्या जीवा ।। ४ ।।

꧁ १२२० ꧂

नामदेव म्हणे देवा । ब्रह्मज्ञान पोटीं ठेवा ।। १ ।।
तुम्ही मायेसंगें गूढ । ज्ञान जाणिवेचें आड ।। २ ।।
आम्हां नाहीं याची चाड । वाटे संतभेटी गोड ।। ३ ।।
संतभेटी प्रेम फावे । प्रेमें देवाशीं भेटावें ।। ४ ।।
प्रेम आहे पोटभरी । देव त्यासी पोटीं धरी ।। ५ ।।
नामदेवा ठायीं प्रेम । मार्गी आडविलें ब्रह्म ।। ६ ।।

꧁ १२२१ ꧂

देई भक्तिरस प्रेमा । देवा घाली आम्हां जन्मां ।। १ ।।
प्रेम येई हातां जरी । जेथें नांदू ती पंढरी ।। २ ।।
ज्ञानदेवीं भेट व्हावी । ज्ञान गोष्ट कां सांगावी ।। ३ ।।

नामा न बुझावा जनीं । कोण नाचेल कीर्तनीं ।। ४ ।।
पुरवा नामयाच्या आर्ता । देवा सांगे जगन्माता ।। ५ ।।

ॐ १२२२ ॐ

देव कळवळले चित्तीं । त्यासी मायेची संमती ।। १ ।।
मायबापांचा त्या लळा । नामा घेईना कां आळा ।। २ ।।
बाप जगताचा स्वामी । आई प्रत्यक्ष लक्ष्मी ।। ३ ।।
नामा थोराचें लेंकरूं । छंद त्याचा अनिवारु ।। ४ ।।
छंद नाम्याचा पुरविण्या । देव वेंची प्रेमनाण्या ।। ५ ।।
हाटीं उदमीं भाविक । विठुराजा त्या ग्राहिक ।। ६ ।।

ॐ १२२३ ॐ

गरुडासि मग म्हणे पांडुरंग । साकल्य हें सांग पुंडलिका ।। १ ।।
नामदेव कष्टी ज्ञानदेवासाठीं । घेऊन या तो भेटी नामयाच्या ।। २ ।।
संतप्रेम भेटी देव गुज गोष्टी । जाणत्याच्या पोटीं सर्व वसे ।। ३ ।।
करी पांडुरंग येई त्याच्या मना । निमित्ताकारणा भक्त शोधी ।। ४ ।।

ॐ १२२४ ॐ

ऐकतां निरोप पुंडलिक भक्त । जाला सद्गदित धन्य म्हणे ।। १ ।।
धन्य ती आळंदी धन्य विष्णुदास । धन्य हा दिवस देव भेटे ।। २ ।।
ज्ञानदेवा आलें वैकुंठीचें रूप । पोचतां निरोप पुंडलिका ।। ३ ।।
पुंडलिकें तेव्हां गरुड पूजियेला । ज्ञाना बसविला विमानांत ।। ४ ।।
पुढें तो गरुड मागें ये विमान । रुक्मिणी दुरोन दावी देवा ।। ५ ।।

ॐ १२२५ ॐ

आकाशीं पुष्पक शुभ्र दंड दिसे । बैसोनि येतसे ज्ञानदेव ।। १ ।।
शुद्धभावें इच्छी ज्ञानदेव भेटी । येई उठाउठी भेटूं त्यासी ।। २ ।।

पहाती नवल भक्त ते प्रेमळ । निश्चय निढळ आहे ज्यांचा ॥ ३ ॥
देव म्हणे नाम्या घेई भेटीसुखा । ज्ञानदेव सखा उभा येथें ॥ ४ ॥

॥ १२२६ ॥

ज्ञानदेवा पहातां डोळां । नामदेवा हर्ष जाला ॥ १ ॥
घट्ट धरियेले पाय । तूं तो जाला सद्गुरुराय ॥ २ ॥
नको करूं रे अहेर । मज धरूं नको दूर ॥ ३ ॥
सदा आठवत मना । तुझ्या भक्तीच्या कल्पना ॥ ४ ॥

॥ १२२७ ॥

नाथा नको रे अंतरूं । तुझ्या कांसेचें वासरूं ॥ १ ॥
कळा दुभती तूं गाय । तुझा वियोग असह्य ॥ २ ॥
देह भोगितां प्राक्तन । मना ठेवी तयाधीन ॥ ३ ॥
ज्ञानदेवीं ही समाधी । जडो मनोवृत्ति अवघी ॥ ४ ॥
नामा भेटे ज्ञानदेवा । जनां प्रसाद मिळावा ॥ ५ ॥

॥ १२२८ ॥

हरीचिया दासा नामया उदासा । तुझी हृषिकेशा प्रीति बहू ॥ १ ॥
हरिदासांमाजी होसी तूं आगळा । प्रेमाचा पुतळा नामदेव ॥ २ ॥
ज्ञानदेव म्हणे तूं विठोचा लडिवाळ । नामया तूं कृपाळ आम्हांवरी ॥ ३ ॥

॥ १२२९ ॥

धन्य पुण्यभूमि आळंदी हें गांव । दैवताचें नांव सिद्धेश्वर ॥ १ ॥
चौऱ्यांशी सिद्धींचा सिद्धभेटी मेळा । तो सुखसोहळा काय सांगूं ॥ २ ॥
विमानांची दाटी पाहती सुरवर । वर्षताती भार सुमनांचे ॥ ३ ॥
नामा म्हणे देवा चला तया ठाया । विश्रांति घ्यावया कल्पवरी ॥ ४ ॥

॥ १२३० ॥

अगा पांडुरंगा भक्तजन कैवारी । सेवकजन द्वारीं तिष्ठताती ॥ १ ॥
निवृत्ति ज्ञानदेव सोपान हा पाही । आली मुक्ताबाई चांगदेव ॥ २ ॥
खेचर विसोबा असंद सुदामा । चोखा पुरुषोत्तमा आला असे ॥ ३ ॥
मैराळ जनक वत्सरा तो नारा । विठा सारंगधरा आला असे ॥ ४ ॥
परसा भागवत सांवता नरहरी । चोखा मेळा द्वारीं भानुदास ॥ ५ ॥
नटनाट्यकुसरी कान्होपात्रा द्वारीं । चवरें विंजणें हरी जाणविती ॥ ६ ॥
माचंगा अनंता नरसीपुरीं होता । तो हा पंढरीनाथा आला असे ॥ ७ ॥
मच्छिंद्र गोरक्ष चरपटी चौरंगीं । गोपीचंद योगी आला असे ॥ ८ ॥
इडा ती पिंगळा सूक्ष्म ती आवळा । षड्रस गोपाळा घेऊनि आला ॥ ९ ॥
तेथें टाळ दिंडी घेऊनियां नामा । भेटी पुरुषोत्तमा आला असे ॥ १० ॥

॥ १२३१ ॥

रखुमाई माता राही ओंवाळिती । नित्य पंचारती हरिच्या दासां ॥ १ ॥
नित्य भक्तां हरि यालागीं विनट । पंढरीची पेठ वसविली ॥ २ ॥
धन्य हा निवृत्ति धन्य हा सोपान । धन्य हा निधान ज्ञानदेव ॥ ३ ॥
खेचर सांवता धन्य जनमित्र । यांसि सकळ देत हरि ब्रह्म ॥ ४ ॥
पांडुरंग पिसा यालागीं जाहला । मुक्ताई पाजिला प्रेम पान्हा ॥ ५ ॥
नामा म्हणे खूण जाणती सज्ञान । अखंड तें ध्यान निवृत्तिदेवीं ॥ ६ ॥

लेखक परिचय

डॉ. सदानंद श्रीधर मोरे देहूकर

एम. ए. (तत्त्वज्ञान), एम.ए. (प्राचीन भारतीय संस्कृती आणि इतिहास),
पीएच.डी. (द गीता : अ थिअरी ऑफ ह्युमन ॲक्शन) सर्वोत्कृष्ट प्रबंधासाठी गुरुदेव दामले पुरस्कार

- प्राध्यापक आणि प्रमुख, संत नामदेव अध्यासन, सावित्रीबाई फुले पुणे विद्यापीठ, पुणे
- एशियाटिक सोसायटी, मुंबईचे 'फेलो'
- संत साहित्य आणि महाराष्ट्राच्या लोकव्यवहाराचे अभ्यासक
- भूतपूर्व अध्यक्ष, महाराष्ट्र राज्य साहित्य आणि संस्कृती मंडळ
- घुमान येथील ८८व्या अखिल भारतीय मराठी साहित्य संमेलनाचे अध्यक्ष
- *तुकाराम दर्शन*साठी साहित्य अकादमी पुरस्कार
- विद्यापीठीय अनुदान मंडळाकडून मिळालेल्या 'करिअर अवॉर्ड'अंतर्गत 'कृष्ण : द मॅन अँड हिज मिशन' या विषयावर पोस्ट डॉक्टरल संशोधन
- महाराष्ट्र शासनाच्या विद्यापीठ पातळीवरील उत्कृष्ट शिक्षक पुरस्काराने सन्मानित
- महाराष्ट्राच्या सांस्कृतिक इतिहासाचे विविध पैलू उलगडून दाखवणारे *तुकाराम दर्शन*, *लोकमान्य ते महात्मा* आणि *गर्जा महाराष्ट्र* हे ग्रंथ लिहून इतिहासलेखनाचा एक वेगळा बाज सिद्ध केला. *त्रयोदशी*, *मंथन*, *प्रसादाची वाणी*, *निवडक सकल संत सार्थ गाथा*, *लोकमान्य टिळक चरित्र*, *ताटीचे अभंग : एक विवेचन*, *ज्ञानबा तुकाराम*, *या सम हा : योगेश्वर कृष्णाचे वैचारिक चरित्र*, *समाजसुधारक*, *विद्रोहाचे व्याकरण : महात्मा जोतीराव फुले यांचे निवडक साहित्य*, *थोरांचे अज्ञात पैलू* आदी ग्रंथ प्रकाशित

- ग्रंथलेखनासाठी विविध मानाचे पुरस्कार
- 'उजळल्या दिशा' आणि 'शिवचरित्र' या नाटकांमधून महाराष्ट्राच्या राजकारणाचा कलात्मक पातळीवरून आविष्कार
- संतसाहित्य व सामाजिक विषयांशी संबंधित अनेक ग्रंथांचे आणि नियतकालिकांचे संपादन
- व्याख्याने, परिसंवाद, चर्चासत्रे यांच्या निमित्ताने सर्वत्र संचार
- अनेक शासकीय व अशासकीय संस्थांचे पदाधिकारी; विविध साहित्यिक-सांस्कृतिक संघटनांशी दीर्घ काळचे विविधस्तरीय संबंध
- वारकरी साहित्य परिषदेचे संस्थापक
- पहिल्या अखिल भारतीय मराठी संत साहित्य संमेलनाचे अध्यक्ष (२०१२)
- भाषा सल्लागार समितीचे भूतपूर्व अध्यक्ष
- माजी निमंत्रक, मराठी भाषा, साहित्य अकादमी

* 9 7 8 9 3 8 9 8 3 4 3 0 7 *

FCW - #0029 - 061026 - C0 - 216/140/15 - PB - 9789389834307 - Matt Lamination